शिवानी गुप्ता यांनी हॉटेल मॅनेजमेंट, आर्किटेक्चर आणि इन्क्लुसिव्ह एन्व्हायर्नमेंट्स या विषयांत पदव्या मिळवल्या आहेत. त्या भारतातील अग्रगण्य 'ॲक्सेसिबिलिटी' सल्लागार आहेत. आयुष्य हे अमूल्य आहे आणि त्यात शक्य ते सर्व आपण करत राहावं असा त्यांचा विश्वास आहे.

ना वळणे माघारी

एक सत्यकथा

मूळ लेखिका
शिवानी गुप्ता

अनुवाद
मानसी दांडेकर

VISHWAKARMA PUBLICATIONS VP

ना वळणे माघारी

No Looking Back
First Published by : Rupa Publications

प्रथम आवृत्ती : जानेवारी, २०१५

पुर्नमुद्रण : ऑगस्ट, २०१५

© शिवानी गुप्ता

अनुवाद : मानसी दांडेकर

ISBN No. : 978-93-83572-36-6

प्रकाशक :
विश्वकर्मा पब्लिकेशन्स
२८३, बुधवार पेठ, सिटी पोस्टाजवळ,
पुणे ४११ ००२
फोन नं. : ०२०-२०२६११५७
ई-मेल : info@vpindia.co.in
वेबसाइट : www.vpindia.co.in

मुखपृष्ठ : अभिषेक दरेकर – विश्वकर्मा पब्लिकेशन्स

विकास, तुझ्यासाठी...

लेखिकेविषयी

शिवानी गुप्ता या 'ॲक्सेसॲबिलिटी'च्या संस्थापक आहेत, जी विकलांगांसाठी सुविधांची सल्लागार संस्था आहे. शिवानी गुप्ता यांचा जन्म २३ डिसेंबर, १९६९ रोजी झाला. इन्क्लुसिव्ह एन्व्हायर्नमेंटमध्ये त्यांनी पदवी घेतली असून, हॉटेल मॅनेजमेंट व आर्किटेक्चरल टेक्नॉलॉजीमध्येही त्यांचं शिक्षण झालं आहे. विविध शैक्षणिक संस्था, सार्वजनिक स्थळं, हॉटेल्स इथे विकलांगांसाठीच्या सोयी करण्यामध्ये त्यांचा महत्त्वाचा सहभाग आहे. भारतात विकलांगपूरक सुविधा निर्माण करण्यामध्ये त्यांचं संशोधन चालू असतं.

याशिवाय शिवानी यांनी ऑफिस ऑफ द युनायटेड नेशन्स हाय कमीशनर फॉर ह्युमन राईट्स, इंटरनॅशनल डिसॅबिलिटी अलायन्स, डिसेबल्ड पीपल्स इंटरनॅशनल आणि ख्रिश्चन ब्लाइंड मिशन अशा नामांकित आंतरराष्ट्रीय प्रकल्पांसाठी सल्लागार म्हणून काम केलं आहे. इंडियन स्पायनल इंज्युरीज सेंटर, नवी दिल्ली इथे सुरुवातीच्या काळात समुपदेशक म्हणून काम केलं आहे.

विकलांगांसाठीच्या भरीव कामगिरीबद्दल शिवानी यांना अनेक राष्ट्रीय व आंतरराष्ट्रीय सन्मान प्राप्त झाले आहेत. त्यापैकी सुलभ इंटरनॅशनल वुमन ऑफ द इयर ॲवॉर्ड (१९९६), रेड ॲण्ड व्हाईट सोशल ब्रेव्हरी ॲवॉर्ड (१९९९), द नॅशनल रोल मॉडेल ॲवॉर्ड (२००४), नीरजा भानोत पुरस्कार (२००४) हेलन केलर (२००८), कॅव्हिनकेअर ॲबिलिटी मास्टरी ॲवॉर्ड (२००८) हे काही उल्लेखनीय पुरस्कार आहेत.

विकलांगांच्या शारीरिक स्थितीपेक्षा समाजाचा दृष्टिकोन व त्यांना समाजाने न स्वीकारणं, हेच विकलांगांसाठी मोठं दुःखद आहे. त्यांचं ब्रीदवाक्य आहे 'Access=Ability'.

ऋणनिर्देश

मी कधी पुस्तक लिहीन असं मला वाटलं नव्हतं. पण घटनाच अशा घडत गेल्या की मी पुस्तक लिहिलं. माझ्या बहिणीने, गार्गीने मला पुस्तक लिहायला प्रवृत्त केलं, जेव्हा मी दु:खात पूर्णत: बुडाले होते.

रात्री अपरात्री मी रितूला उठवून कागद मागायचे आणि माझ्या मनात त्या क्षणी आलेले विचार लिहित असे. रितूने ज्या समर्पण भावनेने आणि प्रेमाने माझी मदत केली त्याबद्दल मी तिची कृतज्ञ आहे. माझ्या पुस्तक लिहिण्याच्या कामातच नव्हे, तर माझ्या सगळ्या आयुष्यात तिचा मोलाचा वाटा आहे.

माझे सर्व कुटुंबीय, मित्र विशेषत: विराज यांचेही आभार मानायला हवेत. त्याच्या सततच्या पाठपुराव्याशिवाय पुस्तक तयार झालं नसतं.

प्रख्यात समीक्षक अनुराधा गोयल यांचीही मी ऋणी आहे. मी त्यांना कधीच प्रत्यक्षात भेटले नाही, तरी केवळ ई-मेलवरून पाठवलेल्या विनंतीवरून त्यांनी पुस्तकात सुधारणा सुचवल्या.

चित्रा पद्मनाभन यांच्यामुळे मी रुपा पब्लिकेशन्सशी जोडले गेले. त्यांनीच प्रत्यक्ष सुधारणा घडवून आणल्या.

दीपक कृपलानी यांनी पुस्तकाचे अतिशय सुंदर संपादन केले. प्रदीप्ता सरकार हिने रुपा पब्लिकेशन्सच्या वतीने पुस्तकाला उत्तम आकार दिला.

विकासचा उल्लेख केल्याशिवाय मला थांबताच येणार नाही. त्याच्याशिवाय हे पुस्तक आकारालाच आलं नसतं.

अनुवादकाचे मनोगत

'नो लुकिंग बॅक...' या पुस्तकाच्या अनुवादासाठी मला विचारण्यात आलं तेव्हा नावावरून मला अर्थबोध होत नव्हता. संपूर्ण पुस्तक वाचल्यावर मला क्षणभर कळेना की मी सत्यकथा वाचली की एखादी कथा! दोन दिवस 'नो लुकिंग बॅक'वर मी विचार करत राहिले. अगदी प्रामाणिकपणे सांगायचं तर शिवानी गुप्तांच्या या जीवनकहाणीने मला मुळापासून हलवून टाकलं होतं. एखाद्या माणसाचं आयुष्य इतकं संघर्षमय आणि इतरांसाठी प्रेरणादायी असू शकतं, यावर कुणाचाही विश्वास बसणं अवघड होतंच. पण जसजसं मी वाचत गेले, तसतसं मी शिवानी गुप्तांशी एकरूप व्हायला लागले. इतक्या प्रखर सत्यकहाणीचा अनुवाद करणं हे माझ्यापुढे मोठं आव्हान होतं. शिवानी गुप्तांच्या संघर्षाची धार जराही बोथट होऊ न देता हा अनुवाद करण्याचा मी प्रामाणिक प्रयत्न केला आहे.

मूळ पुस्तकाची भाषा तशी अत्यंत सोपी आहे आणि शिवानी गुप्तांचं आत्मकथन अत्यंत सरळ आणि हृदयस्पर्शीच आहे. जितक्या सहजतेने आपल्या आयुष्याचं चित्र या पुस्तकात रेखाटलं आहे, तितकंच त्यांचं आयुष्य प्रत्यक्षात खडतर गेलं असणार. एखाद्याच्या आयुष्यातला संघर्ष संपूच नये आणि तरीही पुन्हा पुन्हा नव्याने जगण्याला सुरुवात करण्याची जिद्द बाळगणं, हे निव्वळ तीव्र आत्मिक बळानेच साधता येतं. शिवानी गुप्तांनी हा संघर्ष केला. अजूनही करत आहेत. म्हणूनच मला वैयक्तिक आयुष्यातही या पुस्तकाने प्रेरणा दिली आहे.

धडधाकट माणसं कर्तृत्व गाजवतातंच. पण आयुष्यभर अपंगत्व बाळगून इतरांना दीपस्तंभासारखी वाट दाखवणारी शिवानी गुप्तांसारखी माणसं समाजात क्वचित आढळतात. आजच्या आजूबाजूच्या अस्थिर समाजामध्ये शिवानी गुप्तांनी विकलांगांसाठी केलेलं कार्य केवळ उल्लेखनीयच नव्हे, तर स्पृहणीयही आहे. अशी वास्तववादी तरीही अद्‌भुत प्रेरणा देणाऱ्या कहाणीचा मला अनुवाद करण्याची संधी मिळाली, हे मी माझं भाग्य समजते! त्यासाठी मी विश्वकर्मा पब्लिकेशन्सची ऋणी आहे.

- मानसी दांडेकर

अनुक्रम

प्रस्तावना

जानेवारी २०११. नेहमीप्रमाणे मी दोन विरुद्ध विचारांच्या द्विधा मन:स्थितीत होते. माझ्या मनाचे जणू दोन भाग झाले होते आणि मला एकमेकांच्या विरुद्ध दिशेने खेचत होते. माझं एक मन म्हणत होतं की हॉटेल मॅनेजमेंट, दिल्ली या माझ्या कॉलेजमधल्या माझ्या बॅचच्या सर्वांत मोठ्या स्नेहसंम्मेलनाला मी जायलाच हवं; तर दुसरं मन म्हणत होतं की मी शहर सोडून चक्क पळून जावं! या सगळ्या मित्रमंडळींना मी माझ्या लग्नात शेवटचं भेटले होते, त्याला दीड वर्ष तरी होऊन गेलं. पण त्यानंतर पुलाखालून बरंच पाणी वाहून गेलंय, सगळंच बदललंय... मला खरंच आत्ता एकटं राहायचंय, कारण माझ्या वेदना विसरून आनंदाचा खोटा मुखवटा चढवणं मला खरंच असह्य आहे....

स्नेहसंमेलनाला जाण्याचं टाळण्यासाठी मी एक सोयीस्कर मार्ग निवडला. मी माझ्या मोठ्या बहिणीकडे, जियाकडे, पुण्याला मोठ्या सुट्टीवर जाण्यासाठी तिकीटं काढली. पण नशीब बघा कसं असतं! काही व्यावसायिक कामामुळे मला पुण्याचा बेत पुढे ढकलावा लागला ! त्यामुळे माझा हा पेच मला माझ्या आयुष्यापेक्षा मोठा भासायला लागला!

शेवटी हे सगळे विचार मी बाजूला सारले आणि मस्तपैकी केस कापायचं ठरवलं. छान हेअरकट करून आल्यावर शेवटी मी स्नेहसंमेलनाला जायचं ठरवलं.

बाहेर जाण्याच्या कल्पनेनेच मला भयंकर अस्वस्थ आणि अस्थिर वाटत होतं... व्हीलचेअरशी माझी मैत्री झाल्यापासून मला अशा प्रसंगांची सवय कुठे उरली होती? सुजाताने, म्हणजे माझ्या मैत्रिणीने फोन केल्यावर ती काही बोलायच्या आतच 'मी स्नेहसंमेलनाला येते आहे' हे मी सांगून टाकलं... नंतर विचार बदलायला नको! तिच्यासारख्याच आणखी काही मित्र-मैत्रिणींच्यासाठीच मला जायचं होतं. 'मी उत्तम आहे', हे सांगण्याची माझी ही खास पद्धत आहे!

कार्यक्रम रात्री उशीरापर्यंत चालणार असल्यामुळे मी दुपारीच थोडी विश्रांती घेतली. जसजशी संध्याकाळ झाली, तसं मी अक्षरश: स्वत:ला बिछान्यातून बाहेर ओढून काढलं. माझं अस्ताव्यस्त कपाट आणखीन उलटंपालटं करत अखेर एक पोलोनेक काळा टी-शर्ट आणि एक काळी पॅन्ट त्या ढिगाऱ्यातनं मी शोधून काढली. त्या जुन्या मापाच्या कपड्यांत आत्ताची मी बसणं शक्यच

नव्हतं. जरी मी मुळातच खूप बारीक नव्हते, तरी गेल्या दीड वर्षात माझं वजन चांगलंच वाढलं होतं. का नाही वाढणार? खाणं, झोपणं आणि टीव्ही बघणं याखेरीज मला उद्योग काय होता?...

माझी पूर्णवेळची मदतनीस, रितूने मला तयार व्हायला मदत केली. विकासचं म्हणणं खरं होतं. काळा रंग कोणालाही शोभून दिसतो. मलासुद्धा! पिवळ्या–हिरव्या रंगाचा एक स्टोल मी गळ्याभोवती लपेटला, तेवढाच काळेपणा थोडा कमी झाला. माझ्या निस्तेज, थकलेल्या डोळ्यात काजळ घालून त्यांना थोडा उठाव दिला. कोरड्या पडलेल्या ओठांवर थोडा लिपग्लॉस फिरवला. शेवटी एक छानसा परफ्युम मारून अखेर मी तयार झाले.

गाडीत बसायला आणि उतरायलाही मला मदत घ्यावी लागणार असल्यामुळे रितू माझ्याबरोबर कार्यक्रमाला येणार होती. आता ही कवायत माझ्या सवयीची झाली होती. गेली १९ वर्षं मी हे अपंगत्व वागवते आहे. जवळजवळ प्रत्येकच गोष्टीसाठी मला मदतनीस लागतो. रितू गेली ९ वर्षं माझ्याबरोबर आहे. आता माझ्यात आणि रितूमध्ये मैत्रीचं एक नातं तयार झालंय.

आज सगळे वर्गमित्र–मैत्रिणी २० वर्षांनंतर भेटणार होतो. अनेकांना माझ्या या स्थितीबद्दल कल्पनाही नव्हती. आणि मीही माझं संपूर्ण परावलंबित्व त्यांना कळू नये म्हणून खटाटोप करीत होते, म्हणूनच मी मोटोराईज्ड व्हीलचेअर घेऊन जाणार होते. त्यामुळे मला थोडा मोकळेपणा आणि स्वातंत्र्य मिळणार होतं. आणि रितूलाही...

जसजशी गाडी गुरगावमधल्या 'द किंगडम ऑफ ड्रीम्स'कडे निघाली, तसतशी आनंदाची एक वेगळीच लाट मला स्वत:ला जाणवू लागली. कदाचित हॉटेलच्या नावाचाही तो परिणाम असेल, किंवा कदाचित आता स्वप्नांशी माझा संबंधच संपलाय म्हणूनही असेल, पण माझ्या चित्तवृत्ती एकदम उल्हसित झाल्या होत्या. सुजाता प्रवेशद्वाराजवळ माझी वाटच पाहत होती.

घटकाभर मी माझ्या सीटवर थिजून गेले. इथे असलेल्या जवळपास कुणीच मला अशा अपंग अवस्थेत बघितलं नव्हतं. माझे काही मित्र माझ्या मदतीसाठी धावले. एकाने आपला हात पुढे केला. पण त्याला कल्पना नव्हती की मी स्वत:च्या पायावर उभीसुद्धा राहू शकत नव्हते. मी काही सांगणार, इतक्यात सुजाताने रितूला मदतीसाठी बोलावलं.

गेल्या वीस वर्षांत माझ्या अपंगत्वाबद्दलच्या जवळपास शक्य त्या सर्व प्रतिक्रिया मी बघितल्या होत्या, अनुभवल्या होत्या. पण आजचं चित्र काही निराळं होतं. मला मदत करता न आल्याचं एक निराळंच हताशपण माझ्या सोबत्यांच्या

चेहेऱ्यांवर मला दिसलं.

अचानक आठवणी पावसासारख्या धबाधबा बरसू लागल्या...

या आठवणींच्या प्रवासाची सुरुवात कुठून करायची, तेच समजत नाहीए मला... मला वाटतं सुरुवातीपासूनच सुरुवात करावी, जेव्हा माझ्या मित्रमंडळींना २२ वर्षांपूर्वी माझ्या अवतीभवती वावरताना मी शेवटचं बघितलं होतं... ते दिवस खरंच छान होते, फुलपाखरी होते...

पुनर्जन्म

१

मी डोळे उघडून बघितलं, तर जणू आजूबाजूला सगळ्याच गोष्टी एकत्र झाल्या होत्या. कितीही प्रयत्न केला तरी माझ्या मित्रमंडळींना मी शेवटचा 'टाटा' कधी आणि कसा केला तेच मला आठवत नव्हतं. माझ्याकडे सगळे पार्टीसाठी जमले होते. काल मीच माझ्या घरी निरोपसमारंभाची पार्टी ठेवली होती.

मी कुशीवर वळायचा प्रयत्न केला, पण मला जमेना. जणू माझा देह बिछान्याला खिळ्यांनी ठोकून बसवला होता! 'आई गं!' मी ग्लानीतच कळवळले. शेवटी डोळे मिटून तशीच पाठीवर उताणं झोपून राहिले.

काल रात्रीच्या आठवणींनी माझ्या चेहऱ्यावर जरा हसू आलं.

काल माझा कामाचा शेवटचा दिवस होता आणि लवकरच मी पुढच्या शिक्षणासाठी परदेशी जाणार होते. माझ्याबरोबरचे आय.एम.एच.मध्ये शिकणारे बहुतेक सगळे वर्गमित्र पार्टीसाठी जमले होते. पासआऊट झाल्यानंतर जवळजवळ १० महिन्यांनी आम्ही एकत्र भेटलो होतो.

या महिन्यांच्या काळात मी खरोखरच मुक्तपणे, स्वच्छंदी आयुष्य जगत होते. मी काय काम करते याच्याशी मलाच फार देणंघेणं नव्हतं. माझ्या कामाबद्दल मलाच स्पष्ट कल्पना नसली, तरी एक मात्र नक्की होतं. पंचतारांकित हॉटेलच्या रिसेप्शनवर मी काम करत नव्हते ! ती नोकरी मी कधीही सोडू शकत होते. माझं स्वप्नं एकच होतं - छानसा नवरा आणि मुलं आणि त्यांच्याबरोबर आयुष्य आनंदाने घालवणं!

कालची पार्टी खरंच लाजवाब होती. उत्तम खाणं-पिणं, छान मित्रमंडळींची सोबत आणि संगीत आणि नृत्य, मेलडीज, 'बॉईज मेन', आर.इ.एम., ग्लोरीआ एस्टाफन यांचं संगीत आताही माझ्या डोक्यात रुंजी घालत होतं. त्या संगीताच्या ठेक्यावर मी मनातल्या मनात पाय हालवायचा प्रयत्न केला, पण मला करताच येईना. अर्थात मला त्याचं काही वाटलं नाही. पार्टीत इतका दंगा केल्यावर असंच होणार नां! सगळं छान होतं. मला काळजी करायचं काहीच कारण नव्हतं. पुढच्या शिक्षणासाठी नायजेरियाला जायचं आणि बाबांबरोबर काही काळ तरी राहायचं, असा माझा बेत माझ्या दृष्टीने मी नेटकाच ठरवला होता. मी पुन्हा स्वप्नांच्या दुनियेत शांतपणे रममाण झाले.

'छोटू! छोटू! कसं वाटतंय आता?' लतिकचा आवाज माझ्या कानात जणू घुसला. लतिक हा माझा मोठा मामेभाऊ होता आणि आम्ही माझ्या आईच्या घरी एकत्रच राहात होतो. दोघांचीही पहिल्या नोकरीची सुरुवात होती. लतिक फार मोकळ्या स्वभावाचा आणि खेळकर होता, त्यामुळे त्याच्या बरोबर कायमच मजा यायची. त्याची माझ्या मित्रमंडळींशीही छान दोस्ती जमली होती.

माझी क्षणभर चिडचिडच झाली. मला उठायला इतका उशीर झाला होता? मी इतका वेळ कशी झोपून राहिले? पण मग मला आठवलं काल माझ्या कामाचा शेवटचा दिवस होता. त्यामुळे आज मी जास्त वेळ झोपू शकत होते!

मी डोळे उघडले तेव्हा लतिक माझ्या बिछान्याशेजारी होता. माझ्या आजूबाजूला सगळंच वातावरण अनोळखी होतं आणि अनेक अनोळखी आवाज मला ऐकू येत होते. मी गोंधळून लतिककडे पाहिलं. "तू हॉस्पिटलमध्ये आहेस...," मी काही विचारण्याआधीच लतिक म्हणाला.

मी स्वत:कडे बघितलं. मला पाठीवर उताणं झोपवलं होतं. माझ्या अंगावर लाल पांघरूण घातलं होतं. माझ्या बेडशेजारी एका स्टॅन्डवर सलाईनची बाटली लावली होती आणि त्याची ट्यूब माझ्या मनगटापर्यंत आली होती.

असं होतं तर! म्हणूनच काल रात्रीच्या जेवणाबद्दल किंवा मी कुणालाही निरोप दिल्याचं मला आठवत नव्हतं.

"पार्टी संपली का रे?" मी लतिकला विचारलं. "हो. सगळे आपापल्या घरीसुद्धा गेले." लतिक म्हणाला.

मी मान हालवली. पुन्हा डोळे बंद करून माझ्या स्वप्नवत् विचारात मग्न झाले. नक्की काय झालं होतं? मी थोडक्यात वाचले असावे. पण हे काही इतकं गंभीर नक्कीच नसणार. इथून मी लवकरच बाहेर पडेन. हॉस्पिटलमध्ये असूनही हा नवा अनुभव मी घेत होते.

थोड्या वेळाने माझा घसा कोरडा पडायला लागला. मी लतिकला पाणी मागितल्यावर त्याने चमच्याने मला पाणी पाजलं.

"मला काय झालंय?" मी लतिकला अधीरपणे विचारलं.

"आपल्याला अपघात झाला होता."

"अपघात?" या शब्दाने मला वास्तवात आणलं.

कालची रात्र माझ्या डोळ्यांसमोरून झर्रकन् सरकून गेली. माझ्या एका मैत्रिणीची रात्रपाळी होती. माझी पार्टी असल्यामुळे तिने रात्री दहाऐवजी बारा वाजता ऑफिसमध्ये पोहोचण्याची परवानगी मिळवली होती. मी आणि सुनील– माझा प्रियकर तिला सोडायला जाणार होतो. परत येताना थोडा वेळ एकत्र

घालवता येईल, या विचाराने आम्ही पार्टीतून अर्धा तास सटकायचा बेत केला होता. पण कसं कोण जाणे, सगळेच 'हवा' खाण्यासाठी आमच्याबरोबर बाहेर पडले. दोन कारमध्ये सगळे कसेबसे बसलो आणि निघालो. सुनीलच्या कारमध्ये मी त्याच्या शेजारी, आणि मागे अजून दोघंजणं बसले होते. बाकीचे सगळे, लतिकसुद्धा, कमालच्या गाडीत होते. कमाल म्हणजे माझा अजून एक मित्र.

उशिराची वेळ होती. हॉटेलवर पोहोचायला आम्ही कमी रहदारीच्या रिज रोडनं जायचं ठरवलं. कमाल आणि सुनील दोघेही खूप वेगाने गाडी चालवत होते. सुनीलची गाडी पुढे गेली की कमालच्या गाडीकडे बघून लहान मुलांसारखे आम्ही त्यांना चिडवत होतो. गाडीने १२० चा आकडा गाठला होता. एक गाडी दुसऱ्या गाडीला ओव्हरटेक करणार एवढ्यात... सगळंच नियंत्रणाबाहेर गेलं...

...म्हणजे ते स्वप्न नव्हतं तर! आम्हाला अपघात झाला होता. पण... गाडीचा वेग इतका जास्त नव्हता की नियंत्रण जावं... सगळं खूप गुंतागुतीचं होतं.

"बाकीचे सगळे कसे आहेत?" मी विचारलं.

"सगळे सुखरूप आहेत आणि घरी गेले आहेत." लतिकने मला हळुवार थोपटत उत्तर दिलं.

हे ऐकून मला जरा बरं वाटलं. माझ्या पार्टीमुळे कोणाला इजा झाली असती तर मला खूप वाईट वाटलं असतं. प्रत्येकजण सुरक्षित आहे या भावनेने मी समाधानाने पुन्हा डोळे मिटून पडून राहिले.

लतिकने मला पुन्हा उठवलं. आता माझ्या बेडशेजारी एक डॉक्टर उभे होते आणि मला निरखून बघत होते. त्यांनी बॅटरीचा झोत टाकून माझे डोळे तपासले. मला नीट दिसतंय याची खात्री करून घेतली. अर्थात्, मला सगळं नीट दिसत होते ! मग मला त्यांनी विचारलं की मला कुठे दुखतंय का? "नाही" मी उत्तरले.

त्यांनी एक बोट माझ्या सगळ्या शरीरावरून फिरवलं आणि विचारलं की मला काही जाणवतंय कां?"कसली जाणीव?" मी गोंधळून विचारलं. "मला काहीच जाणवलं नाही."

मग डॉक्टरांनी एक पीन घेऊन मला टोचलं आणि पुन्हा विचारलं, "टोचलं का?" "काय टोचलं?" मी परत गोंधळून म्हटलं, "काहीच टोचत नाहीए!" त्यांनी माझा पाय उचलला आणि मला तो हलवायला सांगितला. पण मला पाय हलवताच आला नाही.

डॉक्टर मला जे प्रश्न विचारत होते, त्याला माझ्याकडे एकच उत्तर होतं, 'नाही'. तसं काही काळजीचं कारण दिसत नव्हतं. मला कसल्याही वेदना होत

नव्हत्या, माझा श्वास व्यवस्थित चालू होता, माझ्या सगळ्या संवेदना ठीकठाक दिसत होत्या. माझं नक्की काय बिनसलंय, ते डॉक्टरांना कळत नव्हतं. ते निरर्थक प्रश्न विचारत होते आणि त्यांना कसलंच निदान करता येत नव्हतं.

डॉक्टरांच्या चेहऱ्यावर नैराश्य होतं. माझ्याबाबतीत काही गंभीर निदान करता आलं नव्हतं त्यांना, त्यामुळेच ते निराश झाले असावेत! जाण्यापूर्वी त्यांनी नर्सला मला कॅथेटर लावायची सूचना दिली.

लतिक डॉक्टरांच्या मागोमाग आय.सी.यू. बाहेर गेला. परत आला तेव्हा त्याचा चेहरा उतरला होता. माझ्या मणक्याला गंभीर इजा झाल्याचं त्यानं सांगितलं.

मला त्याचं काहीच वाटलं नाही.

''काळजी करण्याचं कारण नाही. आत्ता या ज्युनिअर डॉक्टरने असं निदान केलंय. पण त्यांना काही फारसं कळत नाही. उद्या सकाळी सीनिअर डॉक्टर आले की आपल्याला नीट समजेल सगळं.'' लतिकने घाईघाईने सांगितलं.

यानंतर खोलीत शांतता पसरली. तेवढ्यात दोन नर्सेस कसली कसली उपकरणं घेऊन माझ्या खोलीत आल्या. मला कॅथेटर लावणार असल्याचं त्यांनी घोषित केलं. मी त्यांच्याकडे गोंधळून बघत होते कारण त्या काय म्हणताहेत ते मला कळतंच नव्हतं. मला फक्त एवढंच कळलं की त्यांना थोडा आडोसा हवा होता आणि तिथे एकही पडदा नव्हता. तिथल्याच काही माणसांना बोलावलं आणि सगळ्यांनी चादारी धरून माझ्यासाठी आडोसा तयार केला. त्यानंतर नर्सनी मला कॅथेटर लावला.

''तुम्ही काय करताय?'' मी नर्सना विचारलं. त्यांनी सांगितलं की त्या माझ्या मूत्राशयाच्या नलिकेत एक नळी बसवत आहेत. त्यामुळे माझं मूत्राशय वेळोवेळी रिकामं होत राहील.

''काय? पण मला आत्ता लघवीला जायचं नाहीए.'' मी जवळजवळ ओरडूनच बोलले. मी विरोध करायचा प्रयत्न केला, पण माझे हात-पाय मला हालवताच येत नव्हते.

...हे शक्य नाही... हे नक्की स्वप्नच असलं पाहिजे... इतकं सगळं माझ्या नियंत्रणाबाहेर कसं जाईल?... हे सगळंच खूप विचित्र आणि संकोच वाटायला लावणारं होतं... मला इथून उठायचंय... खरंच... हे स्वप्न आता मला संपायला हवंय...

मला जाग आली तेव्हा माझी आशाआत्या, माझ्या बाबांची धाकटी बहीण माझ्याशेजारी बसली होती. तिला बघून मला बरं वाटलं तरी तिच्या चेहेऱ्यावरची काळजी लपत नव्हती. चेहेऱ्यावरच्या चिंतेच्या रेषा पुसायचा प्रयत्न करत तिने मला विचारलं, ''कसं वाटतंय बाळा?''

''छान.'' मी उत्तर दिलं.

लतिक थोडा वेळ विश्रांती घेण्यासाठी घरी गेला होता. आणि नवीनकाका, माझ्या बाबांचे धाकटे भाऊ आता हॉस्पिटलमध्ये येणार होते, असं आशाआत्या म्हणाली.

माझ्यामुळे सगळ्यांचीच खूप अडचण होतेय या विचाराने मला अपराधी वाटत होतं. मी पहिल्यापासून अतिशय स्वावलंबी होते आणि माझ्या सगळ्या गोष्टी मी स्वतःच करत असे. पण आत्ता मला काहीच करता येत नव्हतं आणि बाबा नायजेरियामध्ये होते.

आशाआत्याने मला सांगितलं की मला दुसऱ्या हॉस्पिटलमध्ये हालवणार होते. दिल्लीतलं सर्वांत मोठं हॉस्पिटल 'इन्स्टिट्यूट ऑफ ऑल इंडिया मेडिकल सायन्सेस (एम्स)' तिथं मला हलवण्याचे प्रयत्न चालू होते. आत्ताचं, हॉस्पिटल माझ्या आत्ताच्या अवस्थेसाठी पुरेसं योग्य नव्हतं.

''कसली अवस्था?'' मी अनिच्छेने विचारलं. मला काही फार गंभीर आहे असं वाटत नव्हतं. आणि मला दुसऱ्या हॉस्पिटलमध्ये जाण्याची इच्छा नव्हती – कारण मी थकले होते. माझी फक्त एकच इच्छा होती – करोल बागेतल्या माझ्या घराच्या दुसऱ्या मजल्यावरच्या गच्चीत मला जायचं होतं. स्वतःचं स्वतः बिछान्यात उठून बसायचं होतं.

ते माझ्या आईचं घर होतं. छोटंसं पण खूप आरामशीर, जिव्हाळ्याचं. माझी आई जेव्हा तिथे होती तेव्हा तिच्या आश्वासक, प्रसन्न हसण्यानं त्या घराला आणखीनच सुंदर बनवलं होतं. म्हणूनच आमची सगळी नात्याची माणसं या घरट्यात यायला, राहायला सदैव उत्सुक असायची! विशेषतः उन्हाळ्याच्या सुट्ट्यांमध्ये फारच गंमत यायची. आईचं व्यक्तिमत्त्व त्या घरातल्या प्रत्येक वस्तूत जाणवत असे, तिनं हे घर तिच्यासारखंच सजवलं होतं – सुंदर, साधं, उबदार आणि सगळ्यांना सामावून घेणारं! तिनं गच्चीवर छोटीशी बाग पण तयार केली होती. त्या बागेत फुलं होती, निवडुंग होते आणि काही भाज्याही लावल्या होत्या. मला अशा उबदार घरात जायचं होतं. मला नक्की काय झालंय, हे जिथे डॉक्टरना कळत नव्हतं, अशा आणखी एका हॉस्पिटलमध्ये जाण्याची माझी इच्छा नव्हती.

माझ्या आईचं घर फक्त आठवण बनून तर राहाणार नाही ना? माझ्या नकळत माझं आयुष्य एका अशा वाटेवरून चालू लागलं होतं, ज्याची मी कधी कल्पनाही केली नव्हती !

२

माझ्या अपघाताला जवळजवळ नऊ तास होऊन गेले होते. माझी भवतालाची जाणीव आता वाढू लागली होती. हॉस्पिटलमधला तो तीव्र गंध, आजूबाजूच्या रुग्णांचे उसासे, कण्हणं आणि त्यांच्या नातेवाईकांची दबलेल्या आवाजातली कुजबूज, सगळंच आता स्पष्टपणे जाणवू लागलं होतं, समजायला लागलं होतं.

मला जाग आली तेव्हा नवीन काका माझ्याशेजारी उभे होते. ते माझ्याकडे बघून हसत म्हणाले, ''बाळा, काही काळजी करू नकोस. आम्ही सगळे आहोत तुझ्याबरोबर. सगळं काही ठीक होईल!'' त्यांनी प्रेमाने माझ्या डोक्यावर थोपटलं. त्यांच्या माझ्याबरोबर असण्याने आणि त्यांच्या प्रेमळ शब्दांनी मला धीर आला. ते सगळं काही नीटच करतील याची मला खात्री होती. ''आपण तुला 'एम्स' (AIIMS) ला हालवतोय. सगळी व्यवस्था झाली आहे. तू फक्त आराम कर,'' नवीन काका म्हणाले.

मला डिस्चार्ज देण्यापूर्वी इथल्या डॉक्टरांनी एक कडक कॉलर माझ्या गळ्याभोवती अडकवली होती, त्याचा मला त्रास होत होता. मला काळजीपूर्वक स्ट्रेचरवर झोपवण्यात आलं आणि मला नेण्याची तयारी झाली. आयसीयूच्या बाहेर सुनीलची आई आणि बहिण मलाच भेटायला येताना दिसल्या. याआधी मी त्यांना एकदा भेटले होते, त्यामुळे मी त्यांना लगेच ओळखलं.

सुनीलच्या आईने माझ्या हाताला थोपटत विचारलं, ''कसं वाटतंय आता?'' मी फक्त हसले. माझ्या स्ट्रेचरजवळून चालताना त्याच्या बहिणीने मला सांगितलं, ''कसली काळजी करू नकोस, सगळं ठीक होईल.'' एकीकडे माझ्याबद्दल त्यांना काळजी वाटते आहे या विचाराने मला बरं वाटत होतं, पण दुसरीकडे असं स्ट्रेचरवर झोपून त्यांना भेटण्याची माझी अजिबात इच्छा नव्हती.

आशा आत्या माझ्याबरोबर ॲम्ब्युलन्समध्ये होती. ॲम्ब्युलन्समधून जाण्याची माझी ही पहिलीच वेळ होती. तिथे आडवं पडून अजूनही माझ्या डोक्यातला झगडा थांबत नव्हता की हे सत्य आहे की स्वप्नं?

एम्सचा अनुभव धक्कादायक होता. एका घाणेरड्या आणि भयंकर गजबजलेल्या व्हरांड्यात मी कितीतरी वेळ स्ट्रेचरवरच पडून होते. माझ्यासारखे ॲडमिट व्हायला आलेले अनेकजण वाट बघत होते. वैद्यकीय मदत किंवा कमीतकमी एखादा बेड मिळवण्यासाठी रुग्णांचे कण्हणारे आवाज माझ्या कानात घुमत होते. ज्यांची उभं राहाण्याइतकी ताकद नव्हती किंवा जे वाट बघून कंटाळले होते, ते रुग्ण जमिनीवरच आडवे झाले होते. माश्या सगळीकडेच घोंगावत होत्या. हॉस्पिटलचा विशिष्ट जंतुनाशकाचा गंध माझ्या नाकात भरून गेला होता. 'त्या वासाइतकं ते जंतुनाशक जंतूंवरही परिणाम करत असेल ना?', असा विचार माझ्या मनात डोकावून गेला.

तिथे अक्षरश: नरकात असल्यासारखं वाटत होतं. तिथून लवकर माझी सुटका व्हायला हवी होती.

सगळे सोपस्कार होऊन शेवटी मी ॲडमिट झाल्यावर सगळ्यांच्याच जीवात जीव आला. वाट बघण्याच्या प्रक्रियेत कदाचित काही दिवसही निघून गेले असते ! मला आता बेड नक्की मिळणार या विचाराने मी थोडी सुखावले. कित्येक तास स्ट्रेचरवर पडून राहिल्यामुळे माझा धीर सुटत चालला होता. हॉस्पिटलच्या बऱ्याच डॉक्टरांनी मला पिनेने टोचून किंवा कापसाचा स्पर्श करून 'मला काही जाणवतंय का', हा प्रश्न अनेकदा विचारला. त्या प्रत्येकाला 'नाही' असं उत्तर देऊन मी खरंच शिणले होते.

सीटी स्कॅन झाल्यावर मला ऑपरेशन थिएटरमध्ये थेट ऑपरेशन टेबलवर हलवलं गेलं. पण मी नक्की ऑपरेशन थिएटरमध्ये का आहे? माझ्यावर नक्की कोणती शस्त्रक्रिया करणार आहेत, याची थोडीही कल्पना मला देण्याची तिथल्या डॉक्टरांना गरज वाटली नाही. मी अतिशय संतापले होते, घाबरले होते, वैतागले होते आणि "पुढे काय होणार आहे?" हा एक अनिश्चित विचार मला आणखीनच व्याकूळ करत होता. त्या टेबलवर एक तीव्र उजेडाचा झोत माझ्या चेहेऱ्यावर पडला होता. मी आणखीन अस्वस्थ होत होते.

"तुम्ही काय करणार आहात?" मी डॉक्टरांना विचारल्यावर मला उत्तर देण्यात आलं. ते माझ्या डोक्यावर एक स्कल ट्रॅक्शन लावणार होते आणि काळजीचं काही कारण नाही, असंही मला सांगण्यात आलं. मला याचा अर्थच कळला नाही. मी काही विचारणार इतक्यात त्यांनी थेट माझे केसच कापायला सुरुवात केली!

"माझे केस का कापताय तुम्ही ?" मी किंचाळले. काहीही झालं तरी माझे केस कापण्याची माझी इच्छाच नव्हती, कधीही... "प्लीज, असं करू

नका!'' ...मी अक्षरश: भीक मागत होते! माझ्या दिसण्याबाबत मी नेहमीच खूप जागरूक होते आणि सुंदर दिसण्यासाठी कष्ट घेण्याची माझी तयार होती. माझे केस आणि माझी स्टाईल हे माझ्या अस्तित्वाचा एक अविभाज्य भाग होते. इतकं सगळं असताना हे डॉक्टर माझे केस कसे कापू शकतात?

डॉक्टरांनी थंडपणे मला सांगितलं की ते फक्त कानाच्या बाजूचे केस कापणार आहेत, ते कळूनही येणार नाहीत.

फक्त दोन बाजूंनी केस कापणार? मला पटतंच नव्हतं. डॉक्टर अतिशय मूर्ख, दुष्ट आणि संवेदनाशून्य आहे, असं मला वाटायला लागलं. पण बंड किंवा विरोध करता येणार नव्हता, हे मला माहीत होतं. मी जवळजवळ एका हिप्पीसारखी दिसणार होते आणि ते मला मुळीच मान्य नव्हतं. हे सगळं मला झेपतंय न झेपतंय तोच डॉक्टर परत एकदा ड्रील मशीनसकट अवतरले.

आता मात्र हे अति होत चाललं होतं. डॉक्टर जसजसे माझ्या दिशेने यायला लागले, तसतसं भीतीने माझा जीव व्याकुळ होत होता. खोल आवाजात मी त्यांना विचारलं, ''याने तुम्ही काय करणार?'' माझ्या भीतीची आत्ता त्या डॉक्टरांनी दखल घेतली. मला त्यांनी सांगितलं की मला लोकल ॲनेस्थेशिया दिला आहे आणि यामुळे मला काही त्रास होणार नाही – ते ड्रील मशीनने माझ्या कवटीला छोटी छिद्रं करणार होते! दुसऱ्या क्षणी त्या ड्रील मशीनचा आवाज माझ्या अधिकाधिक जवळ यायला लागला. कवटीला टेकल्यावर आणि कवटीला ड्रील केल्यावर त्याचा आवाज बदललेला मला जाणवला.

मी तिथे डोळे मिटून असह्यपणे पडून राहिले होते. दुसरं मी काय करू शकत होते? रक्ताचा एक उष्ण ओघळ माझ्या कानाकडे आणि अश्रूंचा ओघळ माझ्या गालावरून वाहत असलेला मला जाणवला! त्या उष्ण रक्ताश्रूंनी मी स्वप्नात नसल्याची भयानक जाणीव मला करून दिली!... माझ्यावर हे आघात करताना डॉक्टर मात्र जुन्या हिंदी सिनेमातली कोणतीतरी ओळ शिट्टीवर आळवत होते. त्यांच्या या कृतीचा विलक्षण संताप आला मला. आता हे सगळं अंताकडे चाललंय. असं मला वाटायला लागलं. ते ड्रील जणू माझी कवटी, माझा मेंदू भेदून माझ्या डोक्याचेच दोन भाग करत होतं...

ही एक सामान्य शस्त्रक्रिया होती, असं मला नंतर सांगण्यात आलं. पण मला हे कसं कळणार? मला या 'साध्या शस्त्रक्रियेची' कोणीच कल्पना न दिल्यामुळे मी भयंकर मानसिक ताणातून गेले होते. ते काही क्षण माझे किती

दहशतीत गेले होते..!

माझ्या कवटीला कसलासा जड स्टीलचा चिमटा लावल्यावर मला पुन्हा स्ट्रेचरवरून खोलीमध्ये हालवण्यात आलं. माझी कॉट ही आय.सी.यू. सारख्या दिसणाऱ्या एका चार कॉटांच्या खोलीतली एक कॉट होती. पण आय.सी.यू च्या खोलीत खूपच आवाज आणि रुग्णांच्या नातेवाईकांची खूप वर्दळ होती. तो जंतुनाशकाचा तीव्र गंध इथेही होता, पण आता मी त्याला सरावले होते. रात्रीचे आठ वाजले होते. या आधीचे २० तास म्हणजे माझ्या आयुष्यातला सर्वात भयंकर काळ होता !

मला उचलून सरळ झोपवायला सहा जण लागले. तो चिमटा अशा पद्धतीने बसवला होता की माझ्या मानेला ताण बसावा. जवळजवळ १२ किलो वजनाच्या विटा त्या चिमट्याला नायलॉन दोरीने बांधल्या होत्या.

अजूनही माझ्या जखमांचा मला अंदाज येत नव्हता. अजूनही मला नक्की काय झालंय हे मला कळलं नव्हतं. मला फक्त एवढंच कळत होतं की लवकरच मी यातून बाहेर येणार होते, मी ठीक होणार होते आणि माझं पूर्वीचं सुंदर आयुष्य पुन्हा जगणार होते. या विचारांत मी झोपी गेले!

३

माझ्या आयुष्यात घडलेल्या प्रत्येक वाईट, दुःखद घटनांच्या वेळी, कशी कोण जाणे पण, आशाआत्या माझ्या बरोबर होती. ती एकच अशी व्यक्ती होती की जिच्यामुळे मी आयुष्यात निर्धास्त होते. आतासुद्धा मी हॉस्पिटलमध्ये इतक्या भयंकर अवस्थेत असताना सुद्धा मला तिचाच खूप मोठा आधार होता. चार वर्षांपूर्वी असाच आयुष्यातला सर्वांत दुःखद प्रसंगाला सामोरे जातानाही आशाआत्याच माझ्याबरोबर होती.

तेव्हा मी फक्त १७ वर्षांची होते. मला डेहरादूनच्या वेलहॅम गर्ल्स स्कूलमध्ये १२ वीला प्रवेश मिळाला होता. आमच्या वर्गाची जयपूर आणि आग्र्याला सहल गेली होती. परत येताना आम्ही दिल्लीत एक रात्र थांबणार होतो आणि दुसऱ्या दिवशी डेहरादूनला जाणार होतो. आम्ही सगळ्या आपापल्या घरी जाणार म्हणून खुशीत होतो.

माझी आई दिल्लीत राहात होती. बाबा कामानिमित्त नायजेरियात होते आणि मी एका वेगळ्याच ठिकाणी चालले होते. असं वेगवेगळ्या ठिकाणी राहाणारे आम्ही तिघे, मी सहलीला जायच्या एकच आठवडा आधी एकत्र कुठेतरी चाललो होतो. गाडीत बसलेलो असताना आम्ही खूप गप्पा मारल्या. शाळा, बोर्डाची परीक्षा, पुढचे बेत असं खूप काही. माझी आई माझी सर्वात जवळची मैत्रीण होती आणि माझा आधारही! तिच्यापासून मी काहीच लपवत नसे. एकदम अचानक आई मला म्हणाली, ‘‘बाळा, थोडं समंजसपणे वाग. तू आता मोठी मुलगी आहेस!’’

तिच्या बोलण्याकडे मी फारसं लक्ष दिलं नाही. हॉस्टेलला गेल्यापासून मी बऱ्यापैकी स्वावलंबी झाले होते. मी पटकन आईला म्हटलं,‘‘ काळजी करू नकोस आई! मी आता मोठी झाले आहे नां? मी घेईन माझी काळजी.’’

सहलीहून परत येताना दिल्लीतल्या ‘इंपिरियल’ हॉटेलपाशी आम्हाला सोडणार होते आणि आमचे पालक तिथे आम्हाला घ्यायला येणार होते. दुपारी दोन वाजता आमची बस तिथे पोहोचली. बहुतेकांचे पालक आधीच येऊन पोहोचले होते. माझे डोळे आईला शोधत होते. खरंतर ती कायमच वेळ पाळते. पण आश्चर्य म्हणजे, ती अजून आली नव्हती.

तासाभरात 'उद्या भेटू या' असा एकमेकांची निरोप घेत, सगळ्याच मुली आपापल्या घरी गेल्या. आता मी एकटीच उरले होते. आता मात्र मला थोडं धडधडायला लागलं होतं. मी आईची अगदी चातकासारखी वाट बघत होते. आमच्याबरोबरच्या शिक्षिकाही माझ्यासाठी थांबल्या होत्या. हे नेहमीपेक्षा काहीतरी वेगळं घडत होतं! माझी आई कधीच अशी वागली नव्हती किंवा कधीच तिने आपली जबाबदारी झटकली नव्हती. काय करावं ते मला समजेना. मी घरातलं शेंडेफळ असल्यामुळे कोणत्याही गोष्टीत निर्णय घेण्याची माझ्यावर कधीच वेळ आली नव्हती. आणि आता मला स्वत:साठी काही ठरवणं भागच होतं !

मी घरी फोन केला. पण आश्चर्याची बाब म्हणजे माझ्या घरचा फोन आमच्या तळमजल्यावर राहणाऱ्या बाबांच्या आत्याने उचलला. थरथरत्या आवाजात आत्याआजी म्हणाली, ''बाळा, आई तुला आणायला येऊ शकत नाही. तू आशाआत्याला फोन कर.''

मला काहीच समजेना, पण आशाआत्याला फोन करण्यावाचून मला काही पर्यायच नव्हता. माझ्या डोक्यात प्रश्नांचा भोवरा फिरत होता. आत्याआजी आमच्या घरी कशी होती? मग आई कुठे आहे? मी आशाआत्याला फोन केला आणि मला घ्यायला यायला सांगितलं.

परतीच्या वाटेवर रिक्षात आशाआत्या एक अक्षरही बोलली नाही. मी आतल्या आत संकोचत चालले होते. माझा आतला आवाज मला काही अशुभाची चाहूल देत होता. पण मी प्रयत्नपूर्वक ते विचार बाजूला सारत होते. मी स्वत:लाच कारणं देत होते. आईला कदाचित अस्थमाचा अॅटॅक आल्यामुळे ती आली नसेल. तिच्या अस्थमाच्या अॅटॅकची आम्हाला तशी सवय होती. तिला अॅटॅक आला की आई जरा वेळ कुठेतरी बसत असे आणि अॅटॅक गेला की ती पूर्ववत होत असे. पण आज मी काळजीने अस्वस्थ होत होते.

गेटबाहेर रिक्षा थांबल्यावर आत्याने पैसे देईपर्यंत सुद्धा वाट न बघता मी घराच्या दिशेने धावले. धावत वर गेले तो मुख्य दरवाजा उघडाच होता. त्या दिवशी कुठलीच आनंदाची, उत्साहाची भावना माझ्या मनात नव्हती. मी विलक्षण अस्वस्थ होते. मी आत जाताच आमची तिन्ही कुत्री मला येऊन बिलगली, पण ती नेहमीसारखी लाडाने शेपटी हलवत नव्हती.

पांढऱ्या वस्त्राने झाकलेला जमिनीवर ठेवलेला माझ्या आईचा देह पाहून माझ्या पायाखालची जमीनच सरकली. डोळे विस्फारून मी ते दृश्य बघत राहिले. आईच्या शेजारी लावलेला उदबत्त्यांचा सुगंध सगळ्या खोलीत पसरला होता... मी जणू जागच्या जागी थिजून गेले होते... माझं हृदय अत्यंत वेगाने धडधडत होतं...

पोटात ढवळायला लागलं होतं... रोलरकोस्टरमध्ये बसल्यासारखे माझं डोकं जणू भोवंडून गेलं होतं... माझी आई देवाघरी... देवाघरी गेली होती..!

आत्याआजी सतत रडत होती. तिची काळजी घेणारं एक अत्यंत विश्वासू माणूस आता नसणार होतं. ते माणूस जिने सगळ्या घराला एकत्र बांधून ठेवलं होतं, जिने आत्याआजीचं एकाकीपण सुसह्य केलं होतं...

एक शब्दही न बोलता मी स्वयंपाकघरात गेले. कुत्र्यांच्या जेवणाची सोय करायला हवी होती.

बाबा नायजेरियात होते आणि माझी मोठी बहीण कॉलेज शिक्षणासाठी अहमदाबादला होती. दोघंही दुसऱ्या दिवशी पोहोचणार होते. पण तोपर्यंत माझ्या आईच्या मृत्यूचं दुःख मला एकटीनेच पचवणं भाग होतं. त्या वेळी माझ्याबरोबर आशाआत्या आणि आणखी काही कुटुंबीय होते.

आईच्या जाण्याने माझ्या कुटुंबाच्या संबंधामध्ये काही फरक पडला नाही. प्रत्येकाने मला तितकाच आधार दिला. आज या अपघातानंतरही हॉस्पिटलमध्ये आशाआत्या आणि इतर नातेवाईकच माझ्याबरोबर होते. माझे बाबा अजूनही नायजेरियातच होते आणि मोठी बहीण लग्नानंतर नुकतीच पुण्याला राहायला गेली होती.

माझी मलाच लाज वाटली. वयाने एवढी मोठी झाले होते, शिवाय आईला मी स्वतःची काळजी घेण्याचा शब्द दिला होता. तरीही मी अजून इतर कुटुंबीयांवरच अवलंबून होते!

<hr />

मला आईचा आवाज ऐकू येत होता, ''चला, शाळेत जायचंय! लवकर उठा बघू. जिया, छोटू, चला उठा.''

जिया थोडी खळखळ करत का होईना पण उठली. पण मी मात्र तशीच लोळत पडले होते आणि सारखं सांगत होते, ''मला शाळेत नाही जायचं. आई, मला तुझ्याबरोबर घेऊन चल.''

मला दिल्ली विद्यापीठाच्या बॉटनी विभागातल्या आईच्या ऑफिसमध्ये जायला खूप आवडायचं. शाळा म्हणजे माझ्यासाठी कायमच एक संकट होतं!

मला शाळेत जायचा किती आणि का कंटाळा आहे, ते आई पुरेपूर ओळखून होती. घरी अखंड बडबड करणारी मी शाळेत मात्र चूपचाप असे. मला नेहमी असा न्यूनगंड असायचा की बाकीच्या मुलांइतकी स्मार्ट नाहीए. त्यामुळे मी शाळेत किंवा इतरत्रही फारशी लोकांमध्ये मिसळत नसे, गप्प गप्प, एकटी राहात

असे. साहजिकच, मला मैत्रिणीही फारशा नव्हत्या. मी वर्गातली सर्वांत शांत विद्यार्थिनी होते आणि कायमच सगळ्यांशी अंतर राखून वावरत असे. पण त्यामुळे शाळेत सर्व शिक्षक मला 'व्हिक्टोरिया राणी' म्हणायला लागले. माझ्या न्यूनगंडाचा निराळाच अर्थ सगळ्यांनी काढला होता. सगळ्यांना मी शिष्टच वाटत होते. 'शिष्टपणा' म्हणजे काय, हे ठाऊक असायचं ते माझं वयही नव्हतं, त्यामुळे कुणाचं बोलणं मी मनावर घेत नसे. माझं वर्गातही फारसं लक्ष नसायचं आणि बऱ्याच गोष्टी माझ्या डोक्यावरूनच जात असत. माझ्या मेंदूने तयार केलेल्या इवल्याशा जगाच्या विचारातच मी कायम मग्न असे.

घरी मात्र अगदी विरुद्ध चित्र असे. घरात मी एक अत्यंत खोडकर आणि स्वच्छंदी मुलगी होते. मी खेळकर कधीच नव्हते. मी कायम माझ्यापेक्षा मोठ्या भावंडांबरोबरच असे आणि अत्यंत भोचकपणा करत असे. माझ्याबद्दल त्यांचं मत चांगलंच राहावं, असं मला वाटत असे. मी अत्यंत बडबडी होते आणि त्यामुळे सगळे जण कंटाळत असत. 'गप्पा' असंच नाव मला आशाआत्याने ठेवलं होतं. त्यामुळे मला कोणी कधी गांभीर्याने घेतलंच नाही. मी 'च' आणि 'श'च्या ऐवजी 'न' आणि 'फ' म्हणत असे. त्यामुळे सगळी भावंडं माझी चेष्टा करत असत. पण मी कधी लक्ष दिलं नाही. मी या सगळ्यांचं लक्ष वेधून घेते, याचं मला अधिक समाधान होतं.

जरी माझ्याभोवती मला अख्खं कुटुंब हवं असायचं तरी आईशिवाय माझं पान हलायचं नाही. ती सतत माझ्या अवतीभवती राहील याबाबत मी जागरूक असायचे. आता मागे वळून बघितल्यावर असं वाटतं की आईने नेहमी माझ्यासाठी काही विशेष करावं अशी माझी अपेक्षा नसायची, फक्त ती मला माझ्या अवतीभवती हवी असायची, तेवढंच मला पुरेसं होतं.

शाळेत जाणं म्हणजे मला मोठी शिक्षाच वाटायची. त्यामुळे शाळा सुटण्याच्या वेळेची मी जास्त वाट बघायची. घरी येताना बसस्टॉपपासून जवळजवळ रोज मी पळतच घरी यायची. बरोबर त्या वेळी माझी पणजी आणि आत्या घरी माझी वाट बघत असायच्या.

आई घरी परत येईपर्यंत मी आत्याबरोबरच असायचे. शाळेचा युनिफॉर्म बदलणं, माझं खाणं–पिणं सगळं माझी आत्याच बघायची. मला भात विशेष करून आवडत नसे. अशा वेळी आत्या डाळ आणि भाताचे छोटे छोटे गोळे मला स्वतःच्या हाताने भरवत असे. मी ते गोळे तसेच न चावता गिळत असे आणि प्रत्येक वेळी आत्याकडून बोलणीही खात असे. पण माझ्या आईपेक्षा माझी आत्या स्वयंपाक छान करायची. तिचंसुद्धा माझ्यावर स्वतःच्या मुलीसारखं प्रेम होतं. जरी

मला आत्या कितीही आवडत असली तरी संध्याकाळी साडेपाच वाजता मात्र मी आईच्या वाटेकडे डोळे लावून बसत असे. आई ज्या दिवशी लवकर घरी येई, त्या दिवशी मला स्वर्गसुख लाभे !

माझी चार वर्षांनी मोठी बहीण जिया म्हणजे माझा आदर्श होती. जिया खूपच समंजस, जबाबदार आणि खूप हुशारही होती, म्हणजे माझ्या अगदी उलट! मी सतत तिच्या पंखाखाली असायचे. मीसुद्धा जियासारखीच हुशार आणि तल्लख असेन असं सर्व शिक्षकांना वाटत होतं. पण थोड्याच दिवसांत हा गैरसमज दूर झाला. कारण जिया म्हणजे हुशार विद्यार्थ्यांपैकी एक आणि मी म्हणजे 'ढ' मुलांची लीडर! जिया रोज ३ वाजण्याच्या सुमारास शाळेतून येई, आत्याकडून किल्ली घेऊन आमच्या घरी जाऊन बसे. जिया जेव्हा आपला अभ्यास करायची तेव्हा मी मात्र आत्या आणि पणजीबरोबर चहा पित असे आणि आईची आतुरतेने वाट बघत असे. परत आल्यावर आत्याला भेटूनच आई घरी जात असे. तपकिरी, टप्पोऱ्या डोळ्यांची, सुंदर साडी नेसलेली आणि प्रसन्नपणे सतत हसणारी आई गेटमधून येताना दिसली की मी सगळं टाकून तिच्याकडे पळत असे.

शाळेत मला कोणी मित्र नसले तरी घरात माझे दोन दोस्त होते. एक घरासमोरचा सोनार आणि दुसरी माला. माला कायम बाईच्याच वेषात वावरत असे. हे दोघे माझे मित्र होते कारण त्यांनी माझ्याबद्दल कसलीही मतं बनवली नव्हती, किंवा मीही त्यांच्याशी पूर्वग्रहाने वागत नसे. माला करोलबागच्या मार्केटमध्ये जाई आणि गुलाबाच्या पाकळ्यांचे गजरे विकत असे. ती कायम दुपारी सोनारच्या दुकानात येऊन बसत असे. तिथेच मी तिला प्रथम भेटले. आईबरोबर तिच्या कोपऱ्यावरून पुढे जाताना कायम ती मला गजरा देत असे. तो सोनारसुद्धा मला चांदीच्या रिंगा देत असे. आणि मी त्या सतत हरवत असे. रिंगा हरवल्या की सोनार परत बनवून देत असे. नंतर खूप वर्षांनी मला कळलं की माझे आईबाबा या त्यांच्या मला देण्याच्या 'भेटी'चे पैसे देत असत!

तिसरीमध्ये नापास होईपर्यंत मी एक अत्यंत बेजबाबदार आणि लाडावलेली मुलगी होते. 'जियाची बहीण मठ्ठ आहे' अशी चर्चा एकदम शाळेत सुरू झाली. मी जियाची धाकटी बहीण आहे, म्हणून माझ्यावर प्रेम करणाऱ्या शिक्षकांना अचानक मी त्यांच्या वर्गात नकोशी झाले. माझं नापास होणं हे जियासाठीसुद्धा तितकंच लाजिरवाणं असणार. ज्या दिवशी मला निकाल कळला त्या दिवशी 'मी नापास झाले', यापेक्षा माझ्यावर इतकं प्रेम करणाऱ्यांना मी मान खाली घालायला लावली, याचं दुःख मला अधिक होतं. त्या नंतर मात्र मी अभ्यासाकडे गांभीयाने लक्ष द्यायला सुरूवात केली आणि सामान्य विद्यार्थ्यांइतकी

प्रगती मी करायला लागले.

पण त्या दिवशी मात्र, मला आईची हाक ऐकू आली. ती मला उठवायचा प्रयत्न करत होती. मला खरंच शाळेत जावंसं वाटत नव्हतं आणि मी आईला ते पटवून देण्याचा प्रयत्न करत होते. तिने माझ्या गळ्याभोवती हात गुंफले आणि मी ओरडलेच, ''आई, मला शाळेत नाही जायचं. माझा खांदा खूप दुखतोय गं...''

मी खाडकन डोळे उघडले तर समोर आई नव्हतीच... माझ्या बाबांची अजून एक बहीण, उषाआत्या माझ्यासमोर होती. ''तुला काही हवंय का बाळा?'' तिने प्रेमाने विचारलं.

''किती वाजले?'' भूतकाळातून भीषण अशा वास्तवात यायला मला थोडा वेळ हवा होता.

''मध्यरात्र उलटून गेलीय. तू झोप. काही हवं असेल तर मी इथेच आहे.''

''माझा खांदा दुखतोय,'' मी दुखऱ्या स्वरात सांगितलं. ''डॉक्टरांनी तुला पेनकिलर दिली आहे. तुला बरं वाटेल. झोपायचा प्रयत्न कर बघू.''

मी माझे डोळे पुन्हा मिटून घेतले.

⁂

आई त्या दिवशी लवकर घरी आल्यामुळे मी खुशीत होते. येताना तिने सिनेमाची तिकीटं काढून आणली होती. आणि सगळे सिनेमा बघायला जाणार होतो!

आईने आत येताच घोषणा केली, ''आत्या, सगळे लवकर तयार व्हा. आपल्याला सिनेमाला जायचंय.'' आम्ही शक्यतो ६ ते ९ च्या शोला जायचो. त्यामुळे तयार व्हायला अर्धाच तास असायचा. आईची सूचना ऐकल्यावर मी पळत जियाला बातमी द्यायला जात असे. मग आत्याआजीसह सगळे घाईघाईने आवरून बस किंवा रिक्षाने थिएटरवर जात असू. बाबा ऑफीसमधून परस्पर थिएटरवर येत. थिएटरच्या त्या काळ्या अंधारात आई आणि जियाच्या मध्ये बसून मी सिनेमा बघत असे. गोष्ट अर्थातच मला फारशी कळत नसे, पण त्यांच्याबरोबर असणं, प्रत्येक क्षण त्यांच्याबरोबर घालवणं आणि मध्यंतरात पॉपकॉर्न आणि कोल्ड्रिंक पिणं या दोन गोष्टींमध्ये माझा आनंद सामावलेला होता.

परतीच्या वाटेवर बहुतेकदा मी झोपून जात असे आणि बाबा मला कडेवर घेऊन वर घरी नेऊन झोपवत असत. माझे बाबा मोठे शक्तिशाली आणि घरातल्या सर्व मुलांचे आवडते होते. त्यांना मुलांना कधीच सांभाळता यायचं नाही,

पण मुलांना बिघडवण्यात मात्र ते आघाडीवर असत! माझी सगळी भावंडं त्यांना 'होलसेल मामा' म्हणत असत. कारण सगळ्या मुलांसाठी ते एकदम होलसेलमध्ये खाऊ आणत. कधी भरपूर फळं आणत आणि स्वतःच जमिनीवर बैठक मारून पद्धतशीरपणे कापून सगळ्यांना वाटत असत. प्रत्येक मुलाला व्यवस्थित खाता येईल अशा तऱ्हेने ती फळं चिरत. बाबा जेव्हा कलिंगड कापत असत, तेव्हा त्यातली प्रत्येक बी नीट काढून टाकलेली असे. का? तर बिया मध्ये येऊन मुलांचा आनंद खंडित नको व्हायला म्हणून! त्यांनी आमच्या दोघींची तर प्रत्येक मागणी पूर्ण केली, पण मी त्यांची लाडकी 'राजकन्या' होते. त्यामुळे माझ्यावर त्यांनी प्रेमाचा अखंड वर्षाव केलाच आणि मीही त्या प्रेमात छान न्हाऊन घेत असे!

त्या दिवशी सुद्धा, बाबा मला कडेवर घेऊन चालले होते.

एकदम मला अस्वस्थ वाटायला लागलं. मी कण्हायला लागले आणि माझी झोप मोडली.

सकाळ झाली होती. माझ्या आजूबाजूला कुजबूज ऐकू येत होती. उषाआत्याने वाकून मला विचारलं, ''तू चहा घेणार का बाळा?''

४

डोक्याला १२ किलोचं वजन बांधून आडवं झोपलेलं असताना चहा पिता येणं कसं शक्य आहे? उषाआत्या मला चमच्याने फुंकून चहा पाजत होती. कितीतरी दिवसांनी मी कशाचीतरी चव घेत होते आणि मला खरंच खूप छान वाटत होतं. माझ्या अपघातानंतर तोंडाने मी प्रथमच काही पीत होते!

माझ्या आजूबाजूच्या वातावरणाचा मी अंदाज घ्यायचा प्रयत्न करत होते. काल रात्री मला खूपच दमल्यासारखं झालं होतं म्हणून असेल कदाचित, पण मला काही कळतच नव्हतं. पण आता मला आजूबाजूला दिसत होतं, कळत होतं. पांढऱ्या भिंती, ओल येवून डाग पडलेलं ते कोपरे, सगळंच. खाली बघितलं तर पांढरी चादर आणि सलाईनची बाटली अडकवलेला स्टॅन्ड माझ्या शेजारीच होता! डोळ्याच्या कोपऱ्यातून बघायचा प्रयत्न केला तर उजवीकडे एका स्टूलावर उषाआत्या बसली होती आणि डावीकडे आणखी एका बेडवर एक रुग्ण झोपला होता, त्या बेडपलीकडे एक खिडकी होती.

...मी पार्टी दिली होती त्याला एक दिवस आणि दोन रात्री उलटून गेल्या होत्या. मी सुनीलबरोबर आणि माझ्या मित्रमैत्रिणींबरोबर नाचले होते. सुनील आणि मी हॉटेल मॅनेजमेंट इन्स्टिट्यूटमध्ये एकत्र होतो आणि पहिल्याच भेटीत मी त्याच्या प्रेमात पडले होते. आमचं नातं तसं नवीनच होतं. सुनील देखणा, रेखीव होता. त्याच्या पापण्या, डोळे खूप सुंदर होते. माझ्या नवऱ्याच्या कल्पनाचित्रात तो फिट बसला होता. या क्षणी, बरं होऊन त्याच्याबरोबर काही काळ घालवणं माझ्यासाठी सर्वात महत्त्वाचं होतं!

जिया आणि बाबा लवकरच पोहोचत असल्याचं मला उषाआत्याने सांगितलं. जिया लगेच येणार होती आणि बाबा परवा.

"आत्या, मी बरी आहे आता. कशाला उगाच त्यांना त्रास?" माझ्यासाठी इतक्या लांबून त्यांनी येणं मला पटत नव्हतं. बाबा तर सुट्टी संपवून एक आठवड्यापूर्वीच परत गेले होते, आणि जियाने स्वत:चा नवा व्यवसाय नुकताच सुरू केला होता. शिवाय तिचं लग्नही नुकतंच झालं होतं. असं असताना त्यांनी इथे येणं इतकं सोपं नव्हतं. शिवाय, मला लवकरच डिस्चार्ज मिळेल, याची मला खात्री होती.

उषा आत्याने मंद हसून माझा हात हातात घेत मान डोलावली.

थोड्या वेळाने माझं बेडशीट बदलायला आणि स्पंजिंग करायला दोन नर्स आल्या. स्पंजिंग करून घेण्याची माझी ही पहिलीच वेळ होती. माझ्याभोवती त्यांनी काही पडदे उभे केले, पण मला विलक्षण संकोचल्यासारखं झालं होतं. जरी त्या नर्स होत्या, तरी माझा विवस्त्र देह त्या बघणार या कल्पनेने मला शरमल्यासारखं झालं होतं. आणि त्याहीपेक्षा विचित्र म्हणजे, माझ्याभोवती जी पार्टिशन्स होती, त्याला असंख्य फटी होत्या. कोणीही आतलं बघू शकत होतं. माझ्या अंगावरून चादर न काढण्याची मी त्यांना विनंती करत होते, कारण मला काहीच करता येणं शक्य नव्हतं. पण माझं म्हणणं त्यांच्या कानात तरी शिरलं की नाही, कोण जाणे! त्या यांत्रिकपणे त्यांचं काम करत होत्या. स्पंजिंग करून झाल्यावर माझं बेडशीट बदलायचा त्यांनी प्रयत्न केला. पण डॉक्टरांनी मला अजिबात न हलवण्याची सूचना दिल्यामुळे, मला न हलवता त्यांना बेडशीट बदलणं जमत नव्हतं. शेवटी एकमेकांशी काहीतरी चर्चा करून त्यांनी मला सांगितलं की डॉक्टर तपासून गेले की मग बेडशीटचं काय ते ठरवू. मी हसून नम्रपणे त्यांना धन्यवाद दिले. त्या सरकत्या पार्टिशन्स बरोबर घेऊन त्या दोघी नर्स पुढच्या रुग्णाकडे गेल्या. हे फार भीषण होतं. या नर्सेस स्वत: स्त्री असूनही दुसऱ्या स्त्रीच्या खाजगीपणाबाबतीत इतक्या बेफिकीर, निष्ठूर आणि निष्काळजी कशा असू शकतात? माझ्यासाठी ही एक प्रकारची हिंसाच होती. पण त्यांना हे स्वत: स्त्री असूनही समजत नव्हतं. जरी त्या हे सगळं माझ्या स्वच्छतेसाठी आणि आरोग्यासाठीच करत होत्या, तरीही हे ठीक नव्हतं. मी एक रुग्ण असले आणि आज जरी परावलंबी असले, तरी इतकी दखल तर त्यांनी घ्यायलाच हवी होती माझी! पण माझं परावलंबित्व माझ्या आड आलं आणि मी अगतिकपणे गप्प बसले. मला माझ्या कुटुंबाला आणखी कसलाही मनस्ताप द्यायचा नव्हता.

थोड्या वेळाने डॉक्टरांचा एक घोळका तिथे आला. सगळे पुरुष. त्यांच्याकडे बघितल्यावर मला असं वाटलं की आत्ताच त्यांच्या हातात नुकतीच पदवी आलीय, आणि आत्ता कुठे त्यांनी कामाला सुरुवात केलीय. माझ्याभोवती त्यांनी कोंडाळं केलं, त्यात एक नर्सपण होती. प्रत्येक जण माझ्याकडे कुतूहलाने बघत होता.

‘‘पेशंटचं नाव काय?’’ एकाने विचारलं.

‘‘शिवानी गुप्ता. वय बावीस.’’ नर्स उत्तरली.

‘‘रिपोर्ट काय आला आहे?’’

"मणक्यांना इजा झालीय. सी–६/७ इथे नस दाबली गेलीय आणि सी–१ ला हेअरलाईन फ्रॅक्चर आहे."

मी त्यांचं निरीक्षण करत होते. एखाद्या प्रदर्शनातली वस्तू बघावी तसं त्यांचं निरीक्षण चाललं होतं. आता माझ्या केसमध्ये त्यांना काही शिकायला मिळणार होतं आणि काही प्रयोगही करायला मिळणार होते! प्रयोग करून मला नक्की कधी बरं वाटेल आणि मी घरी कधी जाईन हे जर ते अचूकपणे सांगणार असतील, तर तेही करायला माझी हरकत नव्हती. उषाआत्याच्या जागी आता लतिक माझ्याबरोबर होता आणि तो हे डॉक्टर माझ्याबद्दल काय सांगताहेत हे ऐकत होता.

त्यांच्यापैकी एकाने माझ्या पायाच्या तळव्याला स्पर्श केला आणि प्रतिक्षिप्त क्रियेने माझा तळवा थोडा हलला. हे बघितल्यावर या सगळ्या घोळक्यात एक आनंदाची लहर आली. हा जणू काही शुभशकुन आहे, असं वाटून मलाही खूप बरं वाटलं. त्यांनी पुन्हा–पुन्हा माझ्या प्रतिसादाची तपासणी केली.

हा प्रकार झाल्यावर एक डॉक्टर कापूस आणि पिन घेऊन आला. मला पिन टोचण्याचा जुनाच खेळ त्याने परत एकदा केला.

"मला काहीच जाणवत नाहीये," माझं तेच उत्तर मी पुन्हा दिलं. माझ्या खांद्याच्या खाली कसल्याच संवेदना जाणवत नसल्याचं मला काहीच वाटत नव्हतं. स्पर्शाची संवेदना आपण आयुष्यभर गृहीतच धरलेली असते. त्यामुळे आताच्या अवस्थेत मी फार काळ राहणार नाही, हे मला ठाऊक होतं. हे सगळं तात्पुरतं होतं आणि मला लवकरच बरंही वाटणार होतं.

सगळी डॉक्टर मंडळी तिथून निघण्याआधी शक्य तेवढ्या बऱ्या स्वरात मी त्यांना विचारलं, "मी घरी कधी जाऊ शकेन?"

"लवकरच, काळजी करू नका."

लतिक त्यांच्या पाठोपाठ गेला आणि काही वेळाने परत आला.

या घोळक्याला जाऊन एक तासही झाला नसेल तोच डॉक्टरांचा दुसरा घोळका तिथं अवतरला. सुया टोचण्याचे, स्पर्शाचे सगळे सोपस्कार पुन्हा एकदा पार पडले. फरक इतकाच होता की या वेळी लतिक माझ्या तळव्याचा प्रतिसाद उत्साहाने सगळ्यांना दाखवत होता. सीनिअर डॉक्टरने त्याचं म्हणणं शांतपणे ऐकून घेतलं आणि माझ्या तळव्याला स्पर्श करून खातरजमा करून घेतली. आधीच्या टोळक्यासारखं अतिउत्साही न होता डॉक्टरांनी प्रतिक्रिया दिली, "हं..."

संध्याकाळी जिया हॉस्पिटलमध्ये पोचली. विमानतळावरून ती थेट हॉस्पिटलमध्येच आली. जरी मी आत्याला तिला न येण्याबद्दल सांगायला लावलं होतं, तरी तिला बघून मला आतून खूप बरं वाटलं, प्रसन्न वाटलं. मला तिच्या कुशीत शिरायचं होतं, पण माझे एका जागी खिळलेले हात मला तसं करू देईनात.

आई गेल्यानंतर जियाने माझ्या आयुष्यात तिची जागा घेतली होती. माझे हात हातात घेऊन तिने माझ्या हातावर ओठ टेकवले. आश्वासक सुरात ती म्हणाली, ''छोटू, तू काळजी करू नकोस. मी तुझी काळजी घेईन. मी आहे ना!''

शब्दांशिवाय साश्रुनयनांनी आम्ही एकमेकांशी बोलत होतो. आमच्या चेहऱ्यावर प्रसन्न हास्य होतं. आपलं माणूस सोबत असण्याचं हास्य!

मी जियाला माझ्या बेडशेजारी यायला सांगितलं. मला तिला डोळे भरून बघायचं होतं. तिने पांढरं मणिकाम केलेला एक गुलाबी रंगाचा कुर्ता घातला होता. तो तिने माझ्यासाठी आणला होता. मला वापरून कंटाळा आल्यावर मी तिला दिला होता. आम्ही अशी कपड्यांची आदलाबदली बऱ्याचदा करायचो. जियाच्या चेहऱ्यावर काळजी होती.

लहानपणापासून जियाने मोठी बहीण म्हणून माझी खूप काळजी घेतली होती. शिवाय माझ्या फारशा मैत्रिणी नसल्यामुळे तिच्या मैत्रिणींचीही माझी ओळख तिने करून दिली होती. जिया लहानणापासूनच खूप जबाबदार मुलगी होती. मी सतत तिच्या अवतीभवती राहून तिला त्रास द्यायचे. पण आई नसताना ती शांतपणे माझी काळजी घ्यायची. आतासुद्धा, नकळतपणे ती आईच्या भूमिकेत शिरली होती.

मी पाठीवर सरळ झोपून राहिले होते, त्याला अठ्ठेचाळीस तास उलटून गेले होते, पण माझ्या घरी जाण्याबद्दल त्या दिवशी काहीच हालचाल झाली नाही. घरातल्या कोणालाही माझ्या आजारपणाची नक्की कल्पना होती की नाही कुणास ठाऊक? सगळेजण डॉक्टरांच्या मागे धावत होते, पण कुणालाच नीटशी, स्पष्ट कल्पना मिळाली नव्हती.

बाबा रात्री विमानतळावरून थेट हॉस्पिटलमध्येच आले आणि कित्येक दिवसांनंतर त्यांना बघून मला सुरक्षित वाटलं. साधा ड्रेस घेणं असो वा भविष्यातली कोणतीही योजना समोर नसतानाही मी राजीनामा दिला त्या वेळीही, बाबा प्रत्येक वेळी माझ्या बाजूने उभे राहिले. ते अतिशय खंबीर आणि परिस्थिती हाताळण्यात कुशल होते. आता या भयंकर हॉस्पिटलमध्ये मला आणखी काळ राहावं लागणार नाही, याची मला खात्रीच झाली.

पण हा माझा आनंद फार काळ टिकला नाही, बाबांच्या पाठोपाठ

मीराला बघून माझा त्यांच्यावरचा विश्वास डळमळीत झाला.

आई गेल्यानंतर सात महिन्यांत बाबांनी मीराशी दुसरं लग्न केलं होतं. तिच्याशी लग्नाची इच्छा बाबांनी बोलून दाखवताच मी आणि जिया खूपच नाराज झालो होतो, दुखावले गेलो होतो. आईच्या जाण्यानंतर इतक्या लवकर त्यांनी लग्नाचा निर्णय घेतला की आम्हाला धक्काच बसला. योग्य जोडीदार शोधण्याची त्यांची घाई बघून आम्ही हादरूनच गेलो. आई आणि बाबा एकमेकांपासून बराच काळ लांब राहात होते. त्यामुळे तसं एकटं राहाण्याची त्यांना सवय होती. मला तर असंच वाटत होतं की ते आईच्या जाण्याचीच वाट बघत होते. पण त्याहीपेक्षा मला दुःख याचं होतं की मला, जियाला आणि बाबांना एकत्र बसून आईच्या जाण्याचं दुःख एकमेकांशी वाटताच आलं नाही..! बाबांच्या लग्नाच्या दिवशी - मोठं दिसण्यासाठी म्हणून - मी उंच टाचेच्या चपला आणि साडी नेसले होते. लग्न झाल्यानंतर लगेचच मी सामान बांधून माझ्या मामाच्या घरी राहायला गेले. मला तिथे जास्त सुरक्षित वाटत होतं. शिवाय तिथे माझ्याच वयाची माझी मामेबहीण शिप्रा होती, जिच्याशी मी बोलू शकत होते. मी मामाकडे आठवडाभर राहिले. माझ्या डोक्यातला गुंता सोडवायचा मी प्रयत्न करत होते... एक वर्षाच्या काळात माझं खूप नुकसान झालं होतं. माझी आई – माझं हक्काचं माणूस मी गमावलं होतं. आणि दुसरं म्हणजे बाप-लेकीच्या नात्यातला विश्वास संपला होता... अगदी आतून मी एकटी पडले होते. आणि तो एकटेपणा सहन करणं मला खूप जड जात होतं...

भूतकाळातल्या विश्वासघाताची जखम एवढी खोल होती की, मी मनोमन ठरवलं की आयुष्यात कोणावरही अवलंबून राहायचं नाही! केवळ स्वतःवरच्या विश्वासानं माझं व्यक्तिमत्त्व अपार बदलून गेलं. आता मला पाठीशी घालणारं कोणीच उरलं नव्हतं. त्यामुळे माझा बुजरेपणा, न्यूनगंड बाजूला सारला गेला, आपोआप. आता मी जगाला खंबीरपणे सामोरी जाणारी आणि आत्मविश्वास असलेली मुलगी बनले होते – मला तसं व्हावंच लागलं.

तेव्हापासून मीराशी माझं नातं थोडं लांबचंच होतं. आम्ही एकमेकींशी बोलायचो, पण शक्यतो एकत्र येण्याचे प्रसंग आम्हीच आयुष्यात येऊ दिले नाही. केवळ उन्हाळ्याच्या सुट्टीत मी नायजेरियाला जायचे, तेवढाच काय तो आमचा सहवास!

एका माणसाच्या दर्शनाने भूतकाळातल्या कितीतरी जखमांची खपली काढली जाते ना!

बाबा माझ्याशेजारी बसले आणि त्यांनी माझा हात हातात घेतला. त्यांनी

कसलातरी अंगारा बाहेर काढला आणि तो माझ्या कपाळाला, हाताला आणि पायाला लावला. मीरा साईबाबांची निस्सीम भक्त होती. तिच्या प्रभावामुळे बाबाही त्यांचे भक्त बनले होते. अंगाऱ्याची एक छोटी पुडी त्यांनी माझ्या उशीखाली ठेवली. ''बाबा तुझी नक्की काळजी घेतील बेटा. तू लवकर बरी होशील.''

मी बळंच हसले. या शब्दांची मी अपेक्षाच केली नव्हती. मला वाटलं होतं, बाबा म्हणतील, '' काळजी करू नकोस. मी सगळं व्यवस्थित करेन. मी आहे तुझ्यासोबत कायम!'' मी आस्तिकही नव्हते आणि नास्तिकही. बाबा जरी पूर्वीपासून धार्मिक होते, तरी देवाला शरण जाण्याची भाषा मी याआधी कधी त्यांच्याकडून ऐकली नव्हती. मला गुदमरायलाच लागलं. बाबांच्या येण्याने जरी मला धीर आला होता, तरी ते जणू माझे बाबा नव्हतेच! आधीची लढाऊ वृत्ती हरवलेली ही दुसरीच व्यक्ती होती जणू. इतर कुणापेक्षा मला ते असाहाय्य वाटत होते. आजच्या त्यांच्या बोलण्याने माझ्याबरोबर सदैव असलेली त्यांची ताकद मी गमावली आहे, याची मला जाणीव झाली. मी पोरकी झाले होते...

५

दिवस संपून आठवडे सरले तरी मी आहे त्याच अवस्थेत होते. अजूनही मी उताणीच होते, अजूनही मला हॉस्पिटलच्या पांढऱ्या छताचंच दर्शन होत होतं, अजूनही मी हॉस्पिटलच्या घाणेरड्या, अस्वच्छ खोलीतच अडकून पडले होते. कधीतरी माझ्या दृष्टीच्या टप्प्यात एखादी पाल सरकत जायची. गेल्या काही दिवसांपर्यंत मी एका सुंदर हॉटेलमध्ये काम करत होते, माझ्या छान घरात राहात होते. पण आज माझ्या डोळ्यांना भकास चित्र बघायची वेळ आली होती. कधी काळी माझ्या कानांवर सुंदर संगीत आणि नातेवाईक, मित्रांचं हास्य पडत होतं, आणि आता माझ्या कानात फक्त शेजारच्या बेडवरच्या रुग्णाचं कण्हणं, विव्हळणं, त्याच्या नातेवाईकांचे हुंदके, उसासे पडत होते... माझं आयुष्य आता माझं राहिलंच नव्हतं...

जेव्हा कोणी मला भेटायला येत असत, तेव्हा मला थोडं बरं वाटे. बाहेरच्या जगाचा वारा थोडा का होईना ते माझ्यापर्यंत पोहोचवत.

सुनील न चुकता रोज येत होता. जियाला मात्र तो आवडत नसे. त्याच्यामुळेच माझ्यावर ही वेळ आली आहे, असा तिचा ठाम समज होता. पण तरीही त्याच्यामुळे माझ्या मनाला थोडी प्रसन्नता येत असे. आजूबाजूचं जग, थोड्या वेळापुरतं का होईना, पण वेगळं भासायचं. किंबहुना त्याच्या तिथे असण्याने मला माझ्या या स्थितीशी झुंजण्याचं बळ मिळत होतं, उमेद मिळत होती. कसं कुणास ठाऊक, पण सुनील आला की सगळं सोपं होऊन जायचं. कुठेतरी आत मला विश्वास होता की सुनील माझं सगळं दु:ख दूर करेल. आश्चर्याची गोष्ट म्हणजे तीन वर्षं आम्ही एकत्र होतो, तरीही सुनील नक्की कसा आहे, हे मला कळलंच नव्हतं..! अर्थात् वयाच्या विशी-बावीशीत डोळ्यांना दिसणारा चेहेराच खरा वाटत असतो!

कॉलेजची इतरही मित्रमंडळी अधूनमधून भेटायला येत होती. यापैकी एक मित्र मी कधीच विसरू शकणार नाही. माझा हा मित्र मला भेटायला आला होता. पण असंख्य नळ्यांमध्ये लपटलेली, जड ट्रॅक्शन लावलेली मी खरोखरच भीतीदायक वाटले असणार. कारण मला भेटल्यावर तो भयंकर अस्वस्थ झाला आणि वेगाने बाहेर गेला. त्याला उलटी झाली. हा माझ्यासाठी खूप विचित्र अनुभव

होता. माझ्यासारख्या वर्गातल्या एका स्मार्ट मुलीची अशी अवस्था बघून त्याची अशी प्रतिक्रिया कशी असू शकते? मी विद्यार्थ्यांची प्रतिनिधी म्हणून निवडून आले होतेच, शिवाय मुलींच्या वसतिगृहाची प्रोक्टरही होते. मला असं कोणी झिडकारू कसं शकतं ?...

अचानक मला प्रश्न पडायला लागले. माझ्या दिसण्याबद्दल! हॉस्पिटलमध्ये आल्यानंतर प्रथमच मी जियाला आरसा दाखवायला सांगितला.

...ही खरंच 'मी' होते का? माझे केस पिंजारलेले होते, माझा चेहरा तसा ठीकठाक होता, पण डोळ्यांभोवतीची काळी वर्तुळं खूप गडद दिसत होती. माझ्या हाताचा आकारही गेल्या काही आठवड्यात बदलला होता. संवेदनाहीन झालेली माझी बोटं गोलगोल वळली होती. पण पंजा मात्र सरळ होता. माझी बोटं सरळ करायचा कितीही प्रयत्न केला, तरी ते मला जमणं शक्यच नव्हतं. "जिया, माझे हात किती विचित्र दिसताहेत गं!" मी म्हणाले. माझ्या शेजारी बसून जियाने माझा हात हातात घेतला. बोटं सरळ करण्याचा व्यायाम करत मला तिने आश्वासन दिलं की सगळं काही ठीक होणार आहे.

माझ्यासाठी आणि माझ्या कुटुंबीयांसाठी आयुष्य जणू थिजून गेलं होतं, काळच गोठून गेला होता. आम्ही सगळेच अंधारात चाचपडत होतो. घरातले सगळेच माझ्या प्रकृतीबद्दल डॉक्टरांशी बोलत असताना, माझे बाबा मात्र मठात जाऊन फक्त प्रार्थना करत होते...

घड्याळ मात्र यांत्रिकपणाने धावत होतं. फिरून फिरून माझ्या दिशाहीन आणि आशाहीन आयुष्याचा जणू जे पुनरुच्चारच करत होतं!

दैनंदिन गोष्टींमध्ये मी आता अडकले नव्हते. या रोजच्या बाबी माझे घरचे सांभाळत होते. माझं एकंच काम होतं – माझ्यासाठी अथकपणे, न दमता, आशेने प्रयत्न करणाऱ्या माझ्या माणसांसाठी खंबीर राहणे..! माझ्या चेहऱ्यावरची उदासी म्हणजे त्यांच्या माझ्याबद्दलचा पराजयच ठरला असता... मी अधिक वेदनेत होते की माझी माणसं, हेच कळत नव्हतं...

दिवस आला तसा जात होता. तरीही मी स्वत:ला बजावत होते, "आजच्यापेक्षा उद्याचा दिवस नक्कीच चांगला असणार आहे!" उम्मीद पें तो दुनिया कायम है!

पण कुठंच कसलीच सुधारणा दिसत नव्हती आणि सगळं खालच्या दिशेने, वैफल्याच्या दिशेनेच चाललं होतं. आता माझ्या एकाच जागी झोपण्यामुळे निराळ्याच समस्या तयार होऊ लागल्या. माझ्या पोटाने जणू पचन करणंच थांबवलं होतं, कारण कसलीच हालचाल नव्हती. त्यामुळे मला द्रवपदार्थांवर ठेवलं होतं.

कोणतंच घट्ट किंवा द्रवरूप अन्न तोंडावाटे मला घेता येणार नव्हतं. म्हणून माझ्या नाकपुड्यांतून पोटापर्यंत राईल्स ट्यूब घातली गेली होती. अगदी माझ्या औषधाच्या गोळ्यादेखील पूड करून पाण्यात विरघळून ट्यूबमधून देण्यात येत होत्या.

माझ्या तोंडाला आतून जखमा झाल्या होत्या आणि माझ्या घशाला सतत शोष पडत होता. एक घोट पाण्यासाठी मी तळमळत होते, पण ते पिण्याची मला परवानगी नव्हती. त्याऐवजी कापसाचा बोळा ओला करून माझ्या ओठांवर ठेवला जायचा. त्या ट्यूबमधलं अन्न असून, कोणतंही अन्न न खाताही मला कित्येकदा उलटी व्हायची. माझी बेडशीट खराब व्हायची आणि मला हालवायचे नसल्यामुळे ती बदललीच जात नसे.

माझं अस्तित्व आता फक्त देहापुरतंच उरलं होतं –मनरहित, विचारशून्य, भावनाशून्य! माझ्या नाकात, पोटात, काखेत, अनेक नळ्या होत्या. मी प्रेतासारखी एकाच स्थितीत पडून होते. माझ्या खांद्याखालचं शरीर अर्धांगवायू झाल्यासारखं लुळं पडलं होतं आणि आता माझ्या फुप्फुसात जंतुसंसर्ग झाला होता, ज्यामुळे माझी फुप्फुसं निकामी होण्याचा मोठा धोका होता.

हे सगळं डॉक्टरांना काही केल्या थांबवता येत नव्हतं. किंबहुना, 'आता हे असंच असणार आहे' यासाठी ते माझ्या घरच्यांची मनाची तयारी करत होते. जणू काही ते माझी ही स्थिती आणखीन खालावण्याची वाटच बघत होते... जणू काही मी जगले वाचले तरी माझी ही स्थिती सुधारण्याची शक्यताच नव्हती...

एक महिन्याने बाबा पुन्हा नायजेरियाला निघून गेले. दैनंदिन व्यवहार कुणा एकासाठी थोडेच थांबवता येतात?

माझ्या पायावर मला उभं करण्याचं आश्वासन देणारे डॉक्टर आता वेगळीच भाषा बोलू लागले. आता त्यांनी माझ्या कुटुंबीयांना सांगितलं की माझी स्थिती सुधारूच शकत नाही आणि आता या पुढचं आयुष्य असं पाचोळ्यासारखंच मला जगावं लागेल..! डॉक्टरांच्या या भाकिताने माझं कुटुंब जणू उद्ध्वस्त झालं. माझ्यासमोर जरी सगळे खंबीरपणाचा मुखवटा धारण करत होते, तरीही त्यांचे आणखी वेगळे उपचार, सेकंड ओपीनियनची धावपळ चालू होती. तो नव्वदीच्या दशकातला सुरुवातीचा काळ होता. त्या वेळी इंटरनेट आजच्याइतकं सहज उपलब्ध नव्हतं. त्यामुळे माहितीची वानवा होती. मणक्यांच्या आजाराबाबत एवढी

माहितीही उपलब्ध नव्हती.

अशा सगळ्या धावपळीत माझ्या घरच्यांना डॉ. चहल यांचा पत्ता मिळाला. डॉ. चहल सैन्यातले एअर मार्शल होते आणि दिल्लीत एक मणक्यांच्या आजारांसाठी स्वतंत्र हॉस्पिटल उघडण्याची तयार करत होते. ते स्वत: मणक्यांच्या शस्त्रक्रियेतले तज्ज्ञ सर्जन होते. त्यांना सैन्यात सैनिकांच्या मणक्यांच्या दुखण्यावर शस्त्रक्रिया व उपचार करण्याचा दांडगा अनुभव होता. हॉस्पिटल अजून बांधून झालं नसलं, तरी डॉ. चहल आणि त्यांचे काही सहकारी एका तात्पुरत्या बरॅकमध्ये एक ओपीडी आणि फिजीओथेरपी सेंटर चालवत होते.

माझ्या काकूने डॉ. चहल यांची भेट घेतली आणि माझी केस त्यांना सांगितली. एकदा येऊन मला बघायला डॉक्टर तयार झाले. माझ्या घरच्यांनी एम्समधून डॉ. चहल यांच्या येण्यासाठी विशेष परवानगीही मिळवली.

दुसऱ्या दिवशी बरोबर ठरल्या वेळी दुपारी डॉ. चहल आले. ‘‘हे इतरांसारखे अजून एक डॉक्टर असणार,’’ माझ्या मनात विचार चालू होता. पण त्याऐवजी एक निराळंच व्यक्तिमत्त्व समोर आलं..! डॉ. चहल छान देखणे, उंच, मजबूत बांध्याचे आणि प्रसन्न व्यक्तिमत्त्वाचे होते. शिख असल्याकारणाने त्यांनी दाढी राखली होती, डोक्यावरचे केसही व्यवस्थित जागच्याजागी बसवलेले होते. तपकिरी रंगाची पंजाबी पगडी त्यांनी घातली होती. साठीच्या आसपास त्यांचं वय असावं आणि व्यक्तिमत्त्व मोठं भारदस्त होतं!

खोलीत आल्याबरोबर त्यांनी पहिला प्रश्न विचारला, ‘‘हिला असं पाठीवर झोपवून का ठेवलंय?’’ मला हलू द्यायचं नाही, असं डॉक्टरांनी सांगितल्याचं जियानं त्यांना सांगितलं. मला इतके दिवस असं उताणं झोपून ठेवल्याचं ऐकून त्यांना धक्काच बसला.

डॉ. चहलनी नर्सना बोलावलं. अनेकदा विनवूनही पेशंटकडे क्वचितच फिरकणाऱ्या नर्स डॉ. चहलने बोलावल्यावर ताबडतोब आल्या. त्यांच्या आवाजात आणि व्यक्तिमत्त्वातच इतकी जरब होती की समोरच्याला त्यांचं ऐकावंच लागे.

‘‘या इकडे. हिला कुशीवर वळवा.’’ त्यांनी शांतपणे सांगितलं. मला हलवायची नर्सेसना सवय नव्हती. त्यामुळे हे ऐकून नर्स एकदम स्तंभित झाल्या. त्यांच्याइतकंच मला आणि जियालाही आश्चर्य वाटत होतं. कुणी काही बोलायच्या आतच डॉ. चहल म्हणाले, ‘‘तुम्ही काही काळजी करू नका. मी तुम्हाला मदत करतो.’’

मला कुशीवर कसं वळवायचं हे त्यांनी नर्सना समजावून सांगितलं.

आणि दर दोन तासांनी मला वळवायची सूचना दिली. त्यांच्यापैकी एकीला त्यांनी टाल्कम पावडरने माझ्या पाठीला आणि कमरेल मसाज करायला लावला. शिवाय कुठे बेडसोअर्स नाहीत ना तेही बघायला सांगितलं. नशीबाने तसं काही नव्हतं.

या सगळ्या घटनेमुळे आमच्या वॉर्डात एक जिवंतपणा आला. हालचाली वेगाने झाल्या. माझे कुटुंबीय, बाजूचे रुग्ण, त्यांचे नातेवाईक, ज्युनियर डॉक्टर्स आणि नर्सेसमध्येसुद्धा जरा उत्साह आला. मी आणि जिया आनंदाने रडायलाच लागलो. कित्येक दिवसांनी मी एका स्थितीतून कुशीवर वळले होते, तेही सहजपणे. आम्ही सगळेच या छोट्याशा बदलाने मोहरून गेलो होतो.

अशा रितीने दीड महिन्यानंतर माझी नजर आता दुसरं काहीतरी बघू शकत होती. आतापर्यंत डोळ्याच्या एका कोपऱ्यातनं दिसणारी खोलीची दुसरी बाजू आता मला पूर्ण दिसू शकत होती. दृष्टीने का होईना, माझं जग थोडं तरी विस्तारलं होतं, हीच माझ्यासाठी मोठी गोष्ट होती. आता मला खिडकीतून आभाळाचा छानसा निळसर तुकडा दिसत होता, क्वचित एखादा पक्षीही दिसत होता. कित्येक दिवस ज्या गोष्टींची मी फक्त वर्णन ऐकत होते, त्या गोष्टी मी प्रत्यक्ष बघत होते. माझ्या फक्त एका हालचालीने माझ्या आयुष्यात इतका चांगला दिवस आला होता.

डॉ. चहलने आम्हाला सगळ्यांनाच खूप धीर दिला आणि आशेचा एक किरण दाखवला होता. त्यांना माझ्या 'केस'मध्ये रस होता आणि ते स्वत:हून माझ्यावर उपचार करायला तयार झाले होते. बाकीच्या डॉक्टरांसारखे ते अंधारात चाचपडत नव्हते. डॉ. चहल हेच माझ्यासाठी योग्य डॉक्टर आहेत, याची आता आम्हाला खात्री पटली.

यानंतर डॉ. चहलने माझे सर्व रिपोर्ट तपासले. त्यांच्या मते माझ्यावर अपघातानंतर तातडीने शस्त्रक्रिया व्हायला हवी होती. आत्तासुद्धा, या सगळ्या स्थितीतून बाहेर पडण्यासाठी माझ्या मणक्यावर शस्त्रक्रिया होणं गरजेचं होतंच. त्यामुळे माझ्या मणक्यावरचा ताण कमी होऊन माझी प्रकृती स्थिर होणार होती.

एम्सच्या डॉक्टरांच्या सल्ल्याविरुद्ध जाऊन मला एका खाजगी हॉस्पिटलमध्ये दुसऱ्याच दिवशी हलविण्यात आलं. आता माझ्यावर डॉ. चहल उपचार करणार होते. दुसऱ्या दिवशी १ एप्रिल, १९९२ ला माझ्यावर एक शस्त्रक्रिया झाली. जग जेव्हा एकमेकांना 'एप्रिल फूल' करण्यात दंग होतं, तेव्हा कित्येक महिन्यानंतर आमच्या आयुष्यात शांतता आली होती.

ऑपरेशननंतर मी जेव्हा भानावर आले, त्या वेळी सर्वांत प्रथम जाणवलं की माझं डोकं हलकं वाटत होतं. माझ्या डोक्याची वजनं काढून टाकली होती आणि माझ्या कमरेच्या हाडाचा एक तुकडा काढून माझ्या मानेत बसवला होता. माझ्या मानेची हालचाल होऊ नये म्हणून मला गळ्यात एक पट्टा दिला होता, पण डोक्याची वजनं गेली याचा आनंद त्या गळ्यातल्या पट्ट्यापेक्षा अधिक होता! जड चिमट्यांमुळे माझं नेहमीचं डोकं हलकं कसं असतं ते मी जवळजवळ विसरले होते...

डॉक्टरांच्या अचूक निदानाच्या अभावामुळे मी माझ्या आयुष्यातला दीड महिना गमावला होता. अपघातानंतर माझ्यावर योग्य वेळी ऑपरेशन झालं असतं, तर हा काळ वाया गेला नसता. शिवाय मी जरा अधिक स्वतःच्या पायावर उभी राहू शकले असते, माझ्यात लवकर सुधारणा झाली असती. पण आता या 'जरतर'च्या विधानांना कसलाच अर्थ नव्हता...

पण ही एक नक्कीच नवी, सकारात्मक सुरुवात होती. माझ्या बेडवरच्या चादरी रोजच्यारोज बदलल्या जात होत्या, माझी सतत हालचाल होईल याची काळजी घेतली जात होती. आता माझ्या बेडचा डोक्याकडचा भाग वर होऊन मला बसण्याच्या स्थितीतही आणलं जात होतं... आणि सर्वांत मोठी आनंदाची गोष्ट म्हणजे माझ्या नाकातोंडातून नळ्या काढून टाकण्यात आल्या होत्या आणि आता मी तोंडाने नेहमीचं जेवण जेवत होते. एका मोठ्या कालावधीनंतर साधं अन्नही माझ्यासाठी मेजवानीच होती.

ऑपरेशननंतर थोड्याच दिवसांनी रात्री लतिक मला जेवण भरवत होता. मी खूप प्रयत्नांनी माझा उजवा हात हलवला आणि ताटलीतून काकडीचा एक तुकडा माझ्या तोंडात घातला... लतिक आणि मी एकमेकांकडे अविश्वासाने बघत होतो... हे मी काय केलं होतं..? माझा हात हलला होता... मी स्वतःहून हालचाल केली होती... ही साजरी करण्याचीच गोष्ट होती! लतिकने धावत जाऊन घरी सगळ्यांना फोन करून ही बातमी दिली. माझ्या घरात तो दिवस सणासारखा साजरा झाला. लहान मुलाने पहिलं पाऊल टाकण्याचा त्याला जो आनंद असतो, तोच मी आज अनुभवत होते! नैराश्याच्या अनेक खोल, गडद रात्रींनंतर माझ्या आयुष्यात सोनेरी किरण दिसला होता. आता मला पाचोळ्यासारखं खितपत आयुष्य काढायची गरज नव्हती!

माझ्या भवतालचं जग बदललं होतं की मी बदलत होते..? मला कळत नव्हतं. पण आता माझ्यात सुधारणा व्हायला लागल्यावर माझी ध्येयं बदलली. माझं सगळ्यात मोठं ध्येय –या क्षणी– एवढंच होतं की हॉस्पिटलमधून घरी जाणं आणि स्वत:च्या पायावर उभे राहाणं. पण याआधी अनेक छोटे टप्पे पार पाडायचे होते. उदा. सलग तासभर एका जागी बसता येणं, पोळीचा रोल हातात धरून स्वत:चं स्वत:ला खाता येणं इ. इ. इ.

याआधी माझ्या स्थितीबद्दल कुणीच नीट कल्पना मला दिली नव्हती. डॉ. चहलनी माझ्या शारीरिक स्थितीबद्दल मला संपूर्ण व स्पष्ट कल्पना दिली. माझ्या सुधारण्याची शक्यता, किंवा माझ्या पुढच्या आयुष्यात मी काय आणि कशी काळजी घ्यायची आणि दैनंदिन व्यवहार कसे सांभाळायचे, याबाबत त्यांनी मला स्पष्ट सूचना दिल्या. या सगळ्यामुळेच मला माझ्यात सुधारणा करून आणणं शक्य होत होतं. डॉ. चहल मला सतत प्रोत्साहन देत होते. माझ्यापेक्षाही विकलांग असलेल्या लोकांनी स्वत:त कसा बदल घडवून आणला आणि ते आता छान आयुष्य जगत आहेत, याच्या कथा ते सतत मला सांगत होते. त्यामुळे मी सकारात्मक प्रयत्न करत होते.

हॉस्पिटलमध्ये इतके दिवस घालवल्यावर माझं सुनीलवर भावनीकरित्या अवलंबून राहाणं नकळतपणे कमी झालं होतं. त्याला माझ्याबद्दल काय वाटतं यापेक्षाही आता माझं लक्ष स्वत:वरच केंद्रित झालं होतं. कारण मी जरी बरी होणार होते, तरी आयुष्य पूर्वीसारखं राहाणार नव्हतं आणि हे सत्य मला स्वत:ला स्वीकारणं भाग होतं. त्यामुळे मुळात जिवंत राहाण्याची आणि बरं होण्याची धडपड सुनीलच्या माझ्या आयुष्यात असण्यापेक्षाही मला जास्त महत्त्वाची होती. साहजिकच, काही काळानंतर रोजची हॉस्पिटलची त्याची भेट केवळ एक औपचारिकताच होऊ लागली.

...तो दिवस उजाडला... जवळजवळ दोन महिन्यांनी मी आता व्हीलचेअरवर बसणार होते...

काही दिवसांपूर्वीच मी बाबांनी केलेली व्हीलचेअरची सूचना धुडकावून लावली होती. काही दिवसांपूर्वीच मी माझ्या पार्टीत माझ्या मित्रांबरोबर नाचले होते. एखाद्या माणसाला स्वत:ची बदललेली परिस्थिती स्वीकारणं खरंच खूप अवघड आहे. काही काळापूर्वी माझ्यासाठी परावलंबित्वाचं, निराशेचं प्रतीक असलेली व्हीलचेअर, आज आशेचा किरण होती. माझ्या स्वावलंबित्वाचं लक्षण ठरत होती. अर्थातच माझं स्वत:च्या पायांवर उभं राहाण्याचं, चालण्याचं स्वप्नं विरलं नव्हतं, पण आतापुरतं माझं स्वप्न बदललं होतं. बेडवर खिळून राहण्यापेक्षा

व्हीलचेअरवर बसणं मला अधिक श्रेयस्कर वाटत होतं. मला मोकळा श्वास घ्यायचा होता. सूर्यकिरणांचा हवाहवासा स्पर्श अनुभवायचा होता, माणसांचा सहवास अनुभवायचा होता. मला समाजाचा भाग म्हणून जगायचं होतं. या तीव्र इच्छेपोटीच मी माझ्या खोलीबाहेर येण्याचं धाडस करू लागले.

ज्या दिवशी माझ्या रूममधून मी हॉस्पिटलच्या आवारात प्रथम आले, तो दिवस मी कधीच विसरू शकणार नाही..! थोडा वेळ एका जागी बसायच्या सरावानंतर मला बाहेर नेण्यात आलं होतं... इतक्या दिवसांनी जगाला सामोरं जाताना मला नीटनेटकं दिसायचं होतं. आता आठवलं की वाटतं की मी नक्कीच पोरकट वागले असणार. पण मला व्हीलचेअरवर बसलेलं बघून आता कोणी म्हटलं नसतं की मी चालू शकणार नाही! माझा एकंदर आविर्भाव असा होता की, 'ही व्हीलचेअर तात्पुरती गोष्ट आहे. लवकरच मी स्वतःच चालायला लागणार आहे!' या सगळ्या छान गोष्टीत एकच गोष्ट खटकत होती, ती म्हणजे माझे आकारहीन हात...

जवळजवळ तीन महिने एका ठिकाणी काढल्यानंतर माझ्या दोन मित्रांमुळे, त्यांच्या प्रोत्साहनामुळे मी हॉस्पिटलच्या आवारात, खोलीच्या बाहेर आले होते. त्या दोघांच्या आत्मविश्वासाच्या बळावर मी व्हीलचेअरवर बसून जगाला सामोरी जायला तयार झाले होते... माझ्या कॉलेजमध्ये मी एक स्मार्ट, तडफदार, स्वतंत्र मुलगी म्हणून ओळखली जात होते. माझ्या विचारांनी वागणारी, स्वच्छंदी आणि स्वावलंबी होते. मला पटेल तेच मी कायम करत आले होते... पण आजचं चित्र वेगळं होतं... माझा आत्मविश्वास ढासळला होता, मी पूर्णपणे परावलंबी झाले होते; इतकी की व्हीलचेअरसुद्धा मी मला हव्या त्या दिशेला वळवू शकत नव्हते!

मी हॉस्पिटलमध्ये त्यानंतर आणखी दीड महिना होते. लहान मूल जसं सगळं पहिल्यांदा शिकतं, तसं माझं चाललं होतं. उठून बसणं, नैसर्गिक विधी पार पडणं, अशा अनेक गोष्ट मी पुन्हा नव्याने शिकत होते. एक फिजिओथेरपिस्ट माझ्या मांड्यांचे व्यायाम करवून घ्यायला दिवसातून दोन वेळा यायची. आता मी भविष्याचा विचार करणं सोडून दिलं होतं, कारण त्याबद्दल काही स्पष्ट चित्रच माझ्याकडे नव्हतं! कसल्या अपेक्षा नाहीत, महत्त्वाकांक्षा नाहीत... मला फक्त आता साधं आयुष्य जगायला शिकायचं होतं..!

वैद्यकीयदृष्ट्या आता मी ठीकठाक होते, पण मला पूर्णपणे मूळपदावर यायला पुष्कळ वेळ लागणार होता. भारतातलं एकमेव रिहॅबिलिटेशन सेंटर पुण्यामध्ये होतं आणि मला दिल्लीहून तिथे हलवण्यात आलं. हे सेंटर म्हणजे

मिलिटरी हॉस्पिटलचाच एक भाग होतं.

पण मला आनंद झाला. कारण जिया आणि तिचं सासर पुण्यात होतं आणि आता मला जिया वरचेवर भेटू शकणार होती. मी जियाच्या जवळ राहायला जाणार होते....

६

लागोसच्या छोट्या सुटीवरून दिल्लीला परत येताना याआधी मी शेवटचं विमानात बसले होते. दिल्लीच्या हॉटेलमध्ये नोकरीला सुरुवात करण्यापूर्वी मी लागोसला एका छोट्या सुटीसाठी गेले होते.

मी नेहमी एकटीच प्रवास करत असे. त्या दिवशीही मी एकटीच होते. मी निळ्या रंगाचा छान स्कर्ट आणि पांढऱ्या रंगाचा टॉप घातला होता. माझ्रा वीकपॉईंट असलेली छानशी कानातली घातली होती. माझे केस तेव्हा आखूड होते. पण मी त्यात स्मार्ट दिसत असे. आदिसअबाबाच्या विमानतळावर माझा हॉल्ट होता. माझ्याकडच्या बॅगमध्ये किलोने भरलेली स्विस चॉकलेट्स, चपलांचे सहा नवीन जोड, मेकअपचं सामान आणि आणखी कितीतरी गोष्टी ठासून भरल्या होत्या. मला माझी बॅग सांभाळता येत नव्हती. नायजेरियात बाबांनी खरेदी करून दिलेले कपडेही होते. माझ्या बॅगा सांभाळण्यात मला एक देखण्या, उमद्या तरुणाने मदत केली. त्या देखण्या तरुणाकडे मी बघतच राहिले, माझ्यासारखी विशीतली, नुकतंच तारुण्यात पदार्पण केलेली मुलगी अशी मदत नाकारणार कशी? आता मी काही बालपणातली अबोल मुलगी राहिली नव्हते...

...पण पुण्याला जातानाचा हा प्रवास फार निराळा होता. एका वर्षात मी कुठून कुठे पोहोचले होते? आता मी सगळ्यांच्या नजरांपासून स्वत:ला लपवायचा प्रयत्न करत होते. रूपच राहिलं नव्हतं तर आता दागिने आणि कपड्यांचा विचार करण्याचा प्रश्नच नव्हता. आणि मी कितीही प्रयत्न केला तरी आता पूर्वीसारखी दिसणारच नव्हते. शिवाय चालूही शकत नव्हते, उभीही राहू शकत नव्हते. त्यामुळे मी कशी दिसते आहे, याचा विचार करण्यात आता अर्थ नव्हता. या प्रवासात नवीनकाका आणि जिया माझ्यासोबत होते. प्रवासाला निघण्यापूर्वी सगळ्याच गोष्टींचा आम्ही नीट विचार आणि नियोजन केलं होतं. दिल्लीहून विमानात चढताना आणि पुण्याला उतरताना विमानतळावरचे कर्मचारी माझ्या मदतीला असणार होते. कोणतीही मदत आम्हाला हवीच होती. आमच्या योग्य नियोजनामुळे कसलीही अडचण आम्हाला न येता आम्ही पुण्याच्या विमानळावर सुखरूप उतरलो.

पुण्याला आल्यावर मी खुशीत होते. पण माझ्या कुटुंबीयांना एक वेगळीच चिंता सतावत होती. माझ्या पुण्यात असण्याचं माझ्या बहिणीला आणि तिच्या

सासरच्या मंडळींना ओझं तर होणार नाही ना, या विचाराने सगळे त्रस्त होते. ओझं..? हा विचार याआधी कधी माझ्या मनाला शिवलाच नव्हता... माझी सख्खी बहीण आणि माझा जुना मित्र असलेला तिचा नवरा यांना माझं ओझं वाटू शकतं?... पण समाजाचा दृष्टिकोन इतका कठोर असतो की तो नकळतपणे तुमच्याही आयुष्यात प्रवेश करतो... माझं ओझं..!

हे पुनर्वसन केंद्र म्हणजे मोठ्या आर्मी हॉस्पिटलचा एक छोटा भाग होता. इथे पावलापावलावर सैन्यातली शिस्त होती. माझा दिनक्रमही असाच शिस्तीचा होता. नाचण्याव्यतिरिक्त मी आजवर व्यायामाचा कायमच कंटाळा करत आले होते. अगदी आता आयुष्य नवीन जगायला शिकतानाही मला व्यायाम नकोच होता, पण नियतीने माझ्यासमोर पर्यायच ठेवला नव्हता. सकाळी दहा वाजल्यापासून दुपारच्या जेवणाच्या सुट्टीपर्यंत तिथे माझं वेळापत्रक बांधलं होतं. त्यानंतरही दुपारी एक तास जावं लागे.

बारा-बारा किंवा अठरा-अठरा वर्षं व्हीलचेअरवर असणारे अनेक रुग्ण मला इथे भेटले. इतक्या दिवसांत प्रथमच कदाचित मला माझ्या आजाराचं, परिस्थितीचं गांभीर्य कळलं होतं. आयुष्यभर आता माझी व्हीलचेअरपासून सुटका होणार नव्हती, हे कटू सत्य आता मला जाणवायला लागलं होतं. या सगळ्यावर काय प्रतिक्रिया द्यावी मलाच कळत नव्हतं. शिवाय आयुष्यभर चालता न येण्यामुळे उद्भवणाऱ्या समस्या आणि प्रश्न यांचीही मला त्या वेळी कल्पना करता येत नव्हती.

माझ्यासारख्याच, किंबहुना माझ्यापेक्षाही वाईट अवस्था असलेल्या रुग्णांना जगायची धडपड करताना बघून मला एकीकडे हुरूपही येत होता. पण आपण आता आयुष्यभर अशीच धडपड करत राहाणार या विचाराने ऊर दडपत होता. माझी उभी राहाण्याची, स्वत:च्या पायाने चालण्याची आशा माझ्या नकळत अंधुक होत होती. इतका त्रास सहन करूनही माझ्या मनाला आत्तापर्यंत न शिवलेलं नैराश्य हळूहळू दबक्या पावलांनी मनात शिरत होतं...

अपघातानंतर चार महिन्यांनी मी प्रथमच स्वत:ला संपूर्णपणे आरशात पाहिलं. व्हीलचेअरवर माझा देह मुटकुळं होऊन बसला होता. पाठीला बाक आला होता. डोळ्यांभोवती काळी वर्तुळं गडद होत चालली होती. माझ्या हातांना विचित्र आकार आला होता आणि बोटंही गोलगोल आत वळत होती. एम्समध्ये कानाच्या बाजूचे कापलेले केस तर उगवले नव्हतेच, पण आता तीव्र औषधं आणि ताणामुळे

डोक्यावरचे आहेत तेही केस विरळ होत चालले होते. मला जवळजवळ टक्कल पडायला लागलं होतं. मी निस्तेज आणि अति अशक्त झाले होते. ज्या माझ्या रूपाचा मला कधी काळी गर्व होता, त्याच्या पुसटशा खुणाही माझ्या शरीरावर राहिल्या नव्हत्या... आरशातलं माझंच प्रतिबिंब मी नाकारत होते... ही 'मी' असणं शक्यच नाही..! यालाच विकलांग अवस्था म्हणतात का? म्हणून माझं आता सगळ्यांना 'ओझं' वाटत होतं का..? हे माझ्याबाबतीत काय घडतंय..? हे असं सगळं का झालं..?

'विकलांग' या शब्दाला माझ्या आयुष्यात अपघातापूर्वी काहीच स्थान नव्हतं. माझ्या ओळखीतही असं कोणी नव्हतं. शाळेच्या समाजसेवेच्या तासाला काही कामं करणं किंवा फार तर एखाद्या वृद्ध, अपंग, अंध व्यक्तीला रस्ता ओलांडायला मदत करणं, यापलीकडे माझी 'विकलांग' या शब्दाची व्याख्या गेलीच नव्हती. माझ्या लेखी 'विकलांग' म्हणजे रस्ता ओलांडायला ज्यांना अडचण येते अशी व्यक्ती. पण आज... आज मात्र 'विकलांग' या शब्दाचा अर्थ आणि त्या स्थितीची दाहकता मी स्वतःच अनुभवत होते... कारण आज मी विकलांगता जगत होते... मी अशा समाजात राहात होते, जिथे विकलांगांना, अपंगांना केवळ दयाबुद्धीने बघितलं जात होतं. माझ्या आत्मसन्मानाच्या चिंध्या झाल्या होत्या... दया? मला लोकांनी दया दाखवावी? माझी कीव करावी? मी भोवंडून गेले होते... मी कोशात लपत होते. समाजापासून स्वतःला वाचवायचा प्रयत्न करत होते. वॉर्डमध्ये फिरताना मी डोक्यावर व मानेभोवती एक स्कार्फ गुंडाळायला सुरुवात केली. कसंही करून मला लोकांच्या नजरेपासून स्वतःला वाचवायचं होतं... मी काय करते आहे..? 'मी' नाहीच आहे, दुसरीच कुणी व्यक्ती जणू माझ्या देहात वावरत होती, जगत होती... मग 'मी' कुठे आहे?

जगायला नव्याने शिकण्यापेक्षा मी स्वतःचाच नव्याने शोध घेण्याची गरज अधिक होती.

मी वाटाच बदलल्या
मी नव्याने चालू लागले
स्वच्छंदपणे आकाशाशी मैत्री जोडणारी
'मी' कधीच मागे पडले होते
मी आता कशी आहे? कशी असेन?
मला ठाऊकच नाही
पण एक नक्की
उद्या फारसा बरा नसेल माझा

या पुढचा प्रवास आत्मशोधाचा
जे हरवलं त्याचं दुःख विसरण्याचा
जे सुंदर 'होतं', त्याचा सोहळा साजरा करण्याचा
आता प्रवास आत्मशोधाचा–
स्वतःत, स्वतःशीच, स्वतःपासून

स्वत:च्या शोधात

७

एक वर्षापूर्वी मला जर कुणी सांगितलं असतं की अपघातानंतर माझं आयुष्य रसातळाला जाईल, तर तारुण्यातल्या बेफिकीरीने मी ते विधान उडवून लावलं असतं. ऑगस्टमध्ये मी पुण्याहून दिल्लीत परत आले. एक अनिश्चित आणि अनोळखी आयुष्य माझ्यासमोर उभं होतं. मी इथून गेले तेव्हा दिल्ली एखाद्या भट्टीसारखी तापली होती, पण आता संध्याकाळ सुखद वाटत असे. एखाद्या युगाप्रमाणे भासणारा अपघातानंतरचा आजपर्यंतचा काळ खरं तर सहा महिन्यांचाच होता.

मी परतले खरी, पण माझ्या व्यक्तिमत्त्वाच्या खाणाखुणा जणू लोपल्या होत्या. माझ्या आईचं घर दुसऱ्या मजल्यावर होतं. व्हीलचेअरचा दागिना घेऊन दुसऱ्या मजल्यावर आता जाणं अशक्य होतं, म्हणून मला फरीदाबादला माझ्या आजोळच्या घरी नेण्यात आलं. निवृत्तीनंतरच्या आरामात जगायच्या काळात माझ्यासारख्या अपंग नातीचं माझ्या आजीआजोबांनी मनापासून स्वागत केलं.

सत्तरीतले असूनही माझे आजीआजोबा अतिशय स्वावलंबी होते. माझ्या आजीला संधीवात होता आणि कुबड्यांशिवाय तिला चालता येत नसे पण तरीही त्यांचे दैनंदिन व्यवहार अतिशय सुरळीतपणे पार पडत, त्यांचा पिंड खूप कणखर होता. त्यांनी प्रसन्नपणे मला त्यांच्या घरात सामावून घेतलं होतं, पण मला त्याचं दडपणच अधिक आलं. माझ्या कुटुंबामध्ये 'प्रेम' ही अस्तित्त्वात असणारी, गृहीत धरण्याची गोष्ट होती, प्रदर्शनाची नव्हे! पण तरीही... तरीही आज ढसाढसा, मोकळेपणाने रडण्यासाठी मला एक आश्वासक खांदा हवा होता. एक उबदार, आश्वासक मिठी हवी होती, ज्यामुळे माझ्या सगळ्या काळज्या विरून जातील. कुशीत शिरून मनमोकळं रडताना मला थोपटणारा आश्वासक हात हवा होता...

आजोबांकडे एका बाजूने जगापासून वेगळं राहाण्यात, त्यांच्या घरच्या प्रश्नांत मी स्वत:ला गुरफटून टाकलं होतं आणि मला बरंही वाटत होतं. आधीची मी आणि आत्ता घडत असलेली मी यांत खूप विरोधाभास होता. माझ्या मनाला नाचण्याची ऊर्मी येई आणि माझे विकलांग पाय सांगत, 'शक्य नाही'. कुण्या देखण्या तरुणाच्या एखाद्या कटाक्षाने उल्हसित होणाऱ्या माझ्या वृत्ती आता 'जन्म जोडीदाराशिवाय जाणार' या वास्तवाच्या अगदी विरुद्ध होत्या. मनासारख्या

जोडीदाराबरोबर आयुष्य घालविण्याचं माझं स्वप्नं कधीच विरलं होतं.

सुनील दर शनिवारी किंवा रविवारी मला भेटायला येई. मीही आठवडाभर त्याची वाट पाहत असे. त्याच्या अस्तित्वाशी, माझ्या कितीतरी सुंदर आठवणी जुळल्या होत्या. पहिल्या प्रेमाचा अनुभव, स्वच्छंदी आयुष्य, भविष्याची सुंदर स्वप्नं... कितीतरी..!

पूर्वीचे दिवस परत येणार नाहीत याची आम्हाला दोघांनाही स्पष्ट जाणीव होती. माझ्या अपघाताची किंमत सुनीलही मोजत होताच की. त्याने मनमोकळी, आल्हददायक प्रेयसी गमावली होती. मी खूप गोंधळले होते. माझ्या एका मनाला वाटत होतं की त्याला सोडून द्यावं, मोकळं करावं. पण जगाचा सामना या स्थितीत एकटीने करण्याची माझ्यात हिंमत नव्हती कदाचित. त्यामुळे दुसरं मन मात्र त्याच्या सोबतीसाठी आसुसलेलं होतं, जणू काही अचानक जादू होऊन आमचे पूर्वीचे दिवस आम्हाला परत मिळतील..! पण आता पातळ होऊ लागलेल्या नात्याची जाणीव व्हायला लागली...

१५ ऑगस्ट, १९९२ च्या दिवशी सगळा देश स्वातंत्र्यदिन साजरा करत होता आणि मी..? मी माझ्या पहिल्या वहिल्या नर्सला, पुतुलला माझं स्वातंत्र्य समर्पित करून टाकलं. इतके दिवस जिया आणि उषाआत्याच माझं सगळं बघत होत्या. पण त्यांनाही स्वतःची आयुष्यं होती. त्यामुळे पुतुलची - पूर्णवेळ मदतनीसाची- नेमणूक झाली. पुतुल बंगाली, तरुण आणि हुशार मुलगी होती. ती आता सतत माझ्याबरोबर असणार होती. ती काही प्रशिक्षित नर्स नसली, तरी उषाआत्याने शिकवलेल्या गोष्टी ती चटकन शिकली. माझं आणि तिचं तंत्र चटकन जुळलं. माझ्यासाठी कोणी खाजगी मदतनीस असणं, ही गोष्ट पचवायला मला वेळ लागला.

दुसऱ्या कोणत्या व्यक्तीचा तुमच्या आयुष्यातला वावर स्वीकारणं हे फार अवघड असतं. पुतुलवर मी अवलंबून होते आणि त्यामुळेच ती माझं जे काही, जसं काही करत होती, ते मला मान्य करणं भाग होतं. कधी कधी गोष्टी नीट व्हायच्या नाहीत आणि माझा तोल जायचा. पण तरीही मला भान राखणं खूप गरजेचं होतं, कारण पुतुलला कोणत्याही कारणाने दुखावणं मला परवडणारं नव्हतं. तिच्या वागण्यात, बोलण्यात थोडा जरी बदल जाणवला, तरी मी तिला विचारत असे. कारण ती जर आनंदी आणि खूश राहिली, तरच ती माझं सगळं नीट करू शकणार. मनाविरुद्ध लग्न झाल्यावर संसार कसा होतो, त्या अनुभवाची झलक मला या काळात मिळाली. मी उषाआत्याला किती त्रास देणार? आणि प्रत्येक वेळी नवीन

माणसाला शिकवणं अवघड होतं. शिवाय आजीआजोबांनाही त्रास झाला असता. पुतुल काम सोडून गेली तर दुसरी सोय कशी करणार असं दडपण सतत माझ्या मनावर असायचं. त्यामुळे सतत तडजोड करावी लागायची. मी कात्रीत सापडले होते आणि या पूर्ण अनोळखी व्यक्तीवर अवलंबून राहाणं मला भाग होतं. माझी कुचंबणा मला कुणाशी बोलताही येत नव्हती. आज माझी आई असती, तर मला कसलंही दडपण, कसलाही अपराधीपणा वाटलाच नसता. कारण माझ्या आईनेच सारं काही केलं असतं. पण ती नव्हती...

असं पूर्णवेळ मदतनीस म्हणजे खाजगीपणा, एकांतही संपून जातो. केवळ तुमच्या शारीरिक स्वातंत्र्यावरच गदा येत नाही, तर अशा एखाद्या व्यक्तीचं सतत बरोबर असणं तुम्हाला भावनिकदृष्ट्या, बौद्धिकदृष्ट्या संकुचित करतं. अशा व्यक्तीमुळे कदाचित मनातले खोल विचार कधीच स्पष्टपणे उलगडतही नाहीत. हे सगळं असलं तरी मदतनीस माझ्याबरोबर असणं हे कुटुंबीयांपेक्षा कितीतरी अधिक चांगलं आहे. कारण कुटुंबीयांमध्ये आपण भावनेने गुंतलेलो असतो, पण बाहेरच्या मदतनिसाच्या मनाची काळजी करण्याची मला काहीच गरज नव्हती. माझ्या मदतनिसामुळे मी माझ्या माणसांच्या मोहपाशातून मुक्त होऊन स्वातंत्र्य अनुभवू शकत होते, ज्याची मला अनावर ओढ लागली होती.

विकलांगता समजून घेणं हेच मुळात सोपं नाही. विकलांगतेबद्दलची कल्पना व वास्तव यातील तफावत मला जाणवत होती. मला सगळ्याच गोष्टींसाठी मदत लागत होती, पण तरीही स्वत:ला मी पूर्णपणे असाहाय्य समजत नव्हते. माझ्या या दुर्बलावस्थेतही मी करू शकेन अशा अनेक गोष्टी होत्या. मी तीच व्यक्ती होते, परंतु माझ्या शारीरिक अवस्थेमुळे मला जगाला सामोरं जावंसं वाटत नव्हतं. एका बाजूला मला लपून बसावंसं वाटत होतं, पण त्याच वेळी इतके दिवस घरात अडकून पडल्यानंतर या खुल्या जगात मला श्वासही घ्यायचा होता.

अपघातानंतर १० महिन्यांनी माझी पुतुलबरोबर बाजारात जाण्याची इच्छा तीव्र झाली. पुतुलने मला व्हीलचेअरवर बसवलं आणि आम्ही अंगाचा साबण आणण्याकरता गेलो. वयाची बावीस वर्षं जे काम मी लीलया करत होते, त्यासाठी आता मला केवढा प्रयत्न करावा लागला. कुणीतरी आपल्याला व्हीलचेअरवरून ढकलत नेतंय हा काही फारसा हवासा वाटणारा अनुभव नव्हता. त्यामुळे माझं परावलंबित्व दिसत होतं आणि माझ्याबद्दल दयेची भावना लोकांच्या मनात तयार होई. माझं आत्मिक बळ मला या सगळ्यातून बाहेर पडायला उभारी

देत होतं, परंतु माझं शरीर साथ देत नव्हतं. माझं जुनं ओळखीचं कुणीतरी भेटलं आणि त्याने मला व्हीलचेअरवर बघितलं तर? त्यांच्या प्रश्नांनी मला नकोसं होऊन जाईल, ही भीती मला होती.

पण त्या दिवशी बाजारात जाऊन आल्यावर आत कुठेतरी समाधानाची भावना होती. जगात जाऊन आल्यावर एक तऱ्हेचा आत्मविश्वास आला होता. त्या यशाची तुलना माझ्या आयुष्यातल्या कुठल्याही यशाशी होऊन शकली नसती. 'म्हणजे वाटतंय तितकं हे अवघड नाही.' माझं मलाच कौतुक वाटलं. लोकांच्या नजरांना निर्भीडपणे सामोरं जाता आलं की हे जमणं शक्य होतं. दोन पायऱ्या चढाव्या लागणार असल्यामुळे मी दुकानाच्या बाहेरच थांबले. पुतुल साबण घेऊन आली, पण मी खूश होते. त्या साबणाच्या वड्या हे माझं त्या दिवशीचं जणू बक्षीस होतं. ''तुला काही हवं असेल तर आजोबांना नको सांगूस. मी जात जाईन बाजारात. मला सांगत जा.'' मी आत्मविश्वासाने माझ्या आजीला सांगितलं. आता मला त्यांच्याकरिता नक्कीच काहीतरी करता येणार होतं.

इतरांच्या दृष्टीने किरकोळ असणाऱ्या अशा अनेक छोट्या-छोट्या आनंदात माझं यश सामावलं होतं. या छोट्या-छोट्या यशांमुळेच मला माझ्या क्षमतांची (या स्थितीतसुद्धा) जाणीव होत होती. माझ्या नैराश्यावर मात करण्यासाठी या गोष्टींनी मला खूप मदत केली. मी जणू बरं होण्याच्या प्रवासाला निघाले होते. कुठे पोहोचायचं हे जरी मला माहीत नव्हतं, तरी हा प्रवास सुंदरच होता, सुखद होता. शारीरिकदृष्ट्या मी किती स्वावलंबी होईन याबाबत डॉक्टर काहीही म्हणत असले तरी या छोट्या यशांनी माझं आयुष्य सावरलं होतं. 'काय नाही?' यापेक्षा 'काय आहे?' यावर माझं लक्ष मी केंद्रित केलं. या छोट्या यशांनी मला सकारात्मक विचार करण्याची व जगण्याची जणू प्रेरणा दिली. त्या दिवसापासून मी खरोखर जगायला नव्याने सुरुवात केली.

वरवर बघता माझी शारीरिक ताकद जरी कमी होती, तरी मनाचा खंबीरपणा मला जाणवत होता. मनाच्या ताकदेची क्षमता आता मला जाणवू लागली होती. समाजाच्या दृष्टीने जरी मी विकलांग असले तरी माझं आत्मिक बळ वाढत होतं. माझं शरीर आणि माझं मन यांत एक सीमारेषा ओढण्याचा मी प्रयत्न करत होते आणि आता माझं मन अधिकच खंबीर होताना माझं मलाच जाणवत होतं.

मला लोक सतत माझ्या अपघाताबद्दल विचारत. 'मला राग येतो का?' 'अपघातानंतर बदललेल्या परिस्थितीबद्दल मला काय वाटतं?' पण मला खरंच उत्तरं ठाऊक नव्हती. अपघातानंतर माझ्या ओळखीचं, सवयीचं असं काही उरलंच

नव्हतं. रोजचा दिवस नीट जगणं हे माझ्यापुढचं आव्हान होतं. प्रत्येक दिवस माझ्यासाठी नवीन अनुभव, नवीन धडा घेऊन येत होता. वांझोट्या प्रयत्नांनंतर दिसलेल्या किरणाच्या दिशेने माझी वाटचाल चालू होती. तीव्र नैराश्याच्या गडद अंधारात रागाला जागाच कुठे होती? आणि रागावणार तरी कुणावर? आणि माझा राग सहन तरी कोण करणार?

सुनीलशी संपर्क हळूहळू कमी होऊन बंदच झाला. पुढे ५ वर्षांनी त्याच्या लग्नाची बातमी मला मिळाली. मला वाईट नाही वाटलं. हे होणारच होतं. मला रोजचा दिवस जगणं भाग होतं आणि सुनीलनेही आयुष्यात पुढे सरकणं गरजेचं होतं. आता आमची भेट तर दुर्मीळच होती आणि माझ्या आयुष्यात त्याला आता स्थान नव्हतं. तरीही सुनील मला हवाहवासा वाटत होता. त्याने माझ्या आयुष्यात आशा परत आणली होती. पण आता मागे बघताना वाटतं की, त्याने मला प्रत्यक्षात उभारी नाही दिली. पण मी त्या माणसाकडे कधी काळी आकर्षित झाले होते, माझ्या सगळ्या आनंदी दिवसांचं तो प्रतीक होता, म्हणून त्याच्या बरोबर असण्याने मला उभारी मिळाली. म्हणूनच त्याच्या लग्नाच्या बातमीने मलाच मुक्त झाल्यासारखं वाटलं. आता मी खऱ्या अर्थाने स्वतंत्र झाले होते...

८

१९९३ मधला प्रसंग आहे. माझ्या एक मैत्रिणीने सहा जलरंगाच्या बाटल्या असलेली एक पेटी मला भेट म्हणून दिली. ही भेट देण्याकरता तिने खूप विचार केला होता. कोणती भेट दिली तर मी दुखावणार नाही यासाठी तिने खूप पर्याय शोधले होते. मेकअप, कपडे, पुस्तकं, चपला अशा अनेक गोष्टींना फाटा देऊन तिने ही रंगाची पेटी माझ्यासाठी निवडली होती. छोटीशी सहा रंगांच्या बाटल्या असलेली एक साधी पेटी! पण त्या पेटीने जणू माझ्या आयुष्याला दिशा दिली. माझ्या हॉटेल मॅनेजमेंटच्या दिवसातल्या आठवणी यामुळे ताज्या झाल्या होत्या. हसून मी भेट स्वीकारली. हे रंग पुढे माझ्या आयुष्याला नवीन अर्थ देणार आहेत, याची कल्पनाही माझ्या मैत्रिणीने कधी केली नसेल!

कॉलेजमध्ये प्रवेश मिळाल्यावर आमच्या प्राचार्यांनी मला मुलाखतीसाठी बोलावलं. त्या मुलाखतीत चित्रकलेची मला आवड आहे असं मी त्यांना सांगितलं. खरं पाहता असं काहीच नव्हतं, पण मुलाखतीच्या वेळी काही वेळा अशा गोष्टी जरा चढवून सांगाव्या लागतात. तसं मी बोलून गेले - आणि प्राचार्यांनी मला दोन ऑईल पेंटिंग्ज करायची विनंती केली. मी स्तब्धच झाले. पेंटीग माझा छंद नव्हता. शाळेत कधीतरी चित्रं काढली होती. आणि आता या मुलाखतीत मारलेल्या एका थापेवर प्राचार्य एका विद्यार्थिनीला चित्र काढण्याची विनंती करत होते..! हे सगळं काहीतरी भलतंच होऊन बसलं होतं. माझं आधीचं कसलंही काम न पाहता प्राचार्यांनी माझ्यावर विश्वासाने ही जबाबदारी टाकली होती. शाळेत कधीतरी चित्रं काढली म्हणून मी काही कलाकार नव्हते! पण आता या विनंतीला नकार देणं म्हणजे आगीतून फुफाट्यात पडण्यासारखं होतं. शेवटी सगळी हिंमत एकवटून मी स्वत:ला एक संधी द्यायची ठरवली... आणि मला जमलं! अगदी आताही, २० वर्षांनतरही माझी ती दोन चित्र प्राचार्यांच्या खोलीत लावली आहेत.

त्या दिवसांमध्ये अपयशाची भीती वाटत नाही... आणि आता अपयश हीच एकमेव शक्यता होती. मी रंगांची पेटी उघडली खरी, पण ती वापरणार कशी? मला साधा ब्रशसुद्धा हातात धरता येत नव्हता. कधी ब्रश हातातून गळून पडे, कधी रंग जमिनीवर सांडे, कधी हातावरचं नियंत्रण जाऊन रेषा वेड्यावाकड्या येत. पण

तरीही वेड्यावाकड्या, रंगीत रेघोट्यांनी माझ्या आयुष्यात एक नवीन विरंगुळा आणला होता. मी रोज यांत्रिकपणे कागदावर रंगाने रेघोट्या मारी. कित्येक कागद मी फाडूनच टाकत असे, कारण त्यातल्या चित्राला काही आकार-उकारच नसे. पण ते फार महत्त्वाचं नव्हतं. शिवाय माझ्या चित्रांची परीक्षा बघणारंही कुणी नव्हतं, त्यामुळे त्या वेड्यावाकड्या रेघोट्या मारण्यात माझा वेळही बरा जाई. माझ्या हातासाठी तो एक उत्तम व्यायाम होता.

अपघातानंतर एक वर्षानंतरही मला लिहिता येत नव्हतं. त्यामुळे बँकेचं खातं बंद करताना मला अंगठ्याचा ठसा द्यावा लागला. माझ्या डॉक्टरांनी मला लिहिता येईल अशी खात्री देऊनही तो अंगठा माझ्या क्षमतेबद्दल शंका व्यक्त करत होता. पण इथे माझा पेंटिंगचा सराव कामी आला. आजही मला नीट पेन धरून सही करता येत नसली तरी ब्रश धरण्याची मी नवीन पद्धत शोधून काढली, आणि त्याच पद्धतीने मी पेन धरून लिहायचाही सराव करू लागले. आता पेंटिंग म्हणजे माझ्यासाठी व्यायामाचा एक भाग होता. आणि स्व-अभिव्यक्तीचं माध्यमसुद्धा! बरोबर किंवा चूक, मला माहीत नाही, पण त्या वेळी पेंटिंगमधून, रंगांमधून मी माझ्या भावनांना वाट मोकळी करून द्यायचे. तेवढी एकच गोष्ट मला करता येत होती आणि माझा बराचसा वेळ त्यात जात असे. अखेर माझ्या वेड्यावाकड्या रेघांमधून आकार उमटू लागले!

माझ्या या वेड्यावाकड्या चित्रांची मी भेटकार्डं बनवली आणि घरातल्या सगळ्यांना 'धन्यवाद' असं लिहून दिली. माझ्या आजारपणात निरलस, निरेपक्ष भावनेने झटणाऱ्या माझ्या कुटुंबीयांसाठी ती एक कृतज्ञता भेट होती. मी सतत प्रयत्न करून त्यांच्या प्रयत्नांना साथ देते आहे, हेच जणू मी सांगू इच्छित होते. त्याचं प्रेम, त्याग, तळमळ याची परतफेड कोणत्याही ऐहिक भेटीने होणं शक्यच नव्हतं!

एक दिवस माझी शेजारीण घरी आली होती. ती दिल्ली विद्यापीठात काम करते. तिला बोलता बोलता अचानक कल्पना सुचली, "ही तुझी कार्डं मी माझ्या विद्यापीठाच्या जत्रेत स्टॉलवर विकू का?"

मी ओशाळले. "या चित्रांना कोण दिडकी तरी देईल का?" मी म्हटलं.

मी तो विषयच संपवला. माझ्या कार्डांची माझ्या लेखी कितीही किंमत असली, तरी कुणी त्यावर पैसे का खर्च करेल? माझ्या प्रतिकाराकडे दुर्लक्ष करून माझ्या शेजारणीने दोन कार्डं उचलून नेलीच, तिला तिच्या मैत्रिणींना दाखवायची होती.

दोन दिवसांनी ती सांगत आली की तिच्या सगळ्या मित्रांना ती कार्ड्स

आवडली होती आणि कॉलेजफेअरच्या कमिटीने मला तिथे एक टेबल ठेवण्याची परवानगी दिली होती!

माझ्या काळजाचा ठोकाच चुकला. आनंदाने की भीतीने ते मला माहीत नाही. माझा विश्वासच बसेना. असंख्य प्रश्नांनी मनात दाटी केली होती... माझी कार्डं कुणी का विकत घेईल? दोन वर्षं घरात बसल्यावर मी लोकांना सामोरी कशी जाऊ..? त्यांच्या डोळ्यात दिसणारी दया मला सहन होईल का..? जर सगळं चुकलंच तर..? मला जमेल का..?

तिला नकार देऊन परत पाठवणं फारच सोपं होतं. पण तिचा प्रस्ताव स्वीकारणं हे खूप मोठं आव्हान होतं. होकाराने एका नव्या गोष्टीला सुरुवात होणार होती. तिथे जायचं कसं हा सर्वांत मोठा प्रश्न होता. तिथलं स्वच्छतागृह वापरणं मला जमणारं नव्हतंच. शिवाय मी कॉलेजला जाणार–येणार कशी होते?

कोणत्याही वाहनात बसण्याचा मी तोवर प्रयत्नच केला नव्हता. कमीतकमी दोन ते तीन माणसांची मला मदत घ्यावीच लागणार होती, कारमध्ये बसायलासुद्धा. रिक्षा किंवा टॅक्सीने एकटीने जाण्याचं माझं धाडसच नव्हतं. आता माझं प्रदर्शनात भाग घेणं हे माझ्या गाडीत बसता येण्यावर अवलंबून होतं. वाहनात बसणं हा इतका मोठा प्रश्न असू शकतो, असं तोवर मला वाटलंच नव्हतं. शेवटी स्वातीने पर्याय काढला. तिच्या वडिलांच्या गाडीतून मला आणणार आणि सोडणार. वेळप्रसंगी कुणाची तरी मदत घेणार. एकदा कॉलेजमध्ये गेल्यावर तिचं सगळं मित्रमंडळ मदतीला हजर असणार होतं. ते मला गाडीतून उतरायला आणि चढायला मदत करणार होते. माझ्या आजीआजोबांनीसुद्धा मला आनंदाने प्रोत्साहन दिलं. आणि आता सगळं ठरलं होतं!

❀❀❀

या प्रदर्शनामुळे माझ्या आयुष्यात चैतन्याची लाट पसरली. रविवारी प्रदर्शन होतं आणि मी रात्रंदिवस एक करून जवळजवळ दीडशे कार्डं बनवली. पुढे काय होणार याची मला अत्यंत उत्सुकता लागून राहिली होती. कितीतरी दिवसांनी, दुकानात जाण्यापलीकडे मी दुसरीकडे कुठेतरी जाणार होते. इतक्या दिवसांत मला कपड्यांबाबत विचार करायची गरज पडली नव्हती. आणि आता अचानक मला जरा नीटनेटकं दिसण्याची गरज भासू लागली. सगळ्या तरुण मुलींच्यात मला जायचं होतं म्हणून मला नीट तयार व्हायचं होतं, छान दिसायचं होतं, पण तरीही मेकअप करावा असं काही मला वाटलं नाही.

आता मोठा प्रश्न होता माझ्या नैसर्गिक विधींचा. माझ्या मूत्राशयाला दर

तीन तासांनी 'मोकळं' होण्याची सवय होती. आता प्रदर्शनाला निघून परत येईपर्यंतचा कालावधी सहा तासांचा होता. मी कधीतरी माझ्या काकांकडे जाऊन येत असे, पण तेही तीन तासांच्या आत परत येत असे. आता सहा तास मला स्वतःला कोरडं ठेवायचं होतं आणि फजितीचे प्रसंग टाळायचे होते. हे खूप मोठं आव्हान होतं. पण मी शनिवारी संध्याकाळपासून द्रवपदार्थ घेणं बंद केलं. 'मी जर काही प्यायलेच नाही तर पुढचे प्रश्न येणार नाहीत,' असं मी स्वतःला बजावत होते. माझी प्रदर्शनात भाग घेण्याची इच्छा इतकी तीव्र होती की, त्यासाठी मी स्वतःला उपाशी आणि तहानलेली ठेवायलाही तयार होते. तहान मारणं सोपी गोष्ट नव्हती, पण मला ती किंमत मोजावीच लागणार होती. हिवाळ्याचे दिवस असल्याने, माझा प्रश्न काही प्रमाणात कमी झाला होता.

आम्ही रविवारी सकाळीच निघालो. थंडीचे दिवस असल्यामुळे मी एक लांब स्कर्ट आणि एक जाडसा स्वेटर घातला होता. मला माझे कपडे बिलकुल आवडले नव्हते, पण त्यातल्या त्यात बरं हेच दिसणार होतं. पूर्वी माझ्या कपड्यांबाबत, चपलांबाबत किंवा एकंदरीतच माझ्या रूपाबद्दल मी खूपच जागरूक असायचे. मला नटायला खूप आवडायचं. पण आज मात्र मी नटून थटून गेले तर माझ्यासारखी विकलांग व्यक्ती बुजगावण्यासारखी दिसेल, अशी मला भीती वाटत होती. कितीही चांगले कपडे घातले तरी लोकांना प्रथम दिसतं ते अपंगत्वच! उत्तम, सुंदर दिसण्यापेक्षा मला आता अधिक सामान्य दिसायचं होतं, सगळ्यांच्यात मिसळून जायचं होतं. एखादी नुकतीच तारुण्यात पदार्पण केलेली मुलगी जशी लोकांत मिसळायला संकोचते, तशी माझी अवस्था झाली होती.

मी माझं टेबल सजवलं आणि एकदम नर्व्हस वाटायला लागलं. माझ्याबद्दल लोकांच्या काय प्रतिक्रिया असतील? मी पूर्ण गोंधळून गेले होते. हळूहळू मुली यायला लागल्या. काही माझ्या टेबलाकडे येत, कार्डं चाळून बघत. मी टेबलाच्या मागे एकदम सावधपणे बसले होते व त्यांचा अंदाज घेत होते. त्यांच्या कार्डाबाबतच्या व माझ्याबाबतच्यादेखील प्रतिक्रिया मला हव्या होत्या. त्या त्यांच्या गप्पांतून, बोलण्यातून, देहबोलीतून समजून घ्यायचा मी प्रयत्न करत होते. त्यांना माझी दया येतेय की माझी कार्डं त्यांना आवडली नाहीत, हे मला जाणून घ्यायचं होतं. अर्थातच, मला काही कळायला मार्ग नव्हता. पण एक मात्र कळलं की, मी कशी दिसते किंवा आहे, याच्याशी त्यांना फारसं देणंघेणं नव्हतं. आता मी त्यांच्यातलीच एक झाले होते.

माझ्या विकलांगतेबद्दलचं माझं अवघडलेपण गळून पडलं. त्या दिवशी माझ्या स्थितीचा मीच उगाचच बाऊ करत होते. माझे कुटुंबीय सोडले तर माझ्या

शारीरिक स्थितीचा बाहेरच्या जगाला काहीच फरक पडत नव्हता. मुलींच्या प्रतिसादाने मला भरून आलं. त्यांना कार्ड्‌ आवडली होतीच, पण सगळी कार्ड्‌ हातोहात विकली गेली होती. माझ्या मते, मी त्या दिवशी चांगले पैसे कमावले होते. प्रदर्शनात भाग घेण्याचा माझा निर्णय योग्य होता. मला दिलेलं आव्हान मीच जिंकलं होतं. घराच्या ऊबदार सावलीतून बाहेर पडून जगाला सामोरं जाण्यासाठी खूप धैर्य लागतं, जे मी मिळवलं होतं. खरं तर आज मी जगाच्या पाठीवर हिंडू शकते, ते त्या दिवशीच्या धाडसामुळेच!

त्या दिवशी, मजा करणं आणि पैसे कमावणं या व्यतिरिक्त माझा पूर्वीचा आत्मविश्वास मला परत मिळाला होता. आज मागे वळून बघताना मला वाटतं की, माझ्या स्वतंत्र भवितव्याचा पाया त्या हिवाळ्यातल्या रविवारी घातला गेला.

९

या प्रसंगानंतर बाबा नायजेरियाहून परत आले आणि मी त्यांच्याबरोबर पूर्व दिल्लीतल्या प्रतापगंजमधल्या नवीन जागी राहायला गेले. माझ्या अपघाताला आता जवळजवळ दोन वर्षं पूर्ण झाली होती आणि बाबांना भेटूनसुद्धा. आतापर्यंत जिया, माझे आजीआजोबा आणि माझे काका, आत्या वगैरे माझी काळजी घेत होते. आणि आता स्वत:च्या भावनांना, नैराश्याला आणि नाराजीला दाबून मी बाबांबरोबर कशी राहणार होते, कुणास ठाऊक? आयुष्यातला सर्वांत वाईट काळ या नातेवाईकांनीच निभावून नेला, त्यामुळे आता बाबांच्या परत येण्याने काहीच फरक पडणार नव्हता. त्यांच्या बरोबर असण्यातला आनंद आणि उत्साह दोन्हीही काळाच्या ओघात हरवून गेले होते. यापुढे माझ्या आयुष्यात बदल इतकाच होणार होता की इतर नातेवाईकांच्या जागी यापुढे बाबा माझी काळजी घेणार होते.

बाबा परत आल्यामुळे दोन गोष्टी मात्र चांगल्या झाल्या. एक म्हणजे आपल्या वयाच्या मानाने माझी जास्तच जबाबदारी उचलणारे माझे आजीआजोबा आता थोडे मोकळे होणार होते आणि मी आता दिल्लीत परत आल्यामुळे अनेक संधी मला मिळू शकत होत्या. आता मी आत्मविश्वासाने जगाला सामोरी जात होते.

बाबा माझ्यासाठी कायमचे परत आले असले तरी त्यांच्या भारतात कायमचं परतण्यामागे काही वेगळी कारणंही होती. पण तरीही नवीन घरात मी रुळेपर्यंत त्यांनी खरंच खूप वेळ माझ्यासाठी दिला. त्यांनी त्यांचा निवृत्तीनंतरचा सगळा वेळ माझ्याकडे लक्ष देण्यात, मला सांभाळण्यातच घालवायचं ठरवलं होतं. मीरा कधीतरी घरी येत असली तरी बऱ्याचदा ती तिच्या घरी किंवा तिच्या कामातच व्यग्र असे.

बाबा परत आल्यानंतर आम्ही सगळेच हरिद्वारला जाऊन आलो. या प्रवासाने मला खूप काही शिकवलं आणि माझ्या विचारशक्तीला, धारणांना नवीनच दिशा मिळाल्या.

दर्शनाच्या रांगेत मी थांबलेली असताना एक गरीब, मध्यमवयीन स्त्री माझ्याजवळ आली आणि तिने पंचवीस पैशाचं एक नाणं माझ्या हातात ठेवलं. ''हे पैसे माझे नाहीत,'' मी ओरडले. माझे पैसे चुकून पडले असतील, असं तिला वाटलं असावं. पण माझे शब्द ऐकायला ती थांबलीच नाही. कितीतरी वेळ मी

हातातल्या नाण्याकडे आणि त्या बाईकडे बघत होते. घडल्या प्रकारची संगती लावायचा प्रयत्न करत होते. असं कधीच माझ्या बाबतीत घडलं नव्हतं आणि घडावं अशी इच्छा अजिबात नव्हती. त्या बाईने भिकारी समजून मला भीक घातली होती..!

माझ्या व्हीलचेअरमुळे मी इतरांपेक्षा वेगळी दिसत असेनही, पण म्हणून त्या बाईने मला भिकारी समजावं..? केवळ मी विकलांग आहे म्हणून..? मी विकलांग आहे म्हणजे मी गरजू आहे, अशी तिची समजूत झाली असणार. मला हसावं की रडावं कळेना... त्या बाईच्या एका छोट्याशा 'दानधर्मा'ने माझ्या मनात मात्र प्रश्नांची मालिकाच उभी राहिली.

मी प्रसंग हसण्यावारी घालवला आणि या विचित्र प्रसंगाची आठवण म्हणून ते नाणं माझ्यापाशी ठेवून दिलं. या प्रसंगाने माझे डोळे मात्र खाडकन् उघडले. जग तुमच्या बाह्यरूपावरूनच तुम्हाला ओळखतं. तुम्ही अंतरंगात कसे आहात हे बघायला कुणालाही वेळ नसतो. मी व्यक्ती म्हणून कशी आहे, माझे गुणदोष काय आहेत, मला काय वाटतं याबाबत हे जग फार अलिप्त राहू इच्छितं. वरच्या मुलाम्याला अधिक महत्त्व, पॅकेजिंग महत्त्वाचं! अशा वेळी त्या माणसाची खरी ओळख करून घेण्यापेक्षा दानधर्म करणं सोपं वाटत असावं!

आज या घटनेला २० वर्षं झाली तरी समाजाचा विकलांगांकडे बघण्याचा दृष्टिकोन तसाच आहे, दयेचा! इतकंच काय, पण शासनाच्या सर्व योजनांमध्ये विकलांगांना खास सवलती आणि आरक्षण आहे. थोडक्यात, विकलांग व्यक्तींचे सक्षमीकरण करण्यापेक्षा, समाजात पोषक वातावरण निर्माण करण्यापेक्षा सवलती देणं सरकारला जास्त सोपं आहे! समाजात त्यांना समान संधी देण्याची आणि त्यांच्यातल्या क्षमतांना अधिक फुलवण्याची गरज कुणालाच वाटत नाही.

मी स्वत: आज जरी विकलांग असले तरीही समाजाच्या या दृष्टिकोनामुळे मला संताप येतो. माझ्या अपंगत्वावर मात करण्यासाठी मी विविध मार्ग शोधले, पण समाजाचा किडलेला दृष्टिकोन कसा बदलू मी? यानंतरच्या स्वत:शी संघर्ष चालू असण्याच्या काळात असे मानहानीचे प्रसंग अनेकदा अनुभवाला आले. जणू काही विकलांग होणं हा शापच आहे!

मला सर्वार्थाने स्वत:च्या पायांवर उभं राहाणं अत्यंत गरजेचं आहे, याची जाणीव मला या प्रसंगानंतर तीव्रतेने झाली. इतरांच्या चांगुलपणावर तुम्ही तुमचं आयुष्य जगू शकत नाही. मला आर्थिकदृष्ट्या स्वतंत्र असण्याची गरज नव्हती, किंवा माझ्या कुटुंबीयांनीही कधी तसं जाणवू दिलं नाही. पण हा भिकेचा प्रसंग

इतका बोचरा होता की आयुष्यात तो परत मला अनुभवायचा नव्हता. आर्थिक परावलंबित्व म्हणजे माझ्या निर्णयाचा अधिकार त्या व्यक्तीला समर्पित करण्यासारखं होतं. पण मला माझ्या निर्णयावर, स्वातंत्र्यावर कोणाचाही अंकुश नको होता, म्हणजेच मला आर्थिकदृष्ट्या स्वावलंबी व्हायला हवं होतं. मला माझं पूर्ण स्वातंत्र्य हवं होतं आणि त्याचा केवळ एकच मार्ग होता, स्वत:ची जबाबदारी स्वत: उचलणं! माझ्या घरातल्या सगळ्यांनीच माझं खूप मायेने, आपुलकीने, आस्थेने केलं होतं, पण आता मला कुणावरही ओझं बनून राहायचं नव्हतं. आर्थिकदृष्ट्या स्वावलंबी होण्यासाठी मला मार्ग शोधायचा होता.

हरिद्वारला देवाच्या गाभाऱ्यात मनगटावर पवित्र धागा बांधून घेताना मी देवाला कळकळीची विनंती केली की, 'मला लवकरात लवकर स्वावलंबी होऊ दे!' पण माझ्या स्वत:च्या प्रयत्नांशिवाय माझी इच्छा देव कसा पूर्ण करेल? आता मला स्वत:चा मार्ग स्वत:च शोधायचा होता.

१०

आयुष्य म्हणजे विरोधाभासांचं जाळंच जणू! एका बाजूला मला माझ्या स्वातंत्र्याची जाणीव होत होती, तर दुसरीकडे... बाबांनी खरोखरंच सगळी जबाबदारी त्यांच्या खांद्यावर घेतली होती. माझ्या सगळ्याच गोष्टी ते प्रेमाने आणि स्वेच्छेने करत होते. माझ्यासाठी सगळीकडे येत होते, माझ्या बाजूने ठाम उभे होते. मला आता माझी काळजी करण्याचं जणू काही कारणच उरलं नव्हतं. बाबा माझ्यासाठी जे काही करत होते, त्याबद्दल मी खरंच कृतज्ञ होते. पण त्याचबरोबर आता बाहेरच्या जगाशी लढण्याची इच्छा तीव्र होत होती. मला नवीन आव्हानं झेलायची होती. ऐकायला हे फारच विचित्र होतं, तरीही आता मला माझा मार्ग स्वत: तयार करायचा होता. वयाच्या चोवीसाव्या वर्षी कुणालाही वाटेल, तसंच मलाही वाटत होतं, मला स्वत:चं आयुष्य स्वत: जगायचं होतं, ज्यात यशही माझं असेल आणि चुकाही माझ्याच असतील. एक संपूर्ण स्वतंत्र आयुष्य मला हवं होतं!

पण काही वेगळी आव्हानं भविष्यात माझ्यासमोर येणार होती. त्यातलं एक तर माझ्या कल्पनेपलीकडचं होतं...

बाबा माझी नेहमीच छान काळजी घेत असत. लहानपणी मला सर्दी झाली की ते व्हिक्स वेपोरब स्वत:च्या अंगाला लावून मला कुशीत घेऊन झोपत. कारण का? तर मला व्हिक्स लावलेलं आवडायचं नाही म्हणून. पण आता जरा चित्र पालटलं होतं. आता मला बाबांपेक्षा मदतनिसाचीच गरज अधिक होती, आणि हे बाबांना कळतंच नव्हतं! ते सतत पुतुलच्या चुका दाखवून देत. कधीकधी त्यांना वाटायचं की मला त्यांच्यापेक्षा तिचीच काळजी जास्त आहे. मी फार वैतागले होते. माझ्याशी प्रेमाने वागणारे माझे बाबा इतरांशी इतकं कठोर कसं वागू शकतात, तेच मला कळत नसे. बाबांबद्दलचं माझं प्रेम आणि त्यांचं विसंगत वागणं, या दोन्हीचा मेळ घालणं मला खूप जड जात होतं.

त्या वेळी मला बाबांचा पुतुलशी वागण्याचा खूप राग यायचा. पण आज विचार करताना वाटतं की बाबांना माझ्या असाहाय्यतेमुळे खोल मनात कुठेतरी अस्वस्थ वाटत होतं. त्यांना माझ्या अगतिकतेचा राग येत होता. त्यांनी माझ्या स्थितीबद्दल ऐकलं जरी होतं, तरी माझ्या स्थितीची दाहकता आम्ही एकत्र राहायला लागल्यावर त्यांना फारच जाणवू लागली होती. त्यांना मी पूर्वीसारखी

व्हायला हवी होते. त्यांना माझ्या हातचा चहा हवा होता, मी त्यांना सकाळी हाताला धरून अंथरूणातून उठवायला हवं होतं... सगळं पूर्वीसारखं व्हायला हवं होतं. आणि पुतुलला बघितल्यावर त्यांना माझं परावलंबित्व जाणवे आणि वास्तव स्वीकारणं अधिक अवघड होत असे.

मी विचित्र कात्रीत सापडले होते. बाबा जितके जास्त पुतुलवर चिडत, तितकं जास्त मला बंड करावंसं वाटे. मला स्वत:चे निर्णय स्वत: घ्यायचे होते. जितकी बाबा मला जास्त मदत करते होते, तितकी स्वावलंबी होण्याची माझी जिद्द वाढत होती.

या वास्तवापासून पळून जाण्यासाठी मी स्वत:ला चित्रांमध्ये गुंतवून टाकलं. बाबा स्वत:च सगळ्या गोष्टीत लक्ष घालत असल्यामुळे सगळं सुरळीत चालू होतं, तरीही पुतुलशी होणारे त्यांचे वाद कमी होत नव्हते. माझ्याभोवती मी कुंपण घालून घेतलं. त्याच्या आत फक्त मी, माझे रंग आणि माझी चित्रं असायची. आजूबाजूच्या जगाचं जणू भानच मी ठेवत नसे. या सगळ्या काळात मी बारा–बारा तास चित्रं काढत असे. स्वत:च्या भविष्याची स्वप्नं बघत असे, गात असे, रडत असे, जणू स्वत:शीच माझा संवाद चाले! याचा खूप फायदा झाला. आजूबाजूला ऐकायला कुणीही नसलं तरी माझे विचार मी मोकळेपणाने मांडू लागले.

मला सामाजिक आयुष्य तर उरलंच नव्हतं, पण माझ्या माणसांपासूनही मी कुठेतरी तुटत चालले होते, कारण रोजची ही वादावादी मी कुणाशीच बोलू शकत नव्हते.

समाजात विकलांगता सहजासहजी स्वीकारली जात नाही. अपघातापूर्वी मी जिथे नोकरी करत होते, त्या हॉटेलमध्ये मी बॅकऑफीस कामासाठी अर्ज केला होता. पण माझ्यापेक्षा माझी विकलांगता त्यांना महत्त्वाची वाटली! जिथे मी पूर्ण क्षमतेने काम करत होते, तिथूनच मला नोकरीचा नकार आल्यावर बाकी ठिकाणी चित्र काय असणार याची मला कल्पना आली. थोडक्यात, आता मला पुन्हा नव्याने सुरुवात करायची होती, कारण यापुढे हॉटेल मॅनेजमेंटच्या पदवीने मला नोकरी मिळूच शकणार नव्हती.

याच काळात जणू चित्रकला माझा व्यवसायच बनू लागली. एक दिवस तर मी जवळजवळ पन्नास कार्डं तयार केली. माझे बाबा शेतीव्यवसायातले असल्यामुळे सुंदर फुलांची असंख्य चित्रं असलेली पुस्तकं घरात होती. माझ्या कार्डांवर मी याच नाजूक, सुंदर फुलांची चित्रं रंगवत असे. मी गमतीने स्वत:ला 'कार्ड बनावायचं मशीन' म्हणत असे. अधिकाधिक ठिकाणी फिरल्यावर माझी चित्रकला लोकांसमोर सादर करण्याचा माझा आत्मविश्वास वाढला.

आर्थिकदृष्ट्या स्वावलंबी बनण्याच्या ऊर्मीने मी स्वतःला माझ्या क्षमतेपेक्षा जास्त काम करून सिद्ध करू शकले.

रंगांनी माझ्यात उमेद परत जागवली आणि माझ्या आयुष्याला नवा अर्थ दिला. माझ्याकडे दयेने बघणाऱ्यांपेक्षा माझ्या क्षमतेचं, कामाचं आणि माझ्या कलेचं वाजवी कौतुक करणारे मला अधिक महत्त्वाचे वाटू लागले. कारण त्यांना माझं व्यक्तिमत्त्व दिसत होतं, विकलांगता नाही. माझ्या चित्रांनी मला नवी ओळख दिली. "तू काय करतेस?" या प्रश्नाला आता माझ्याकडे उत्तर होतं, "मी नवोदित चित्रकार आहे !"

काही महिन्यांतच व्यक्ती म्हणून माझा कायापालट झाला. पहिल्या प्रदर्शनाच्या वेळी बावरलेली, अवघडलेली मी, आता मिळेल त्या संधी घेत होते. काही स्वयंसेवी संस्थांशी माझा चांगला संपर्क होता. त्यांच्या माध्यमातून मला माझी कार्ड विकण्यासाठी प्रदर्शनात संधी मिळे. मी आता महिन्यातून जवळजवळ दोन तरी प्रदर्शनांत भाग घेत होते. माझ्या कार्डांची मागणी वाढत होती. आता मी आत्मविश्वासही कमवत होते आणि पैसाही!

प्रदर्शनातून टेबल लावून मी अशी माझी कार्डं विकत होते, तेव्हा माझ्या बरोबरीच्या मित्र-मैत्रिणी मोठमोठ्या हुद्यांवर काम करत होत्या. काहींची लग्नंही झाली होती. आणि इथे, मी मात्र माझी कार्डं विकून जेमतेम तीन हजार कमवत होते. कॉलेजमधून बाहेर पडून चार वर्षांनंतर माझी कमाई होती महिना तीन हजार रुपये! बाबांवर अवलंबून राहिले असते तरी काही बिघडलं नसतं. पण माझी स्वावलंबी होण्याची ऊर्मी इतकी तीव्र होती की, मला माझ्या कमाईची बिलकुल लाज वाटत नव्हती. स्वावलंबनाचं हे आव्हान मी स्वतःलाच दिलं होतं. जरी मी रोज थकत होते, तरी मला त्यात पूर्ण समाधान आणि आनंद मिळत होता; स्वावलंबी असण्याचा आनंद!

तीन हजार कमावणं सोपं नव्हतं. मी पुतुलसह त्या वेळी रिक्षातून फिरत असे कारण तोच सर्वांत स्वस्त पर्याय होता. बसमध्ये व्हीलचेअरसकट चढणं-उतरणं मला शक्य नव्हतं. रिक्षाने अशा विकलांग व्यक्तीने प्रवास करणं हेही सोपं नव्हतं. पण म्हणतात ना, 'गरज ही शोधाची जननी असते.' मी एक मार्ग शोधला. मी रिक्षावाल्याला मला रिक्षात बसवण्यासाठी मदत करण्याची विनंती करत असे. एकदा मी रिक्षात बसले की माझी व्हीलचेअर दुमडून माझ्याशेजारी ठेवत असे, त्यामुळे मलाही रिक्षात नीट बसता येई आणि पुतुललाही. व्हीलचेअर माझ्या

शेजारी ठेवल्यामुळे माझे पाय एकत्र ठेवायला सोपं जाई.

या सगळ्या काळात विशेषत: अनेक रिक्षाचालकांनी मला कोणत्यातरी खेड्यातले बाबा, साधू यांच्याकडे जाण्याचा सल्ला दिला. अर्थात अशा 'सल्लागारांचा' मला मुळीच राग येत नसे. कारण 'विकलांग माणसाला उपचार करून पूर्ववत् व्हावंसंच वाटत असणार', अशी या मंडळींची धारणा होती. पण बहुतेकांना मी 'आजारी'च वाटे आणि फार चालायला लागू नये म्हणून मी व्हीलचेअर घेते, असंच वाटे. मी बरी आहे आणि व्हीलचेअर केवळ माझं वाहन होतं, हे अनेकांना कळणं अवघड होतंच. असे अनाहूत सल्ले हसण्यावारी घेण्याची मी स्वत:ला सवय लावून घेतली होती. मला त्यांचा राग येण्याऐवजी आता गंमत वाटत असे. त्या वेळचे बहुतेक सगळे 'जादूई इलाज' करणारे मला माहीत झाले होते!

माझ्या कमाईतला एकही पैसा मी माझ्या चैनीसाठी खर्च करत नव्हते. माझ्या अपघातानंतर कपड्यांवर, दागिन्यांवर एकदाही खर्च केला नाही. माझ्या कमाईचे सगळे पैसे मी माझं चित्रकलेचं साहित्य आणि प्रवास यांवर खर्च करत असे. पगार किंवा पॉकेटमनीपेक्षा कितीतरी जास्त वायफळ खर्च करणारी मी आमूलाग्र बदलले होते. बाबांकडून माझ्या कामासाठी मला पैसे मागायचे नव्हते. कदाचित मी तेवढी समंजस झाले होते, कदाचित विकलांगतेमुळे वास्तवाचं भान मला आलं होतं किंवा 'स्वरूप' ओळखण्याची ती एक पायरी होती. पण माझ्या पूर्ण स्वावलंबनाच्या दिशेने टाकलेलं हे पहिलं पाऊल होतं.

प्रदर्शनाच्या निमित्ताने माझ्या खूप ओळखी झाल्या. काहीजण तर इतक्या मजेशीर आणि प्रभावशाली व्यक्ती होत्या की दर महिन्याला आम्ही एकदा तरी भेटत असू. काही पत्रकारही ओळखीचे होते. त्यांच्या मते माझी गोष्ट ही वृत्तपत्रांची सनसनाटी बातमी बनू शकत होती! आणि अशाच एका प्रदर्शनातून माझ्या एकटीच्या चित्रांचं प्रदर्शन भरवण्याची संधी चालून आली. आजपर्यंत अनेक प्रदर्शनांतून मी भाग घेतला होता, पण हे काही निराळंच होतं... माझ्या एकटीच्या चित्रांचं प्रदर्शन... मी कल्पनेनेच मोहरून गेले. ही सर्वांत मोठी संधी होती. दिल्लीच्या एका मॅनेजमेंट कॉलेजमध्ये माझं हे प्रदर्शन भरणार होतं... माझा विश्वासच बसत नव्हता. माझी चिकाटी, माझे प्रयत्न, माझे कष्ट या साऱ्यांचं फळ इतकं सुंदर असेल असं मला वाटलंच नाही कधी....

बाबा जसे दिल्लीला परत आले तसा माझा आणि जियाचा संपर्क थोडा कमी झाला. बाबांच्या इथे असण्याने माझ्याबाबतीत ती जरा निर्धास्त झाली होती. शिवाय तिची मुलगी, इराही दोन वर्षांची होती. या काळात तिला दिल्लीला यायला

जमलंच नव्हतं. तिचं काम, घर आणि मुलगी या दिनक्रमात ती पुरती अडकून गेली होती. तरीही तिला जेव्हा माझ्या प्रदर्शनाची बातमी कळली तेव्हा तिने माझ्यासाठी सुंदर ब्रोशर्स आणि व्हिजिटिंग कार्ड्स करून पाठवली. प्रदर्शनाला जिया प्रत्यक्ष येऊ शकत नसली, तरी तिच्या या सुंदर भेटीने मी सुखावले. तिने ब्रोशर्सवर एक छानसा फुलाचा लोगो बनवला होता.

आता मला दुप्पट उत्साह आला होता. ब्रोशर्समुळे माझ्या या चित्रांना व्यावसायिक स्वरूप मिळालं होतं. आता मला माझ्या क्षमता सिद्ध करून दाखवायच्या होत्या आणि मे, १९९५ चा तो मोठा दिवस उजाडला. एका प्रसिद्ध उद्योगपतीच्या हस्ते प्रदर्शनाचं उद्घाटन झालं आणि त्यांनी तिथल्या तिथेच दोन चित्रं विकत घेतली. निमंत्रितांनी, मित्रांनी, नातेवाईकांनी प्रदर्शनाचा हॉल भरून गेला होता. लोकं माझ्यापाशी येऊन माझं अभिनंदन करत होते, काही जण माझ्या जलरंगातील चित्रांचं कौतुक करत होते...

...माझ्या क्षमतेबद्दल, माझ्या गुणांसाठी लोक माझं कौतुक करत होते, ही गोष्ट माझ्यासाठी आभाळाएवढी मोठी होती. माझ्या विकलांगतेवर माझ्या कलागुणांनी मात केली होती. माझी कला, माझी जिद्द त्या विकलांगतेपेक्षा कितीतरी मोठी झाली होती..!

या प्रदर्शनाला प्रसारमाध्यमांचेही काही प्रतिनिधी आले होते. तिथे काही टीव्हीच्या वाहिन्यांचे पत्रकारही होते. त्यापैकी एकाने माझी छोटीशी मुलाखतही घेतली. मला त्या दिवशी एकदम 'सेलिब्रिटी' झाल्यासारखं वाटत होतं. माझ्या शारीरिक स्थितीचा जणू मला विसर पडला होता. हे प्रदर्शन यशस्वी झालं. माझी बरीच चित्रं विकली गेली. माझ्या या यशाबद्दल मी खूप सुखावले होते.

'हातात ब्रशही न धरता येणाऱ्या अपंग मुलीने इतकी तरल चित्र काढली' अशा मथळ्यांसहित वृत्तपत्रांमध्ये प्रदर्शनाची बातमी छापून आली होती. माझ्या जिद्दीच्या प्रवासाची माझ्या कलेपेक्षा जास्त दखल घेतली गेली. वृत्तपत्रांनी जरा थोडं वेगळं चित्र रंगवलं असलं, तरी माझ्या या यशाने मी कृतार्थ झाले होते. कुणाचंही, कोणतंही प्रदर्शन भरवताना खूप कष्ट पडतात आणि खूप जणांचे हात त्या यशामागे असतात. इथे मात्र मी विकलांग असल्यामुळे सर्व श्रेय मला एकटीलाच मिळत होतं आणि त्यामुळे मी पार संकोचून गेले होते. पण तरीही ही प्रसिद्धी नवी आणि मला हवीशीही होती. अचानक मी एक प्रसिद्ध आणि महत्त्वाची व्यक्ती बनले होते. या सगळ्या सुखाचा मी मनापासून आस्वाद घेत होते. माझ्या वेदना, माझी हुरहूर बाजूला टाकून हे यश मी अक्षरशः चाखत होते..!

११

१९९६ च्या सुरुवातीला अखेर माझ्या आयुष्याला दिशा मिळाली. जेव्हा माझ्या बऱ्या होण्याच्या सगळ्या शक्यता मावळत चालल्या होत्या, तेव्हा विक्रम दत्त यांनीच माझ्या कुटुंबीयांना डॉ. चहल यांचं नाव सुचवलं होतं. विक्रम दत्त आमच्याकडे कधीतरी येत. प्रदर्शनानंतरही श्री. दत्त मला भेटायला आले होते. प्रसन्न व्यक्तिमत्त्वाचे, मितभाषी, कमालीचे विनम्र विक्रम दत्त आता 'स्पायनल सेंटर'च्या कमिटीवर होते.

त्यांनी मला असा प्रश्न विचारला ज्याचा मी कधी खोलात जाऊन विचारच केला नव्हता. त्यांनी मला विचारलं की 'तुला यापुढे काय काम करायला आवडेल?' त्यांनी पर्यायही दिले, चित्रं काढत राहाणं किंवा एखादा नवीन विषय शिकून एक व्यवस्थित नोकरी करणं किंवा... त्यांच्या 'स्पायनल सेंटर'च्या पुनर्वसन केंद्रात मदतनिसाचं काम करणं...

भविष्य..? आयुष्य जसं वळत होतं तसं मी स्वत:ला वळवत होते. माझ्यासाठी कामाचे इतके पर्याय असू शकतात याची मला जाणीवच नव्हती तोपर्यंत! आणि तरीही क्षणार्धात मी त्यांना उत्तर दिलं, ''मला संधी मिळाली तर पुनर्वसन केंद्रात काम करायला मला आवडेल.''

चित्रांनी जरी मला प्रसिद्धी मिळवून दिली असली, तरी माझ्यासाठी तो व्यवसाय ठरू शकत नव्हता. कारण त्यात अत्यंत अस्थिरता होती. शिवाय माझी कला आणि माझी विकलांगता यांत फारच पुसटशी रेषा होती. माझ्या विकलांगतेकडे बघून लोक कदाचित माझी चित्रं घेत असतील, तर मला ते नको होतं. लोकांनी केलेल्या दानधर्मावर मला आयुष्य उभारायचं नव्हतं. शिवाय प्रसारमाध्यमांनी मला 'उमलती, विकलांगतेवर मात करणारी कलाकार' असा शिक्का बहाल केला होता. त्या पार्श्वभूमीवर पेंटिंग हा माझा व्यवसाय मला बनवायचा नव्हता. छंदासाठी चित्रं काढायची माझी तयारी होती, कारण ती विकण्याचं माझ्यावर बंधन नसणार होतं.

आणखी काहीतरी शिक्षण घेणं हा पर्याय होता. त्यामध्ये खूपच अडचणी होत्या. यापुढे मी काय शिकणार? आयुष्यभर अभ्यास मी फारसा गंभीरपणाने घेतला नव्हता, त्यामुळे आता ते कसं जमेल? शिवाय मी कॉलेजमध्ये जाणार

कशी? कॉलेजमध्ये सुविधा असतील का? सदैव सोबत असणाऱ्या मदतनिसाचं मी काय करू? एवढं करून मी शिकलेच तरी नोकरी मिळण्याची शाश्वती नव्हतीच.

म्हणूनच मी पुनर्वसन केंद्रात काम करण्याचा पर्याय निवडला होता. तिथे मला अधिक काम करता आलं असतं. शिवाय मी स्वत: विकलांग असल्यामुळे मला याचं गांभीर्य कळत होतं. माझ्या व्यवसायाच्या निवडीबाबत मला खात्री होती. नियती हळूहळू तिच्या योजना माझ्यापुढे उलगडत होती. मि. दत्त माझ्या आयुष्यातल्या या टप्प्यावर मला दिशा देण्यासाठी होते.

माझी इच्छा असल्यास लंडनला दोन महिन्यांच्या प्रशिक्षणासाठी पाठवायची विक्रम दत्त यांनी तयारी बोलून दाखवली. हे समुपदेशकांचं काम होतं. मणक्यांच्या दुखापतींची रुग्णाला किंवा त्यांच्या नातेवाईकांना नीट माहिती देणं, हे माझं मुख्य काम होतं. माझ्या मते हे माझ्यासाठी सर्वांत योग्य काम होतं. मणक्याच्या व्याधीशी झगडणाऱ्या व्यक्तींना मदत करणं म्हणजे समाजासाठी काही काम करणंच होतं. माझ्या अपघाताच्या वेळी असं समुपदेशन मिळालं असतं, तर माझे कुटुंबीय भरकटत राहिले नसते. रुग्ण आणि डॉक्टर यांच्यातली दरी मला सांधायची होती. शिवाय यात कोणताही दानधर्म किंवा अनुकंपा असणार नव्हती, कारण माझ्यासारख्याच माणसांची मी मदत करणार होते.

मी बाबांबरोबर १ एप्रिल, १९९६ रोजी प्रशिक्षणासाठी लंडनला रवाना झाले. याच दिवशी ४ वर्षांपूर्वी माझ्यावर (योग्य) शस्त्रक्रिया झाली होती. हिथ्रोच्या विमानतळावर आम्हाला नेण्यासाठी एक टॅक्सी येणार होती, ती आम्हाला कॉर्नवेलला घेऊन जाणार होती. 'ड्युक ऑफ कॉर्नवेल स्पायनल ट्रीटमेंट सेंटर'मध्ये माझं प्रशिक्षण होणार होतं. हा कालावधी दीड महिन्याचा होता. हॉस्पिटलच्या स्टाफ क्वार्टर्समध्येच आमची राहाण्याची सोय केली होती. तिथून प्रशिक्षण केंद्र आवारातच १० मिनिटांच्या अंतरावर होतं.

इंग्लंडसारख्या प्रगत देशात अशी शिकण्याची संधी मिळणं माझ्यासाठी अनेक अर्थांने मोठी गोष्ट होती. याआधीही मी युरोपमध्ये गेले होते. पण त्या वेळी तिथली सौंदर्यस्थळं, स्वच्छता, वास्तुकला अशा गोष्टींमध्ये रस होता. पण आता मात्र सगळा दृष्टिकोनच वेगळा होता. आता एक अपंग व्यक्ती म्हणून वेगळ्या दृष्टीने मी सारं बघत होते. विकलांगतेकडे बघण्याचा या देशाचा आदराचा दृष्टिकोन आणि आपल्या देशातील विकलांगांकडे बघण्याची दृष्टी यात जमीन-अस्मानाचा फरक होता. अपंग लोकांना तिथला समाज आदराने आपल्यात सामावून घेतो.

त्यांच्या विशिष्ट गरजांची काळजी सरकारच घेतं. हे सगळं मला नवीनच होतं. आपल्या देशात विकलांगाची जबाबदारी ही त्यांच्या घरच्यांनी उचलायची असते, सार्वजनिक ठिकाणच्या सोयीसुविधा तर लांबच राहिल्या.

आम्ही हॉस्पिटलच्या दिशेने जाताना मला सर्वप्रथम काय जाणवलं, तर रस्त्यावर व्हीलचेअर घेऊन फिरणारी खूप लोकं होती. आणि त्यांचे सर्व व्यवहार सामान्य आणि सुरळीतपणे चालू होते. त्यात काही वृद्धही होते. पण एकंदरीतच 'विकलांगता' ही एक सर्वसामान्य बाब म्हणून इथे समाजाने स्वीकारली होती. आपल्या देशात वृद्ध आणि विकलांग यांना घराच्या अघोषित तुरुंगात जखडून ठेवलं जातं. पण इथे 'विकलांगता' ही नैसर्गिक बाब म्हणून स्वीकारलेली दिसत होती आणि विकलांगांबद्दल अतिशय आदर दिसत होता. विकलांग हे समाजाच्या मुख्य प्रवाहाचेच भाग होते.

दिल्लीमध्ये प्रत्येक वेळी मी बाहेर पडले की बघे जमायचे. ''मला काय झालं असेल? आता माझ्याशी लग्न कोण करणार? इतक्या सुंदर मुलीचं आयुष्य आता वायाच जाणार.'' अशा प्रतिक्रियांनी मला सुरुवातीला खूप वाईट वाटायचं. पण नंतर मीच विचार करू लागले, ''हो. मला माहीत आहे माझं लग्न होऊ शकत नाही. पण इथे लग्न करायचंय कुणाला?'' कित्येकदा नोकरीच्या मुलाखतीसाठी गेल्यावर माझ्या शारीरिक अवस्थेचं ओझं झाल्याचं अनेकांच्या नजरेत मी बघितलं होतं. मग मला जे संपूर्ण स्वावलंबी बनायचं होतं, ते मला कसं शक्य होईल? इथे सॅलिसबरीमध्ये अशा विकलांग व्यक्तींचे एकत्र असलेले, आनंदी समुदाय बघितल्यावर माझे विचार बरोबर असल्याची मला खात्री पटली.

सॅलिसबरीमध्ये मला पुनर्वसनाचा आणि विकलांगतेचाही अर्थ नीट समजला. पुनर्वसनाला एक विशिष्ट कार्यप्रणाली आहे. माझं पुनर्वसन अर्धवट माहितीच्या आधारे, कोणत्याही साधनांशिवाय आमचं आम्हीच केलं होतं. इथे अनेक गोष्टी शिकले. सर्वांत महत्त्वाची गोष्ट म्हणजे 'विकलांगता' हा आयुष्याचा शेवट नाही, तरी एक अडथळा आहे, जो पुनर्वसनाने पार करता येऊ शकतो! विकलांग असणं म्हणजे फार काही वेगळं नाही. इथे पुनर्वसनासाठी आलेल्या रुग्णांमध्ये मला सामान्य पद्धतीने आयुष्य जगण्याचा निकोप दृष्टिकोन जाणवला. ही सगळी सामान्य माणसंच होती, फक्त व्हीलचेअर वापरत होती इतकंच! भेटायला येणाऱ्या कुणाही पाहुण्याच्या नजरेत उपकार किंवा दयेची भावना नव्हती. हा माझ्यासाठी डोळे उघडणारा अनुभव होता.

माझ्यासाठी अविस्मरणीय ठरलेला अनुभव होता तो पुनर्वसन केंद्रातल्या कॉकटेल पार्टीचा! सेंटरनं आजी-माजी रुग्णांसाठी एका कॉकटेल पार्टीचं

आयोजन केलं होतं. मी ती संध्याकाळ कधीच विसरू शकत नाही. तिथली आधीची पेशंट असलेली आणि आताची माझी मैत्रिण लॉरा संध्याकाळी सात वाजता मला घ्यायला आली. मी पार्टीला एकटीच जाणार होते, प्रथमच कुटुंबीयांशिवाय! विकलांग असूनही लॉरा स्वत: गाडी चालवत असे आणि तिची व्हीलचेअर कारमध्ये ठेवण्यापासून सगळं स्वतःच करत असे. घरातल्या कुणाच्या सोबतीशिवाय बाहेर पडायची माझी पहिलीच वेळ होती. मी थोडी अस्वस्थ होते. पण लॉराने मला धीर दिला. पार्टीला माझ्यासारखेच सगळेजण असणार होते आणि वेळ पडली तर ते मला मदत करतील, असं लॉराने मला आश्वासन केलं.

हॉस्पिटलपासून दोन मैलांवरच्या एका शाळेच्या बास्केटबॉलच्या इनडोअर मैदानावर पार्टी होती. आम्ही कारमधून उतरणार इतक्यात धोधो पाऊस कोसळायला लागला. पाऊस थांबण्याची आम्ही थोडी वाट बघितली, पण तशी चिन्हं दिसेनात म्हणून आम्ही उतरून जायचं ठरवलं. आमच्याच एका अपंग मित्राने मला माझ्या चेअरमध्ये बसायला मदत केली. आता हॉलपर्यंत मी स्वतःच जाईन अशी त्याची अपेक्षा असावी. पण त्या धोधो पावसात माझी 'खास' भारतीय व्हीलचेअर चालेचना. लॉरा बघताबघता तिच्या व्हीलचेअरवरून निघूनही गेली. मी मात्र नेटाने माझा प्रयत्न करत होते. ओल्या स्टीलच्या कड्यांवरून हात सारखा सटकत होता. हॉलपर्यंत कशीबशी पोहोचले, पण खूप थकले होते. पण आत काही निराळाच अनुभव मला येणार होता !

हॉल माणसांनी खचाखच भरला होता. फक्त अर्धीअधिक मंडळी व्हीलचेअरवर होती. छान संगीत सुरू होतं आणि व्हीलचेअरवरची सगळीच जणं संगीताचा, नृत्याचा आनंद घेत होती! नृत्य... हा शब्द मी विसरलेच होते. अपघातानंतर नृत्याची शक्यता मी मनाच्या तळात दाबून टाकली होती. आणि इथे मात्र आपल्या धडधाकट जोडीदाराबरोबर आपली व्हीलचेअर मागेपुढे हालवत अनेकजण नृत्याचा आनंद घेत होते. माझ्यात नृत्याची ऊर्मी पुन्हा उफाळून आली. पण मला आश्चर्याचा इतका मोठा धक्का बसला होता की माझा विश्वासच बसत नव्हता... हे शक्य आहे? अजूनही..?

''तू काय घेशील?'' लॉराच्या प्रश्नाने मी जमिनीवर आले. अपघातानंतर औषधांव्यतिरिक्त मी कोणत्याच द्रव्याची चव घेतली नव्हती. या आधी कधी मद्यप्राशनाची वेळ आली नव्हती. पण ही पार्टी कॉकटेल पार्टी असल्यामुळे मला तो आनंदही गमवायचा नव्हता. ''मला माहीत नाही,'' मी म्हणाले. ''पण तू जे घेते आहेस ते मला चालेल.''

पुढच्या काही मिनिटांत मी बिअरचा ग्लास हातात घेऊन लॉरा आणि

तिच्या मित्रमंडळीत सामावून गेले.

"तुला माहीत आहे? अखेर अँडीने नीनाला लग्नाची मागणी घातली." तिथल्या मंडळींत आनंदाचे चीत्कार उमटले. "किती छान!"लॉरा टाळ्या पिटत म्हणाली.

थोड्या वेळाने मी लॉराला विचारलं, "हा अँडी कोण?"

"तुला अँडी माहीत नाही? तो पुनर्वसन केंद्रात दाखल झालाय तो अँड्र्यू. तुला माहीत असणार अगं!" लॉरा म्हणाली.

"अरे, तो अँड्र्यू? त्यांचं लग्न ठरलं?" मी अविश्वासाने विचारलं. मी विचारात हरवले. अँड्र्यू आताच ॲडमिट झालाय, तो अजूनही व्हीलचेअरमध्ये आहे. त्याचं लग्न कसं ठरू शकतं?

"ती थेरपिस्ट नीना आहे नां, तिच्याशी ठरलंय लग्न. तुला नीनासुद्धा माहीत आहे!"

म्हणजे काय? मला नीना माहीतच आहे. सुंदर, हसऱ्या डोळ्यांची फिजिओथेरपिस्ट, पण ती अँडीशी का लग्न करतीय? नक्कीच तो देखणा होता – पण अपंग होता !

"अगं, त्यांची जोडी किती छान दिसते!" लॉराने कोपऱ्यातल्या दोघांकडे बोट दाखवत म्हटलं.

नीना आणि अँडी हॉस्पिटलमध्येच एकमेकांना भेटले, तेव्हा अँडी पुनर्वसनासाठी ॲडमिट होता. तिथेच त्यांचं जमलं. एक धडधाकट व्यक्ती एका अपंग व्यक्तीच्या प्रेमात पडते, हे सत्य मला झेपतंच नव्हतं. खरंच ते किती छान दिसत होते! नीना अँडीच्या मांडीवर त्याच्या बाहुपाशात किती छान, आरामात बसली होती! ते एकमेकांवर प्रेमाचा वर्षाव करत होते. मला तर ते परीकथेतल्या पात्रांसारखेच भासत होते. हे खरंच कसं शक्य आहे? मी पूर्ण पार्टीभर त्यांच्याकडे किंचित द्वेषाने बघत होते!

१२

मी लंडनहून परत येतानाच दिल्लीतल्या 'इंडियन स्पायनल इंज्युरीज सेंटर' इथे माझी नोकरी पक्की झाली होती. आता ही संस्था आकाराला येत होती आणि श्री. दत्त यांच्या हाताखाली मी काम करणार होते. मला आता केवळ महिन्याला ठरावीक पगार मिळणार म्हणून मी आनंदात नव्हते, तर आता मला अशा ठिकाणी काम करायला मिळणार होतं, जिथे माझ्यासारख्या रुग्णांना आयुष्याचं वरदान मिळत होतं. आजपर्यंत माझ्या घरच्यांकडून, हितचिंतकांकडून मला बिनशर्त प्रेम मिळालं होतं. त्याची परतफेड करण्याची संधी चालून आली होती.

हे सेंटर पतपरगंजपासून अगदी दुसऱ्या टोकाला वसंतकुंजमध्ये असणार होतं. रोजचा साठ कि.मी.चा प्रवास करणं माझ्या आवाक्याबाहेरचं होतं. हॉस्पिटलने मला राहाण्यासाठी एक खोली देऊ केली. स्टाफ क्वार्टर्स अजून बांधून व्हायची होती. त्यामुळे तात्पुरत्या ऑफिसच्या आवारात एक साधी खोली मला मिळणार होती. खरंतर ती जागा अजून राहाण्यायोग्य नव्हती, पण रोजच्या प्रवासापेक्षा तिथे राहाणं मला अधिक सोयीचं होतं.

'इथे सुरक्षित वाटतंय?' असा प्रश्न मला कुणी विचारला असता, तर मी उत्तर दिलं असतं 'नक्कीच नाही!' हॉस्पिटलच्या आवारात एका टोकाला ही खोली होती. वॉचमनची खोलीही इथून लांब होती, शिवाय कुंपणाला लागून होती. तिथे २४ तास राहाणाऱ्या आम्ही दोघीच होतो, मी आणि पुतुल. कामाच्या वेळा संपल्यावर तिथे भयाण शांतता असे. हॉस्पिटल पूर्णपणे सुरू झालेलं नसल्यामुळे सर्व कर्मचारी वर्ग पाच वाजताच निघून जाई. पण चोरीला जाण्यासारखं माझ्याकडे काहीच नसल्यामुळे मला कसलीच भीती वाटत नसे.

'इथे आराम आहे का?' असं कुणी मला विचारलं असतं, तर माझं उत्तर असतं,'नक्कीच नाही?' आधी तिथे स्वयंपाकघरच नव्हतं, त्यामुळे सर्व वेळी मला जेवण बाहेरून मागवावं लागे. छताला ॲस्बॅस्टॉसचे पत्रे असल्यामुळे दिवसा खूप गरम होत असे. फोन, फ्रीझ किंवा टीव्ही या मूलभूत सोयी आपण वापरतो, त्या तर इथे नव्हत्याच. संडास-बाथरूम रूमपासून लांब होतं. त्यामुळे फार गैरसोय होई. विशेषत: आंघोळीच्या वेळी फार पंचाईत होई, कारण कपडे बदलायला मला बेडचा आसरा घ्यावा लागे. हॉस्पिटलपर्यंतचा रस्ता कच्चा असल्याने पावसाळ्यात

मला तो बऱ्याचदा वापरता येत नसे.

मला कुणी विचारलं असतं की, 'तू इथे खुश आहेस नां?' तर मात्र मी उत्तरले असते 'हो, नक्कीच!' यापेक्षा अधिक मला मिळालंही नसतं आणि यापेक्षा जास्तीची मला अपेक्षाही नव्हती. मी त्या क्षणी 'जगी सर्वसुखी' अशी व्यक्ती होते.

माझी अवस्था बघता इथे राहाण्याचा निर्णय थोडा बेफिकीरीचा होता, पण तरीही त्या बेफिकीरीतला कैफ मला हवा होता, असं मला जाणवत होतं. तिथे राहाणं हे खरंच आव्हान होतं, पण त्या आव्हानात जगण्याचा अत्युच्च आनंदही होता!

उबदार, सुरक्षित अशा घराच्या पंखांतून मी बाहेर पडत होते. आता मी स्वतंत्र होत, भरारी घेण्यासाठी तयार होते, माझ्या पंखांत आत्मविश्वासाचं बळ आलं होतं...

किती विरोधाभास हा! अपघातापूर्वी कुटुंब हेच माझं सर्वस्व होतं. लग्न करून संसार थाटायचा इतकी माफक अपेक्षा होती माझी आयुष्याकडून. स्वतंत्र व्यक्तिमत्त्व जपणं वगैरे माझ्या गावीही नव्हतं. पण एका अपघाताने माझ्या शारीरिक अवस्थेपलीकडे जाऊन मला बदललं. चार वर्षं अपार प्रेमात, मायेच्या माणसांच्या सहवासात घालवल्यावर आता त्या उबेतून मला बाहेर पडायचं होतं, ती सुरक्षितता नको होती. आता स्वावलंबनापेक्षा कोणतीच गोष्ट माझ्यासाठी महत्त्वाची नव्हती! घरच्यांचं प्रेम, सुरक्षितता, आधार मला या स्वावलंबनापासून दूर नेत होता. माझ्या विकलांगतेमुळे मी आधीच खूप तडजोड केली होती. आता मला स्वतःच्या मर्जीने, माझ्या मनासारखं आयुष्य जगायचं होतं. त्यासाठी कोणतेही धोके पत्करायची माझी तयारी होती. मला माझी स्वतंत्र ओळख हवी होती.

बाबांचं घर सोडायला आणखी एक गोष्ट कारणीभूत ठरली. बाबा जरी माझ्यावर निरपेक्ष प्रेम करत होते, माझा आधार होते, तरी आता मीरा तिथे राहायला आली होती. आम्ही तिघांनी एकत्र राहाणं म्हणजे तिघांनीही आपापल्या आयुष्याशी नकोशी वाटणारी तडजोड करण्यासारखं होतं. बाबांना पटत नसलं तरी मला मदतनिसाची आवश्यकता होती. मी घरातून बाहेर पडणं बाबांना फारसं पटलं नसलं, तरी तेच सर्वांच्या दृष्टीने हिताचं होतं. एकमेकांपाशी राहून, मन मारून जगण्यापेक्षा लांब राहून आमचं नातं निकोप राहाणार होतं. शिवाय आता मला बाबांवर ओझं बनून राहायचं नव्हतं. माझ्या जगण्याच्या रोजच्या लढाईत बाबांची ससेहोलपट मला करायची नव्हती. माझी लढाई मला लढायची होती आणि माझा मार्ग स्वतःच तयार करायचा होता. म्हणून मला वेगळं राहणं भाग होतं. आता आयुष्य एका वेगळ्या वळणावर आलं होतं.

पहिल्या दिवसापासून मी स्वत:ला कामात झोकून दिलं. पूर्वी माझा वेळ तासन्तास पेंटिंगमध्ये एका जागी जात असे. आता मात्र मी माझ्या नव्या, देखण्या, लंडनहून आणलेल्या व्हीलचेअरवरून सतत इकडेतिकडे हिंडत असते. आता अचानक माझ्या आजूबाजूला नवं जग होतं. माझ्या सहकाऱ्यांबरोबर काम करायला मी खूप उत्सुक होते.

मी खूप आनंदात होते. स्वत:साठी काही करता आल्यामुळे आणि कुटुंबाच्या कोशातून बाहेर पडल्यामुळे मी खरंच खूप आनंदात होते. माझं नवीन आयुष्य सुरू झाल्यामुळे मी आनंदात होते. आता भविष्यातली नवी स्वप्नं मला खुणावत होती आणि मोकळ्या आभाळात उडण्यासाठी माझं मन आसुसलं होतं.

सुरुवातीच्या काळात रुग्ण नव्हतेच. त्यामुळे समुपदेशनापेक्षा मी इतर कामात स्वत:ला गुंतवलं. त्यापैकी एक महत्त्वाचं काम म्हणजे मणक्याच्या आजारांविषयीच्या उपलब्ध माहितीचा नीट संग्रह करून ठेवणं. या फाईलचं नाव मी 'मणक्यांविषयी सर्व काही!' असं ठेवलं होतं. ही फाईल मी पेशंट आणि त्यांच्या नातेवाईकांसाठी तयार करत होते. रुग्णाला नक्की काय झालंय, शस्त्रक्रियेनंतर त्यांनी काय काळजी घ्यायची, किंवा आयुष्यभरासाठी काय उपाययोजना करायच्या याविषयी सोप्या भाषेतली ती टिपणं होती. ही पुस्तिका त्या वेळी भारतात एकमेव होती. त्याचं खूप कौतुक झालं, शिवाय ती हिंदीमध्ये भाषांतरितही झाली. नंतर काही वर्षांनी थोड्या संपादकीय बदलांनंतर त्याचं पुस्तकात रूपांतर केलं गेलं आणि ॲडमिट झालेल्या रुग्णांसाठी ते उपलब्ध झालं. या कार्यात माझा खारीचा वाटा होता, याचं मला अतीव समाधान वाटतं. ही खूप मूलभूत माहिती होती, जी चार वर्षांपूर्वी आम्हाला मिळूच शकली नाही!

मी तिथे कामाला लागल्यानंतर दोन वर्षांनी रुग्णांना ॲडमिट व्हायची सोय झाली. या दोन वर्षांच्या काळात एका आंतरराष्ट्रीय पुरस्कृत संशोधन प्रकल्पात मला काम करता आलं. त्यातलं महत्त्वाचं काम होतं की डॉक्टर्स आणि पॅरामेडिकल कर्मचाऱ्यांमध्ये, नर्सेसमध्ये मणक्यांच्या आजाराविषयी जन जागरूकता निर्माण करणं. त्या काळात या क्षेत्रात मोजकीच डॉक्टरमंडळी काम करत होती. मणक्याच्या दुखापतीबद्दल, आजाराबद्दल समाजात अनभिज्ञताच होती. या आजाराचे निदान मोठ्या प्रमाणावर होऊ लागल्यावर त्याविषयी जागरूकता निर्माण करणं आणि चर्चा घडवून आणणं महत्त्वाचं ठरू लागलं. खूप काम करणं गरजेचं होतं. आत्ता कुठे हिमनगाचं एक टोक दिसलं होतं.

हॉस्पिटलमध्ये नव्या दमाची, नव्या विचारांची, नव्या तडफेची

डॉक्टरमंडळी भरती झाली. त्यांच्यात मी अगदी सहज मिसळून गेले. जरी मी आठवड्याच्या शेवटी घरी जात असे, तरी माझं आयुष्य त्या खोलीभोवती आणि माझ्या कामाभोवतीच रुंजी घालत होतं. आता माझी नवी मित्रमंडळी तयार झाली होती. प्रत्येक छोट्या कामासाठी आता मला बाबांवर अवलंबून राहायची गरज नव्हती. एक विकलांग म्हणून समाजात मला तडजोड करून राहाणं गरजेचं होतं. केवळ माझ्या कुटुंबीयांना त्रास होऊ नये म्हणून काही गोष्टी माझ्या मी निवडल्या होत्या, त्याच्याशी जुळवून घेणं भाग होतं. मी माझ्या स्वतंत्र, छोट्या जगात खूश होते. एका सर्वसामान्य माणसासारखं आयुष्य जगण्याच्या दिशेने माझा रोज प्रवास सुरू होता.

माझा हा झगडा चालू असताना बाबा एक निराळीच केस लढत होते. त्यांनी विमा कंपनीच्या विरोधात माझ्या अपंगत्वाला कारणीभूत ठरलेल्या अपघाताच्या भरपाईबद्दल केस दाखल केली होती. सहा वर्षं बाबांनी नेमाने या केसचा पाठपुरावा केल्यावर अखेर निर्णय बाबांच्या बाजूने लागला. मी जे गमावलं, त्याची थोडीफार तरी भरपाई व्हावी इतकीच त्यांची इच्छा होती.

या केसचा निकाल लागण्याच्या आठवडाभर आधी एक गोष्ट घडली. बाबांच्या घरातल्या साईबाबांच्या प्रत्येक तसबिरीतून विभूती बाहेर येताना दिसत होती, असं बाबांनी मला सांगितलं. घरी गेल्यावर तसबिरीला चिकटलेली ती विभूती बघून मला जरा नवलच वाटलं. ती खरोखरच तसबिरीतून बाहेर आल्यासारखी दिसत होती. पण मला काय बोलावं ते कळेना. मी त्यावर विश्वास ठेवला कारण बाबांचा विश्वास होता. बाबांसाठी ती विभूती म्हणजे साईबाबांचा आशीर्वाद होता. बाबांच्या अथक लढ्याला यश आलं आणि केसचा निकाल आमच्या बाजूने लागला. मला भरपाई म्हणून चोवीस लाख रुपये मिळाले. त्या काळी अपघातात पाय गमावलेल्या रुग्णांना मिळू शकणारी सर्वात जास्त रक्कम होती ती. बँकेत थोडे पैसे आहेत या भावनेने थोडं सुरक्षित वाटत होतं मला आणि अचानकच आजवर जे करता आलं नाही ते करून बघण्याची एक शक्यताही तयार झाली.

॰॰॰

रुग्ण हॉस्पिटलमध्ये ॲडमिट झाल्यानंतर माझं काम सुरू झालं. मी स्त्रियांशी बोलायला सुरुवात केली कारण त्यांची शरीररचना माझ्यासारखीच होती. शिवाय स्त्रियांसाठी महिला समुपदेशक आणि पुरुषांसाठी पुरुष समुपदेशक ही विभागणी योग्य होईल असं हॉस्पिटलच्या प्रशासनाला वाटत होतं.

मणक्यांचे आजार किंवा दुखापती या काही गंभीर आजारांपैकी एक आहेत. स्वानुभवाने मी हे सांगू शकते की अशी इजा आपल्याला झाली आहे, हे मान्य करणं कित्येक दिवस जमत नाही. त्यामुळे नुकत्याच असा आजार झालेल्या, अजूनही पुनर्वसन केंद्रात आलेल्या स्त्रियांनी आपल्या आयुष्यावर कायमचा झालेला आघात झटकन स्वीकारावा, अशी माझी अपेक्षाच नव्हती. पण एक चांगली गोष्ट म्हणजे, माझं म्हणणं त्या शांतपणे ऐकून घेत असत. माझ्याकडून मिळणाऱ्या माहितीवर त्यांचा विश्वास बसे, कारण माझं बोलणं अनुभवातून आलं होतं हे त्यांना दिसत होतं.

मी रुग्णांच्या वैयक्तिक प्रश्नांकडे जाणीवपूर्वक लक्ष देत नसे, तरीही माझी एक रुग्ण अशी होती की तिची आणि माझी गोष्ट सारखी होती. पण तो संघर्ष आणि वेदना अटळ होत्या. परिस्थितीशी जुळवून घेण्याचा तो एक अटळ भाग होता.

मणक्याच्या आजाराची माहिती देताना ती मी चार टप्प्याने देत असे. पहिली पायरी म्हणजे हा आजार म्हणजे नक्की काय याची कल्पना देणं. शिवाय त्याबरोबर येणाऱ्या इतर गुंतागुंतीच्या गोष्टी उदा. बेडसोअर्स, मूत्रशयातला जंतुसंसर्ग, श्वसनाचे विकार इ. मी त्यांना समजावून सांगत असे.

दुसरी पायरी म्हणजे या व्याधीमुळे एकंदरीत आयुष्यात करावे लागणारे बदल, ज्यामुळे ते जास्तीत जास्त सुदृढ आणि आरोग्यपूर्ण आयुष्य जगू शकतात. उदा. त्यांच्या शरीराला आवश्यक तेवढं पाणी प्यायलंच पाहिजे, कोणत्या प्रकारचं अन्न आणि द्रवपदार्थ त्यांनी घ्यावेत, किंवा अगदी साधी गोष्ट म्हणजे अति थंडी आणि अति उन्हाळ्यापासून, आजारी पडण्यापासून स्वतःला वाचवणं.

तिसरं म्हणजे, अशा आजारातून बऱ्या झालेल्या, छान आयुष्य जगणाऱ्या रुग्णांची मी त्यांना उदाहरणं देत असे. पण प्रत्यक्षात मी अशा व्यक्तींमुळे फारशी प्रेरित नाही झाले. कारण माझ्यासमोर कोणाची फारशी उदाहरणं नव्हती. मी माझ्याभोवती वावरणाऱ्या लोकांकडून, कधीतरी माझ्या रुग्णांकडूनही प्रेरणा घेत असे. परिस्थितीशी झुंजण्याची मनाची ताकद, जगण्याची जिद्द आणि चिकाटी हे गुण माझ्या मनाला अधिक भिडत.

चौथी पायरी कुटुंबातील घटकांची असे. मणक्याच्या आजाराने माणूस होत्याचा नव्हता होऊ शकतो. त्यामुळे त्याच्या आयुष्याचा घरातील लोकांवरही परिणाम अर्थात होत असतो. हे सगळं कसं हाताळायचं ते मी समजावून सांगत असे. घरचे कितीही प्रेमळ, निस्वार्थी, निस्पृह मनाने करत असतील, तरी रुग्णाचं आयुष्य नक्कीच बदलतं. त्याला कसं सामोरं जायचं हे मी समजावून सांगत असे. वास्तविक पाहता, ही पायरी सांगणं माझ्यासाठी खूप अवघड होतं कारण मी स्वतः

या परिस्थितीपासून पळून जायचाच प्रयत्न करत होते की! माझा प्रवास आत्मशोधाचा होता. कधी काळी हुशार म्हणून ओळखली जाणारी मी,माझ्यावर आता लोक दया दाखवत असत आणि तेच मला नको होतं. या सगळ्यातून बाहेर पडण्याचा एकच मार्ग होता, कुटुंबापासून लांब राहणे!

या काळात मी निरनिराळ्या आर्थिक स्तरातून आलेल्या अनेक स्त्रियांना भेटले. विवाहित स्त्रियांना आपल्या नवऱ्याची आणि मुलांची चिंता असे, तर काहीजणींना नवरा आता आपल्याला टाकून देईल याची भीती. अविवाहित स्त्रियांना आपण बऱ्या होऊन आपल्याला चांगला जोडीदार मिळण्याची आशा वाटत होती. 'आपण कुटुंबाची काळजी घेण्याऐवजी आता आपलीच काळजी घरच्यांनी घ्यायचीय' ही गोष्ट त्यांना पटवून सांगणं फार अवघड होतं.

या स्त्रियांच्या भीतीमध्ये मला माझी स्थिती पुन्हा पुन्हा आठवत होती. लग्न करून संसार थाटण्याचं एक साधंसं स्वप्न होतं माझं; पण पुण्याच्या पुनर्वसन केंद्रात स्वत:ला आरशात बघून त्या स्वप्नाची राखरांगोळी झाली होती. मीच माझं 'हे' रूप पचवू शकत नव्हते, स्वीकारू शकत नव्हते, तर इतरांनी ते कसं स्वीकारलं असेल? मी तशी अपेक्षा तरी कशी बाळगावी?

समुपदेशन करताना माझी या स्त्रियांना किती मदत झाली हे त्यांनाच माहीत, पण मी मात्र त्यांच्याकडून खूप काही शिकले. प्रत्येकाचा प्रश्न निराळा होता आणि त्यावर मात करण्याची पद्धतही निराळी होती. या सगळ्याला धीराने सामोरं जाणं किती अवघड होतं, याचा मला 'याचि देही, याचि डोळा' अनुभव होता. 'सगळं संपलं आता' असं म्हणणं खूप सोपं होतं; पण निराश न होता यातली प्रत्येक जण आपली लढाई लढत होती. पूर्वीचे दिवस किती सुंदर होते किंवा आता भविष्य कितीही अंध:कारमय असलं तरी त्यांच्या जिद्दीने मला दिपवून टाकलं. माझ्या नजरेत त्यामुळे प्रत्येक जण जणू शूर योद्धा होती.

याच काळात सनम आणि रिचाला मी भेटले. दोघीही एका मध्यमवर्गीय कुटुंबातल्या होत्या. एकीला अपघातात मार बसला होता, तर दुसरी रस्त्यावरच्या गोळीबाराला बळी पडली होती. या दोघीही माझ्यापेक्षा थोड्याच लहान होत्या पण परिस्थितीशी धाडसाने लढत होत्या. आज सनम तिच्या नवऱ्याबरोबर प्राण्यांचं एक केंद्र चालवते, तर रिचा एका आयटी कंपनीत छान नोकरी करते. आज त्यांच्यासाठी अशक्य असं काहीच नाही!

मी मनातल्या मनात माझ्या अपघातानंतरच्या आयुष्याचा ताळेबंद बांधत होते.

मी काय गमावलं ?
मी खूप काही गमावलं...
बरोबरचे सोबती यशाच्या वाटेवर
कितीतरी पुढे निघून गेले...
त्यांनी त्यांची आयुष्य घडवली त्या वेळी,
मी आयुष्याचा नव्याने विचार करू लागले...
आयुष्यातले मोठे निर्णय त्यांनी
लीलया घेतले असताना
मी मात्र माझ्या शरीरधर्माच्या
मूलभूत प्रश्नांमध्ये अडकले होते...
खरंच मी खूप काही गमावलं होतं...

−मग मी कमावलं काय ?
मी कमावलंही खूप सारं...
इतरांना आनंदी होण्यासाठी वेळ नव्हता
तेव्हा छोट्या गोष्टींमध्ये मला आनंद सापडला...
पगारांच्या रकमांमध्ये, महिन्याच्या खर्चात अडकण्यापेक्षा
अगणित लोकांच्या मनात आशेचा किरण मी जागवला...
ऐहिक श्रीमंतीत कमालीच्या असमाधानी सोबत्यांपेक्षा
माझी झोळी सुख−समाधानाने भरभरून वाहत होती...
माझ्या सुखदुःखाचा जमाखर्च मी मांडला होता....
−आणि माझी ओंजळ पूर्ण भरली होती

१३

पुनर्वसन केंद्रात आलेल्या सर्व थेरपीस्ट मंडळींशी माझी मैत्री झाली होती. त्यांच्यापैकी बहुतेक सगळेच जण माझ्यापेक्षा पाच वर्षांनी लहान होते आणि त्यांनी नुकतीच पदवी मिळवली होती. त्यांच्यात आणि माझ्यात एक समान दुवा होता, अपघातानंतरची माझी आणि शिक्षण पूर्ण झाल्यानंतरची त्यांची ही पहिलीच नोकरी होती. त्यामुळे माझ्या वयाच्या लोकांपेक्षा यांच्यातच मी जास्त रमत होते. आमच्या प्रत्येकाच्या डोळ्यांत भविष्याची बिलोरी स्वप्नं होती. आमच्यात अभूतपूर्व उत्साह होता. त्यामुळे आम्ही सगळेच खूप मन लावून काम करत होतो. सर्व दिवस कामात व्यग्र असलो तरी जेवणाच्या सुटीत सर्वजण एकत्र भेटत.

या नोकरीच्या काळात भुवनेश्वरहून आलेली ॲनी माझी घट्ट मैत्रीण बनली होती. तिने नुकतंच पुनर्वसन केंद्रात काम सुरू केलं होतं. अतिशय नाजूक चेहऱ्याची ॲनी अतिशय आत्मविश्वासू होती. तिचं राहणीमान अगदी साधं होतं आणि स्वभाव अतिशय विनम्र, सर्वांना सामावून घेणारा होता. रुग्णाला तर तिच्या प्रसन्न व्यक्तिमत्त्वानेच निम्मं बरं वाटे! इथे येताना तिचे वडील तिच्याबरोबर होते. तोपर्यंत स्टाफ क्वार्टर्स तयार झाली नसल्यामुळे ती हॉस्पिटलच्या आसपास राहाण्यासाठी जागा शोधत होती.

याच वेळी पुतुलचं लग्न होऊन ती सासरी गेली. आता हे एक नवीन आव्हान माझ्यासमोर होतं, कारण रात्री मी पूर्णपणे एकटी असणार होते! पुतुल मला रात्री नऊ वाजता बेडवर झोपवत असे आणि सकाळी सात वाजता उठवून तयार करत असे. तिच्याशिवाय राहाणं खूप अवघड होतं, तरी मला दुसरा काहीच पर्याय नव्हता. रात्रीत मधूनच उठायला लागू नये म्हणून रात्री सातनंतर मी पाणी किंवा इतर द्रवपदार्थ घेणं बंद केलं. मला कुशीवर वळण्यासाठीही मदत लागायची आणि आता कुणीच असणार नव्हतं. त्यामुळे खूप प्रयत्नांती मी रात्रभर पोटावरच झोपण्याचं कौशल्य प्राप्त केलं ! त्यामुळे बेडसोर्सची शक्यताही कमी होणार होती.

मी एकटी असण्याच्या काळातला माझा 'रात्र'क्रम असा असे –

रात्रीचं जेवण – ७ वाजता

शेवटच्या द्रवपदार्थांचं सेवन – रात्री ७ वाजता

लघवीला शेवटची जायची वेळ – रात्री ८.३० वाजता.

बिछान्यावर आडवं होण्याची वेळ – रात्री ९ वाजता
कुशीवर वळण्याची वेळ – नाहीच!

इतका सगळा सराव करूनही काही वेळा माझ्यावर फजितीचे प्रसंग येत असत. अशा वेळी खूप निराश वाटे. एका रात्री तर कहरच झाला. त्या रात्री माझ्या पोटावर आणि जांघेत काळ्या मुंग्या होत्या. पण मला तिथे संवेदना नसल्यामुळे मला कळलंच नाही. सकाळी पुतुलने येवून जेव्हा मला उठवलं तेव्हा मला कळलं. सापाच्या फुत्कारांच्या आवाजाच्या आभासाने आणि माझ्या पायात येणाऱ्या वातामुळे मी कित्येकदा रात्री जागून काढल्या. तरीही मला त्याचं काहीच वाटत नव्हतं. कारण हा माझा परीक्षेचा काळ होता. माझ्या स्वातंत्र्याची किंमत जणू मी मोजत होते.

ॲनी घर शोधतेय हे कळल्यावर ॲनीला माझ्याबरोबर राहायला बोलावण्याची कल्पना माझ्या डोक्यात आली. त्याने माझ्या रुटीनमध्ये फारसा फरक पडणार नसला, तरी ऐन वेळी कुणाची तरी सोबत मिळाली असती आणि मी शांतपणे झोपू शकले असते. ॲनी माझ्याबरोबर राहायला तयार झाली. त्यामुळे तिला आता सेंटरच्या आवारातच राहाता येणार होतं आणि जागा शोधायची तिची वणवण थांबणार होती. एकत्र राहाण्याची ही कल्पना चांगलीच यशस्वी झाली कारण त्यामुळे आम्हा दोघींमध्ये मित्रत्वाचं एक गाढ नातं तयार झालं.

ॲनीचं आणि माझं सूत चांगलंच जुळलं. ती मुळातच खूप साधी होती. तिच्यासाठी माझ्या विकलांगतेपेक्षा माझी मैत्री जास्त महत्त्वाची होती. माझा विकलांगपणा कधीच आमच्या मैत्रीच्या आड आला नाही. मला कबूल केल्याप्रमाणे ॲनीने माझी खरंच खूप काळजी घेतली. रात्रीही उठायची तिची तयारी असे. तिला माझं ओझं कधीच वाटलं नाही. कधीतरी रात्री जेवायला बाहेर गेल्यावर किंवा सिनेमाला जाताना माझी व्हीलचेअर ढकलायची तिला कधीच लाज वाटली नाही, कमीपणा वाटला नाही. आम्हा दोघींसाठीही आमची निखळ मैत्री अधिक मोलाची होती.

एक किस्सा मला आठवतो. मी आणि ॲनी 'प्रिया व्हिलेज रोडशो' या दिल्लीच्या एका मल्टीप्लेक्समध्ये 'टायटॅनिक' बघायला गेलो होतो. आणखी कुणीतरी आमच्याबरोबर होतं. याआधी मी कधीच अशा थिएटरमध्ये गेले नव्हते, त्यामुळे मला तिथे कसं काय जमणार याबद्दल मी साशंक होते. तिथे पोहोचल्यावर कळलं की माझ्यासारख्या अपंगांसाठी दोन हॉलमध्येच सोय होती. सुदैवाने त्यातल्याच एका हॉलमध्ये 'टायटॅनिक' लागला होता. पण आत गेल्यावर मला माझ्या व्हीलचेअरवर वेगळ्या ठिकाणी सिनेमा बघावा लागला. अपंग

लोकांसाठीची 'खास' सोय म्हणजे व्हीलचेअरवरून आलेल्या माणसाने त्याच्याबरोबरच्या इतरांपेक्षा वेगळं, एका कोपऱ्यात बसून सिनेमा बघायचा, असं थिएटरवाल्यांना अपेक्षित होतं! मित्रांबरोबर एकत्र सिनेमा बघण्याच्या माझ्या आनंदावर पाणीच पडलं होतं. चिडचिड, धुसफूस करत मी सगळा सिनेमा एकटीने कोपऱ्यात बसून बघितला! मला या वागणुकीचा संताप आला होता. सिनेमा संपला तेव्हा माझा पारा फार चढला होता. मी थिएटरच्या व्यवस्थापनाला भेटून माझा संताप व्यक्त केला. त्या दिवशी मॅनेजरशी आवाज चढवून बोलताना मला बरं वाटत होतं. उपयोग होणार नाही, याची कल्पना असूनही मी घडलेल्या प्रकाराबद्दल लेखी तक्रार नोंदवली. घरी येईपर्यंत मी सगळं विसरूनही गेले होते. माझ्या अशा तक्रारींची दखल घेतली न जाण्याचे प्रसंग मी वारंवार अनुभवले होते. शेवटी मी भारतात राहात होते! त्यामुळे त्यापेक्षा अधिक कशाचीच अपेक्षा नव्हती... पण या वेळी मी चुकीची ठरले!

दोन दिवसांनी थिएटरच्या मॅनेजरने फोन करून माझी भेट घेण्याची इच्छा दाखवली. मला जरा धक्काच बसला! जेवणाच्या सुटीत भेट घ्यायची ठरली. मॅनेजर भेटायला आला. येताना त्याच्या हातात सुंदर बुके आणि चॉकलेट ट्रफल पेस्ट्रीचं खोकं होतं. थिएटरच्या मालकाने स्वत:च्या हाताने मला दिलगिरीचं पत्र लिहिलं होतं, ते त्यानं मला दिलं. अविश्वासाने त्याच्याकडे बघत, हसत मी भेट स्वीकारली. विकलांगांकरिता अधिक व चांगल्या सोयी देण्यासाठी व्यवस्थापन प्रयत्न करत असल्याचं मला मॅनेजरने सांगितलं. माझ्याशी थोड्या गप्पा मारून मॅनेजर निघून गेला.

या भेटीची मी कधी कल्पनाही केली नव्हती. मी सुखावले होते. माझ्या अडचणी कुणापर्यंत तरी पोहोचल्या होत्या आणि त्याची दखल घेतली जात होती. मला युद्ध जिंकल्यासारखं वाटत होतं. योग्य माणसांपर्यंत आपल्या अडचणी पोचवल्या, तर त्याची दखल घेतली जाईल याची मला जाणीव झाली. त्यानंतर दोन दिवस ते पत्र आणि तो गुच्छ मी सगळ्यांना दाखवत होते. थिएटरच्या व्यवस्थापनाने मला सूचना व सल्ला देण्यासाठी आमंत्रित केलं होतं. त्याप्रमाणे मी काही कल्पना सुचवल्याही. पण त्यातल्या फारच कमी अमलात आणल्या गेल्या. आजही थिएटरमध्ये तीच परिस्थिती आहे. त्यांना दिलेलं कारणही तेच आहे, 'ही जागा लीजवर घेतली आहे, त्यामुळे त्यात बदल करणं शक्य नाही!'

ॲनीसारखी मैत्रीण मला मिळाली म्हणून मला त्याप्रसंगी भांडता आलं. माझ्या दुर्दैवाने आणि तिच्या सुदैवाने, दोन वर्षांनी ॲनी भुवनेश्वरला परत गेली. तिचं लग्न ठरलं होतं आणि तिच्याच शहरात राहून ती काम करणार होती. मला

तिची उणीव खूपच जाणवणार होती. त्यानंतर माझ्या आयुष्यात कितीतरी मित्रमंडळी येऊन गेली, पण माझ्या आयुष्यातली ॲनीची जागा कुणीच भरून काढू शकलं नाही!

अचानक दोन वर्षांनी मी माझ्या सक्तीच्या एकांतवासात परत ढकलले गेले.

१४

१९९७ च्या उन्हाळ्यात मी विकासला प्रथम भेटले. कोलकात्याच्या 'नॅशनल इन्स्टिटयूट फॉर द ऑर्थोपेडिकली हँडीकॅप्ड (NIOH)' या संस्थेतून 'ऑक्युपेशनल थेरपिस्ट'ची पदवी घेत होता. दिल्लीत तो उन्हाळ्याच्या सुट्यांसाठी आला होता. त्याच्या एका प्राध्यापकांचा निरोप श्री. दत्त यांना देण्यासाठी तो स्पायनल सेंटरमध्ये आला होता, पण श्री. दत्त त्यादिवशी नसल्यामुळे मी तो निरोप घेणार होते.

माझ्या संगणकावर काम करण्यात मी गर्क होते, इतक्यात माझ्या कानावर शब्द आले, ''मला शिवानी गुप्तांना भेटायचंय.''

मी वळून त्याला म्हणाले, ''मीच शिवानी गुप्ता. मी आपली काय मदत करू शकते?''

त्या वेळी मला पुसटशीही कल्पना नव्हती की, जो माणूस माझ्या पुढ्यात उभा आहे, तो माझं आयुष्य आमूलाग्र बदलून टाकणार आहे! तो माझा मित्र, प्रियकर, सखा, मार्गदर्शक सगळं सगळं काही असणार आहे... तो माझ्या जगण्याचंच कारण बनून जाईल, याची त्या पहिल्या भेटीत मला कशी कल्पना येणार? माझ्या आयुष्याच्या जोडीदाराशी मी त्या वेळी बोलत होते...

आदर्श पुरुषाची सगळी लक्षणं विकासमध्ये होती. देखणेपणा, गोरा रंग, काळे, दाट, कुरळे केस, रेखीव चेहरा सर्व काही. सर्वात सुंदर होते त्याचे डोळे; त्यात चमक होती आणि आत्मविश्वासही.

विकास निरोप देऊन दहा मिनिटांतच तिथून गेला, आणि माझ्या मनातूनही. पण एक वर्षाने तो थेरपिस्ट म्हणून सेंटरवर कामासाठी रुजू झाला, तेव्हा तो बावीस वर्षांचा होता.

विकासच्या व्यक्तिमत्त्वातच जिवंतपणा, ताजेपणा होता. त्याच्या वयाला साजेसा जोश, तडफही होती – मला याच वयात अपघात झाला होता – पण त्या वयाच्या स्वच्छंदी, बेफिकीर, आयुष्याचा अनुभव मलाही होता. विकास तसाच होता. पण तरीही त्याचं आयुष्याबद्दलचं प्रेम, आणि प्रत्येक क्षण आनंदाने जगण्याची तळमळ इतरांपेक्षा वेगळी होती.

मी विकासला पहिल्या भेटीत खूपच शिष्ट आणि कडक वाटले होते.

मलाही त्या पहिल्या भेटीत तो इतरांसारखाच एक वाटला होता. पण जेव्हा आम्ही एकत्र काम करायला लागलो, तेव्हा एकमेकांना हळूहळू ओळखायला लागलो. आम्ही मुख्यत: जेवणाच्या वेळीच एकत्र भेटत असू. विकासला डबा आणायचा विलक्षण कंटाळा असल्यामुळे तो सगळ्यांच्या डब्यातलं थोडं थोडं खाऊन आपलं जेवण पदरात पाडून घेत असे. त्याच्या उमद्या व्यक्तिमत्त्वामुळे तो हवाहवासा वाटे आणि सगळ्यांशी त्याची पटकन मैत्री होई. विशेषत: मुलींमध्ये तो खूपच प्रिय होता. काही जणी तर त्याच्यासाठी जास्तीचा डबाही घेऊन येत. त्याच्या चेहेऱ्यावरचं हसू कधीच मावळत नसे. तो अत्यंत चाणाक्ष, हजरजबाबी आणि ठाम विचारांचा होता. लोकांचं म्हणणं कितीही ऐकलं तरी तो स्वत:च्याच विचाराने वागत असे. जरी तो गप्पिष्ट होता, तरी मित्रांबद्दलच्या त्याच्या कल्पना स्पष्ट होत्या. मैत्रीसाठी तो काहीही करायला तयार असे आणि मित्रांकडूनही त्याची तशीच अपेक्षा असे. मला त्याच्या विनोदबुद्धीने भुरळ घातली होती.

एक दिवस आम्ही दुपारी फिजिओथेरपी डिपार्टमेंटमध्ये जेवत होतो. अचानकच नैनिताल आणि रानीखेतला सहल काढायची कल्पना कुणाला तरी सुचली आणि लगेच मान्यही झाली. एक वेगळी बस करून सगळ्यांनी जायचं ठरलं. मी याआधी कधीच नैनितालला गेले नव्हते, त्यामुळे कसलाही विचार न करता मी चर्चेत सहभागी झाले होते. मी, माझा आणि पुतुलचा, दोघांचाही खर्चाचा वाटा देणार होते. व्हीलचेअरवर खिळल्यापासून मी कोणत्याही सहलीला जायचा प्रश्नच नव्हता, त्यामुळे या सहलीबाबत मी कमालीची उत्सुक होते. पण मी माझ्या मित्रमंडळींबरोबर जात असल्यामुळे फारशी काळजी केली नाही.

दोन रात्रींचा मुक्काम होता, त्यामुळे एका ठिकाणी फार वेळ थांबायचं नव्हतं. पण तरीही मला या सहलीमध्ये खूप मजा आली. अशा अवस्थेत मुक्कामाच्या सहलीला जाणं हे धाडसच होतं. माझ्या मित्रांबरोबर स्वत:च, एकटीच्या जबाबदारीवर जाणं आणि त्याचं माझ्या बरोबरच्यांना ओझं वाटू नं देणं – एक मोठंच आव्हान होतं. नैनितालचा मुक्काम सोडला तर मला बऱ्यापैकी सगळं जमलं होतं. नैनितालच्या हॉटेलमध्ये खोल्या पहिल्या मजल्यावर असल्यामुळे, मला उचलून न्यावं लागलं. पण बाकी सगळं व्यवस्थित पार पडलं. विकलांग अवस्थेत, एका साध्याशा, फारशा सुविधा नसलेल्या हॉटेलमध्ये, गैरसोयीत दोन रात्री मुक्काम करणं ही हॉस्पिटलच्या आवारात राहण्यापेक्षा चैनच होती! रानीखेतला मी आणि विकास सोडून सगळेजण ट्रेकिंगला गेले होते. सगळेजण परत येईपर्यंत

आम्ही ड्रिंक्स घेत आमची मजा करणार होतो. त्या संध्याकाळी प्रथमच मी आणि विकासने काही गंभीर विषयांवर गप्पा मारल्या. म्हातारी माणसं आपल्या आठवणींना उजाळा देतात, तसं आम्ही एकमेकांच्या भूतकाळाविषयी बोललो. तोपर्यंत सगळी गंमतजंमत होती. पण त्या संध्याकाळी एकदम आम्ही दोघेही चांगले मित्र बनलो.

विकास आणि माझ्यात काही गोष्टी समान होत्या. तो दिल्लीतल्या एका मध्यमवर्गीय, कष्टाळू पंजाबी कुटुंबातला होता. त्याला चार वर्षांनी लहान असलेला एक भाऊ होता. त्याचे आईवडील सरकारी नोकरीत होते आणि मोठ्या प्रेमाने दोन्ही मुलांना त्यांनी वाढवलं होतं. कोणत्याही भारतीय कुटुंबाप्रमाणे, विकासचं कुटुंबही मोठं आणि प्रेमाने एकमेकांना धरून होतं. त्याचं बालपणही साधारणपणे माझ्यासारखंच भावंडांबरोबर गेलं होतं. फक्त आता फरक इतकाच होता की, ते सुखी कुटुंब अजूनही त्याच्याबरोबर होतं आणि मी मात्र कुटुंबापासून प्रयत्नपूर्वक लांब गेले होते. शाळेतही विकास हुशारच होता. कॉलेजमध्ये प्रथमच तो वसतिगृहात एकटा राहिला होता आणि ते त्याला खूपच जड गेलं होतं. त्यामुळेच पहिल्यांदा जेव्हा त्याच्यावर रॅगिंग झालं तेव्हा तो चक्क घरी पळून गेला होता!

पहिल्यापासून तल्लख बुद्धीचा असल्यामुळे वर्गातल्या गैरहजेरीचा त्याच्या निकालावर कधीच परिणाम झाला नाही. शाळेत असताना त्याची आई त्याला पुस्तकं वाचून दाखवत असे आणि हा ऐकत असे. कॉलेजमध्ये गेल्यावर तो हुशार, आणि अभ्यासात नियमित असलेल्या मुलींकडून नोट्स घेत असे. त्या नोट्सवर स्वत: अभ्यास करून पहिला येत असे. तो कॉलेजमध्ये खूपच लोकप्रिय होता आणि दिल्लीतही त्याचं मित्रमंडळ खूप मोठं होतं. सगळ्यांशीच तो आपुलकीने, प्रेमाने बोलत असे.

माझ्या आयुष्याचा सगळा झगडा ऐकून विकास स्तब्ध झाला होता. एखाद्या लहान मुलासारखी त्याने माझ्या विकलांगतेच्या संघर्षाची गोष्ट ऐकून घेतली. माझ्या सगळ्या आयुष्याचाच त्याच्यावर कुठेतरी खोल परिणाम झाला असावा. आजवर असंख्य लोकांनी मला माझ्या संघर्षाबाबत शाबासकी दिली, कौतुक केलं होतं, पण विकाससारखी प्रतिक्रिया कोणीच दिली नव्हती. कितीतरी वेळ तो माझ्याशेजारी बसून नि:शब्दपणे मला न्याहाळत होता. राहून राहून त्याला माझं कौतुक वाटत होतं. "वा शिवानी! तू खरी लढवय्यी आहेस!" त्याने याआधी कोणत्याही स्त्रीला अशी दाद दिली नव्हती किंवा कुणाचं कौतुक केलं नव्हतं. तेवढा एकच प्रसंग, त्यानंतर आमच्या सहजीवनात एकदाही विकासने तोंडावर माझं

कौतुक कधीच केलं नाही!

विकास किंवा कुणाकडूनही अशा कौतुकाची अपेक्षा मी कधीच केली नव्हती. विकास ज्याला माझं यश समजत होता, ते सगळं माझ्या लेखी एक साधं आयुष्य होतं. मला फक्त सर्वसामान्य लोकांसारखं एक साधं आयुष्य जगायचं होतं, इतकंच! पण विकासने मात्र मला चांगलंच हरभऱ्याच्या झाडावर चढवलं होतं. त्याला वाटणाऱ्या माझ्या कौतुकाची मला गंमतच वाटत होती. तो आजपर्यंत अतिशय सुरक्षित आयुष्य जगला होता. कधीतरी मी त्याला गमतीने म्हणत असे, ''खरं आयुष्य कसं असतं, तुला अजूनही माहीत नाहीए!''

हळूहळू ओळख वाढत गेली तसा विकासचा आणखी एक मोठा गुण मला जाणवला. जरी तो थोडासा पोरकट किंवा भावनेच्या भरात वाहत जाणारा वरवर वाटत असला, तरी तो स्वतःच्या तत्त्वांना धरून वागणारा होता. अतिशय समजूतदार आणि प्रगल्भ होता. कोणतीही गोष्ट तो गृहीत धरून चालत नसे. मला नैनितालच्या सहलीत छान मित्र मिळाले, या भ्रमात मी होते. पण नंतर माझा हा फुगा फुटला. खरंतर, माझ्या अशा अवस्थेमुळे कुणीच मला घेऊन जायला तयार नव्हतं. पण विकासने सगळ्यांना पटवलं. मी आणि पुतुलमुळे त्यांची मजा निघून जाईल असं त्यांना वाटत होतं. पण विकासने आग्रह धरला. मला सहलीबद्दल त्यांनी विचारल्यावर, मी 'हो' म्हटल्यावर मला न घेता जाणं विकासला पटत नव्हतं. माझ्याजागी कुणीही असतं, तरी त्यानं हीच भूमिका घेतली असती.

अर्थातच, हे सगळं कळल्यावर माझ्या मित्रांच्या दुटप्पी वागण्यामुळे मी दुखावले गेले होते. विकलांगांसाठीच्या केंद्रात माझ्याबरोबर काम करणाऱ्या मित्रमंडळींना माझीच विकलांगता खुपत होती! पण त्यात त्यांचा काही दोष नव्हता. ज्या समाजात ते वाढले होते, त्या समाजाची ती विचारसरणी होती. या घटनेचा माझ्या आयुष्यावर मात्र खोलवर आणि दूरगामी परिणाम झाला.

कुणाच्यातरी भावविश्वात मुद्दामहून घुसण्यापेक्षा मी स्वतःच्याच कोषात राहू लागले. त्यामुळे माझ्यासाठी त्यांना काही वेगळ्या, विशेष गोष्टी कराव्या लागणार नव्हत्या, आणि त्यांच्या जगात ते आनंदी राहाणार होते. या प्रसंगानंतर मी बाहेर जाण्यापेक्षा लोकांना माझ्या घरीच बोलावू लागले. आजही मी मोजक्याच मित्र-मैत्रिणींच्या घरी जाते. बहुतांश वेळा माझ्याकडे येण्याचंच त्यांना आमंत्रण असतं.

हळूहळू चांगल्या मैत्रीची ओळखही मला पटू लागली. संधीसाधू कोण आणि खरे मित्र कोण आता मला समजायला लागलं. विकासला आणि मला मित्र खूप होते, पण खऱ्या मैत्रीचा जेव्हा प्रश्न होता, तेव्हा एकमेकांखेरीज आम्हांला

कुणीच नव्हतं. आम्ही आयुष्यभर एकमेकांच्या पाठीशी खंबीरपणे उभे राहिलो, एकमेकांना साथ दिली.

मुख्य म्हणजे, मला माझ्या मर्यादा कळल्या. माझ्याकडून तडजोडीची सतत अपेक्षा करणाऱ्यांपासून मी लांब राहू लागले. मित्रांनी मला मदत करावी ही अपेक्षा नाहीशी झाली. या प्रसंगाने मलाच नव्हे, तर विकासलाही बरंच काही शिकवलं. माझी खिन्नता मी एका शब्दानेही बोलून न दाखवता विकासला समजली होती. या प्रसंगाचा एवढा खोलवर परिणाम झाला की आम्ही आणखीनच एकमेकांच्या जवळ आलो.

१५

आता माझं मलाच आश्चर्य वाटतं. त्या तशा परिस्थितीत आता मला कुणी राहायला सांगितलं तर मला जमणं अवघड आहे. माझा स्वावलंबी बनण्यासाठीचा प्रयत्न, स्वत:ला जाणून घेण्याची इच्छा आणि समाजात मुख्य प्रवाहात जगण्याची माझी इच्छा यांनी मला त्या वेळी हिंमत दिली.

दुसरीकडे कुठेही राहाण्याची माझी त्या वेळी ऐपतच नव्हती. त्यामुळे त्या राहाण्याच्या जागेच्या अडचणींबद्दल मी कुणालाही सांगितलं नाही. माझ्या सुदैवाने माझ्या कुटुंबीयांनी यात खोल लक्ष घातलं नाही. पण माझ्या हट्टी स्वभावाचे माझ्या तब्येतीवर गंभीर परिणाम झाले. मला तीन वर्षांत तीन वेळा हॉस्पिटलमध्ये दाखल करण्यात आलं आणि त्यातल्या दोन वेळा मी व्हेंटिलेटरवर होते! त्यामुळे मला चांगल्या घरात राहाण्याची गरज निर्माण झाली. पण हा निर्णय एकटीने घ्यायचं माझं धाडस नव्हतं. त्यासाठी माझ्या बाबांची आणि घरातल्या इतरांची संमती आवश्यक होती.

हा आम्हा सगळ्यांसाठीच मोठा निर्णय होता. हॉस्पिटलच्या आवारात राहाण्याचा सर्वात मोठा फायदा म्हणजे मला वैद्यकीय मदत तातडीने मिळणं शक्य होतं. दुसरी गोष्ट म्हणजे, इथे राहाणं हे वसतिगृहात राहाण्यासारखं होतं. पण भाड्याच्या घरात राहायला जायचं म्हणजे अनेक जबाबदाऱ्या उचलाव्या लागणार होत्या. पण तरीही सर्वानुमते, भाड्याच्या घरात राहाणं कितीही अवघड असलं तरी तेच श्रेयस्कर होतं.

माझ्या गरजांनुसार भाड्याचं घर शोधणं म्हणजे खूप कठीण काम होतं. घर तळमजल्यावर असणं गरजेचं होतं, शिवाय चालत जाण्याच्या अंतरावर हवं होतं; कारण बस किंवा रिक्षाने रोज प्रवास करणं शक्य नव्हतं. आणि त्यात मी एकटी होते आणि विकलांग होते! या अटी कोणत्याही घरमालकासाठी फारच अवघड होत्या. शेवटी संस्थेने भाडं द्यायची परवानगी दिल्यानंतर अथक शोधानंतर एक घर मिळालं. अर्थात ही सगळी धावपळ बाबांनी केली. त्यांच्या मदतीशिवाय काहीच शक्य झालं नसतं, याची मला कल्पना आहे. जरी मी अठ्ठावीस वर्षांची होते, तरी खूप काळ समाजापासून लांब राहिल्यामुळे मला लोकांशी नीट बोलता येत नसे, किंवा लोकांच्या लबाड्याही कळत नसत.

शेवटी एकदाची मी नव्या घरी राहायला गेले. माझा आनंद शब्दात वर्णन करणं खरंच खूप अवघड होतं. घरासारखं दुसरं काहीच नाही! आणि घराचं महत्त्व माझ्यापेक्षा जास्त आणखी कोणाला कळणार? माझ्या अपघातानंतर मी जिया, माझे आजीआजोबा, काकाकाकू, आत्या, पुतुल आणि ॲनीबरोबर जगायचा प्रयत्न करत होते. तरीही मला अजून भक्कम आधार सापडला नव्हताच! जिथे मी माझ्या व्यक्तिमत्त्वासह, मला हवं तसं जगणार होते, अशी जागा अखेर सापडली होती.

हॉस्पिटलच्या खोलीत राहून मी स्वत: जगायला किती शिकले हे मलाच कळलं नव्हतं. माझ्या या चार खोल्यांच्या जागेत आल्यावर स्वर्ग मिळाल्यासारखं वाटत होतं. कदाचित हॉस्पिटलच्या खोलीतले दिवस फारच भयाण होते, पण तेच माझं शिक्षण होतं.

अचानक मिळालेल्या या मोठ्या घराच्या सुखाचे माझ्यावर भलतेच परिणाम झाले. पुढच्या दोन वर्षांत मला जरा छानछोकीत राहायची सवय लागली. मी आयुष्याचा मनमुराद आनंद घेत होते आणि या सगळ्यात विकासने मला साथ दिली. त्या काळात जवळजवळ रोज आम्ही मित्रांना भेटत होतो, आठवड्यातून एकदा पबमध्ये धमाल करत होतो, क्वचित दिल्लीच्या बाहेर हिंडायला जात होतो. एकदा तर पोलीसांनी एका वाईनच्या दुकानाजवळ ड्रिंक्स घेताना पकडलंही! इतका आम्हाला एकमेकांचा सहवास हवाहवासा वाटत होता.

नुकतेच आम्ही नैनितालच्या सहलीला जाऊन आलो होतो. माझ्यापेक्षा सात वर्षांनी लहान असूनही विकासला आणि मला काहीच फरक पडत नव्हता. आम्ही एकमेकांबरोबर खूश होतो. कदाचित आमच्यातला फरकच आम्हाला एकत्र बांधून ठेवत होता. नाहीतर विकाससारख्या मुलाला माझ्यासारखीचा सहवास का आवडावा? पण विकासला माझ्या शारीरिक अवस्थेपेक्षा माझ्यातल्या माणसाशी संवाद साधण्यात रस होता. विकासखेरीज इतर सर्वांच्या माझ्याबद्दलच्या भावना माझ्या शरीराशी, विकलांगतेशी निगडित होत्या. विकासने फक्त त्याने मला दाखवलेल्या आस्थेच्या बदल्यात एकच गोष्ट मला मागितली होती – माझी निखळ मैत्री!

मैत्री आणि प्रेम यांतली सीमारेषा खूपच पुसट असते. डिसेंबर, १९९९ च्या एका साध्या संध्याकाळी नकळतपणे आम्ही एकमेकांना प्रेमाची कबुली दिली. त्या क्षणापर्यंत कदाचित आम्हालाही जाणीव नव्हती या गोड भावनेची! अचानक

येऊन ठेपलेलं ते वळण होतं! विकासने माझ्यासाठी संध्याकाळी काही कार्यक्रम ठरवला होता. त्यामुळे तो तासभर माझ्याकडे आधी आला होता आणि अक्षरश: वेळ काढत होता. आणि अगदी अचानक अभावितपणे आम्ही एकमेकांच्या मिठीत शिरलो आणि ओठांवर ओठ आपोआप टेकले. आमच्याही नकळत आमच्या मनांनी काही वेगळंच घडवून आणलं! आम्ही दोघांनीही मुद्दाम असं काही ठरवलं नसतानाही 'नकळत सारे घडले..!'

विकास माझ्यापेक्षा वयाने खूप लहान, भर तारुण्यात आणि अतिशय लोकप्रिय होता. तो सतत मुलींना हवासा वाटे. आणि मी ही अशी! माझ्या मर्यादा मला पूर्ण ठाऊक होत्या. माझ्याकडे विकास शारीरिक आकर्षणाने ओढला जाणं अशक्य होतं. मी एक विकलांग स्त्री होते आणि माझ्या आयुष्यात कुणी पुरुष येणं शक्य नाही, हे मी कधीच मान्यही केलं होतं...

आणि तरीही आम्ही जवळ आलो... किती क्षण असे गेले कुणास ठाऊक? भानावर येताच विलक्षण संकोचाने आम्ही एकमेकांची माफी मागितली.

आजही मला कळत नाही की त्या क्षणी अशी कोणती ऊर्मी उचंबळून आली की आम्ही चुंबन घेतलं! मी पूर्ण गोंधळून गेले होते. मी विकासला म्हटलं, ''जे झालं ते आपण विसरूनच जाऊ. आपण इथेच थांबलेलं बरं!'' कोणतंही क्षणभंगूर नातं पेलायची माझ्यात ताकद नाही.''

''माझीसुद्धा...,'' विकास नकळतपणे बोलून गेला.

काय झालं आणि कसं झालं हे अजूनही आम्हांला नीटसं समजलं नव्हतं. संध्याकाळचा बाकीचा बेत सोडून विकास घाईघाईने निघून गेला. मी एकटीच झाल्या प्रकारचं आकलन करून घ्यायचा प्रयत्न करत होते. पण एक मात्र मला मान्य होतं की तो माझ्या आयुष्यातला सर्वांत सुंदर आणि नैसर्गिक क्षण होता !

तरीही झाल्या प्रकाराने एक प्रकारची बधीरता मला आली होती. झालं ते योग्य की अयोग्य हे मला ठरवता येत नव्हतं. उद्या विकासला सामोरं कसं जायचं याची मला काळजी वाटत होती. तो माझ्यावर रागवेल का? की माझ्या चारित्र्याबद्दल काही वेगळा विचार करेल? एक अपघाताने घडलेल्या चुंबनाने मला माझा मित्र गमवायचा नव्हता. उद्या काय होणार, या विचाराने माझी झोप उडाली. विकासचीही अवस्था माझ्यासारखीच असणार, याची मला खात्री होती.

दुसऱ्या दिवशी दुपारी जेवणाच्या सुटीत मला विकास भेटला. काहीच घडलं नसल्यासारखं तो वागत होता, त्यामुळे माझाही ताण थोडा कमी झाला. सगळं काही नेहमीसारखं झालं. तरीही, त्या अपघाती चुंबनाने आमच्यातल्या गाढ आणि शाश्वत नात्याचा पाया घातला होता.

त्या वेळी आमचं प्रेम आम्हांला कळलं होतं कां? तर नाही असंच म्हणावं लागेल. आम्हाला एकमेकांचा सहवास आवडत असे हे जरी खरं असलं, तरी त्याला 'प्रेम' हे नाव देण्याइतपत आमच्या भावना आम्हालाच स्पष्ट उलगडल्या नव्हत्या. अशा वेळेला आमचं नातं कुणासमोरही उघड करणं म्हणजे कुटुंबीय, नातेवाईक, सहकारी यांच्या मनात संशय निर्माण करण्यासारखं झालं असतं. मुळात आमच्या दोघांचा एकत्र संसार असणं ही गोष्टच विचार करायला खूप अवघड होती, त्यामुळे या विषयावर आम्ही उघडपणे कधी बोललोही नाही. त्यामुळे आहे ते मैत्रीचं नातं इतरांना दाखवणंच आम्हाला अधिक सोयीचं होतं. पुढे अर्थातच आमच्यात एक अतूट प्रेमबंध निर्माण झाला, तरी कित्येक वर्षं आम्ही हे अगदी एकमेकांसमोरही बोललो नव्हतो.

आमच्या नात्याला असे दोन चेहरे बाळगणं मला कठीण जात होतं. एखाद्या सर्वसामान्य मुलीसारखं मलाही जगाला ओरडून सांगावसं वाटत होतं की मी प्रेमात पडले आहे, मी सुंदर आहे! पण तरीही मी आयुष्यभर एकटंच राहायचंय याची मनाची इतकी तयारी केली होती की आता ही हळुवार भावना मलाच पेलता येत नव्हती. माझा हा आनंद कुणाशी तरी बोलून दाखवावासा वाटत होतं. कारण कुणीतरी माझ्यासारखीच्या गाढ प्रेमात असावं आणि कसलीही अपेक्षा न करता, ही काही छोटी गोष्ट नव्हती! विकासचं माझ्यावर बिनशर्त प्रेम होतं आणि माझ्या आयुष्याचं वास्तव त्याने खूप आनंदाने स्वीकारलं होतं. कुणी इतकं प्रेम करू शकतं? मीही विकासच्या प्रेमाला मनापासून प्रतिसाद देत होते, त्याचे लाड करत होते. त्याच्या अपेक्षा पूर्ण करण्याचा, त्याला आनंदी ठेवण्याचा प्रयत्न करत होते. तरीही मी त्याच्या लायकीची नाही हा विचार मला सतत छळत होता. तो मला सोडून जाईल अशी मला सारखी भीती वाटत असे. पण कालांतराने त्याच्या प्रेमातल्या सच्चेपणाने माझी भीती कमी झाली. मी त्याच्याबरोबरचा प्रत्येक क्षण समरसून जगायचं ठरवलं. जसजसा काळ लोटला तसे आम्ही एका चिरंतन आणि मनमोकळ्या नात्यात कायमचे बांधले गेलो, त्यावर बोलण्याची कधी गरजच पडली नाही!

समोरच्या माणसाला त्याच्या गुणदोषासहित स्वीकारण्याचा खूप मोठा गुण विकासमध्ये होता. याच गुणामुळे मीही खूप शिकले. मला आहे तसं स्वीकारून विकासने मला खूप काही शिकवलं होतं. अगदी मी स्वत:लाही इतक्या आनंदाने स्वीकारलं नव्हतं. या गुणामुळे माझा मीराकडे बघायचा दृष्टिकोन बदलला. तिच्यावरचा राग हळूहळू निवळत गेला आणि उलट मला मीराबद्दल कौतुकच वाटू लागलं. बाबांच्या चांगल्या आणि वाईट काळात तिने बाबांना

खंबीरपणे साथ दिली होती. बाबांसाठी सहचराची किती आवश्यकता होती, हे आता मला समजलं होतं. माझं आणि विकासचं नातं जितकं 'आमचं' होतं तितकंच बाबा आणि मीराचंही नातं 'त्यांचं' होतं! विकासच्या साथीने माझ्या आयुष्यातले कडवटपणाचे कंगोरे पुष्कळसे बोथट झाले. माझ्याच मीराबद्दलच्या आकसातून माझी सुटका झाली. आता मी मनाने बाबांच्या कितीतरी जवळ गेले होते.

❦

मी आणि विकास एकमेकांपेक्षा खूपच वेगळे होतो. त्याच्या आयुष्याला गती होती. त्याचा केवळ बोलण्याचाच वेग अधिक होता असं नव्हे, तर त्याला प्रतिक्रिया, परिणाम सगळंच वेगाने मिळणं अपेक्षित असायचं. 'कंटाळा' हा शब्दच त्याच्या शब्दकोशात नव्हता कारण त्याच्याकडे करण्यासारखं सतत काही ना काही होतंच. अगदी मध्यरात्रीसुद्धा तो अतिशय उत्साही असायचा. याच्या उलट, मी म्हणजे कासव होते. दिवसाची ठरलेली कामं व्यवस्थित पार पाडण्यापलीकडे दिवसाकडून माझ्या फार अपेक्षा नसायच्या. माझ्या अवस्थेमुळे मी झोपतही लवकरच असे. विकासच्या वेगाशी जुळवून घेताना माझी दमछाक होत असे.

विकासला भोवती माणसांचा गोतावळा हवा असे आणि मी जगापासून लांब पळण्याचा प्रयत्न करत असे. कारण माझ्या आजूबाजूच्या मंडळींत सच्चे मित्र फारच कमी होते. तरीही विकासमुळे मी लोकांमध्ये मिसळायला लागले. त्याने त्याच्या सगळ्या मित्रांशी माझी ओळख करून द्यायचं ठरवलं होतं. मला एका बाजूला छानच वाटत होतं, पण दुसरीकडे माझ्यासारख्या विकलांग आणि वयाने इतक्या मोठ्या स्त्रीबद्दल त्यांच्या प्रतिक्रियांची काळजीही वाटत होती. विकासबरोबर असताना मात्र माझं वय कधीच आड आलं नाही, कारण त्या वयात राहून गेलेला सगळा आनंद मी त्याच्यामुळे उपभोगत होते.

त्याच्या मित्रांच्या प्रतिक्रियांबद्दल विकासही साशंक होता. तरीही त्यांना भेटण्याची आणि त्यांच्याशी बोलण्याची हिंमत मला विकासने दिली. मी त्याची मैत्रीण होते, आणि त्याच्या मित्रांनीही मला तसंच स्वीकारावं असं त्याला वाटत होते. माझ्याशी मैत्री करू न शकलेल्या मित्रांशी त्यानेही मैत्री संपवली. माझ्या विकलांगतेमुळे मला न स्वीकारणाऱ्या मित्रांना त्याच्या आयुष्यात जागाच नव्हती! त्याने स्वतःची मैत्री सिद्ध केली होती आणि मलाही सिद्ध करायला लावली होती. त्याने माझ्यावर जो गाढ आणि निःसंशय विश्वास ठेवला त्याने माणूस म्हणून मी अंतर्बाह्य बदलले.

विकास आणि मी सतत एकत्र असू. त्याच्या सगळ्या मित्रांना हे ठाऊक होतं आणि आता तेही माझ्या घरी येऊन मजा करू लागले होते. मनोज विकासचा सर्वात जवळचा मित्र होता. खरंतर दुसऱ्याच एका मित्रामुळे विकास आणि मनोजची ओळख झाली होती, पण आता ते घट्ट मित्र बनले होते. मनोज नुकताच सॉफ्टवेअर इंजिनीअर झाला आहे आणि नव्या नोकरीत रूजू झाला आहे. हे दोघेही एकमेकांचे भाऊ असल्यासारखे निखळ मैत्रीत बांधले गेले होते. एकमेकांच्या गोष्टी पटोत अथवा न पटोत त्यांचा एकमेकांवर गाढ विश्वास आणि प्रेम होतं. त्यांच्या निकोप, निखळ, निःस्पृह मैत्रीमुळे मनोज माझाही मित्र झाला. आम्ही बहुतेक वेळेला तिघंही एकत्र वेळ घालवत असू.

सचिन हा आणखी एक मित्र होता. 'ॲक्सेस ॲबिलिटी'चं काम नंतर आम्ही सचिनबरोबर सुरू केलं. सचिन आणि मनोज शिकायला एकत्र होते आणि मनोजमुळे सचिनशी मैत्री झाली. कधीतरी सचिनही आमच्याबरोबर येत असे. सचिन एक सुस्वभावी आणि हवाहवासा वाटणारा मित्र होता.

सचिन आणि मनोजखेरीज आमचे खूप मित्र होते. माझं घर म्हणजे सगळ्यांना पार्टी करण्याचं हक्काचं घर होतं. आमच्या आयुष्यातली ती दोन वर्षं म्हणजे वेडेपणाची दोन वर्षं होती! कुणाचीही पार्टी असो, ती माझ्या घरीच होत असे आणि मी आणि विकास हे कायमचेच निमंत्रित पाहुणे होतो! सगळेच आपापल्या कामात खूश होते असे नव्हे, पण त्या वेळी कामं करणं अधिक गरजेचं होतं. त्यामुळे प्रत्येकजण आपापलं काम 'पार' पाडत होता. कारण अशा कामानंतरच्या मजेदार संध्याकाळ सगळ्यांनाच हव्या असत. मीसुद्धा त्यामुळे आयुष्याचा मनमुराद आनंद घ्यायला लागले, आयुष्य जगू लागले.

आता मला माझ्या विकलांगतेचं काहीच वाटेनासं झालं होतं. विकासने मला एक सर्वसामान्य व्यक्ती म्हणून सामान्य आयुष्य जगायला शिकवलं होतं. त्या नादात कधीकधी त्याच्या अपेक्षा जरा अवाजवी असत. पण तरीही त्या अपेक्षांमुळेच मी माझ्या क्षमता वाढवू शकले. कधीकधी 'मला एकटं सोड' असं त्याला मी म्हणत असे. मला ही दगदग, किंवा रोज संध्याकाळची धावपळ कधीकधी नको असायची. पण विकास ऐकत नसे. तो मला बरोबर घेतल्याखेरीज कुठेच जात नसे.

कधी कधी मात्र मला त्याचा खूप राग येत असे. माझं शरीर खूप थकलेलं असे किंवा माझ्या पायावर सूज असे, तरीही तो त्याकडे दुर्लक्ष करीत असे. पण

आता विचार करताना वाटतं की त्याने तसं केलं नसतं तर मी माझ्या कोषातून कधीच बाहेर पडले नसते, स्वत:च्या क्षमता कधीच आजमावून बघितल्या नसत्या. त्याने माझ्या विकलांगतेला कधीच महत्त्व दिलं नाही. त्यामुळेच त्याच्या विश्वासाला, त्याच्या प्रेमाला पात्र ठरण्यासाठी मीही झटत असे.

विकासच्या मते जगात दोन प्रकारच्या गोष्टी असतात, चांगल्या किंवा वाईट. त्याला माणसांची चांगली पारख होती. मी मात्र कायम अनिश्चिततेच्या, स्वत:च्या निर्णयाबद्दलच्या साशंकतेवर सतत झुलत असायचे. विकासमुळे मी ठामपणे निर्णय घ्यायला आणि स्वत:च्या मतांवर ठाम राहायला शिकले.

आम्ही सतत भांडत असू. आम्हांला कोणताही मुद्दा पुरत असे. मनोज तर आम्हांला 'टॉम अँड जेरी'च म्हणत असे. आमच्या बऱ्याच संध्याकाळच्या चर्चांचे विषय म्हणजे आमची भांडणं होती. हळूहळू मनोज सवयीने आमचं भांडण कशावरून होणार तेही सांगू शकायचा. बऱ्याचदा आमची भांडणं लुटुपुटुचीच असायची. पण प्रत्येक पन्नास भांडणानंतर एखादं गंभीर भांडण होई आणि आम्ही अबोला धरत असू. मनोज बिचारा आमच्यात समेट घडवून आणायचा प्रयत्न करी. पण दोन दिवसांनतर ते भांडण आणि त्याचं कारण आपोआपच नाहीसं होत असे. की पुन्हा नवीन मुद्द्यावर भांडायला आम्ही तयार!

विकासला प्रत्येक गोष्टीचं कारण हवं असे, मी मात्र आहे ती परिस्थिती मान्य करत असे. विकासने मला माझ्या हक्कांची जाणीव करून दिली आणि त्यासाठी लढायला शिकवलं. विकलांग म्हणून कोणतीही गोष्ट मी विनाकारण ऐकून घेऊ नये, याची त्याने मला जाणीव करून दिली. विकलांगांच्या हक्कांसाठी आम्ही एकत्रितपणे लढू लागलो.

विकासला व्यक्तीतले दोष चटकन दिसत असत आणि माझ्या ते क्वचितच लक्षात येत. माझ्याबाबतीत विकासला कदाचित सर्वात जास्त अडचणी आल्या असतील. माझ्या चुका तो सतत दाखवून देई आणि त्या सुधारायला प्रोत्साहनही तोच देत असे. चांगली व्यक्ती होण्यासाठी विकास मला कायमच मदत करीत असे, कारण तो माझा समीक्षकच होता. तो सतत मागे लागत असे. मधूनच मी त्याला म्हणत असे की 'तू बायकांसारखं मागे लागतोस, मी बाई असूनही तुझ्या मागे लागत नाही!'

विकासला प्रत्येक गोष्ट परिपूर्ण लागत असे आणि मी 'आपली गरज भागली तरी पुरे' असा दृष्टिकोन ठेवून होते. त्याने माझ्या जगण्याची परिमाणं इतकी उंचावर नेऊन ठेवली होती की त्यासाठी मला झगडण्याखेरीज पर्यायच नव्हता. 'यात न जमण्यासारखं काय आहे?' असं तो प्रत्येकच गोष्टीत म्हणे. परिस्थिती

कितीही गंभीर असली तरी विकास शांत असे आणि मी मात्र छोट्या-छोट्या गोष्टींनी वैतागून जात असे, नवीन काही करायला घाबरत असे. विकासला रात्री जागायला आवडे तर मला लवकर झोपायला. विकासला गोड आवडत असे आणि माझं तिखट, आंबट गोष्टींवर प्रेम होतं. थोडक्यात विकास आणि मी एकदम विरुद्ध ध्रुवांवरचे होतो.

तरीही एकमेकांच्या साथीशिवाय जगण्याची कल्पनाही आम्हांला करता येत नसे!

भरारी घेताना

१६

त्या वेळी माझं आयुष्य काय वळणं घेत होतं ते मला कळत नव्हतं. काळचक्र वेगाने फिरत होतं आणि मी कोणत्या दिशेने जाते आहे, याची मला नीटशी कल्पना येत नव्हती. ज्या जगाशी माझा संबंध तुटला होता, त्याच जगाशी मी पुन्हा जोडले जात होते. आयुष्य मला धक्क्यांवर धक्के देत होतं आणि मीही समर्थपणे ते धक्के पचवायचा प्रयत्न करत होते. आता मी एकटी नव्हते कारण विकास माझ्याबरोबर होता. त्यामुळे मी खूप आनंदात होते.

'युनाटेड नेशन्स इकॉनॉमिक अँड सोशल कमिशन फॉर एशिया अँड द पॅसिफिक' (UN-ESCAP) या संस्थेकडून १५ दिवसांच्या कार्यशाळेसाठी मला निमंत्रण मिळालं होतं. ही प्रशिक्षण कार्यशाळा बँकॉकमध्ये होणार होती. इस्कॅपच्या विविध देशांतील तज्ज्ञ या कार्यशाळेत मार्गदर्शन करणार होते. वृद्ध आणि विकलांगांच्यासाठीच्या निकोप व्यवस्थांकरिता या कार्यशाळेत व्याख्याने होती. 'नॉन हँडिकॅपिंग' वातावरण म्हणजे काय ते मला माहित नव्हतं, त्याहीपेक्षा महत्त्वाचं म्हणजे (माझ्यासाठी) प्रशिक्षणाचा सगळा खर्च आयोजक करणार होते.

पण मी त्या वेळी फुप्फुसाच्या जंतुसंसर्गामुळे हॉस्पिटलमध्ये होते, ही सर्वात मोठी अडचण होती. मी लवकरच घरी जाणार होते. मला नक्की काय वाटत होतं कुणास ठाऊक? मला आमंत्रण मिळालं म्हणून मला आनंदच झाला होता, पण माझ्या तब्येतीमुळे जाता येईल का, याची शंका होती. कार्यशाळा आठवड्याभरात सुरू होणार होती आणि मला जाता येईल असं वाटत नव्हतं. कुणाही नातेवाईकांना माझी जायची इच्छा बोलून दाखवली असती, तरी कुणी मला जाऊ दिलं नसतं, पण गेले नसते तर संधी असूनही न गेल्याची बोच मला जन्मभर लागून राहिली असती.

बोलता बोलता विकासला मी सगळी गोष्ट सांगितली आणि सहज म्हणाले, ''तू माझ्याबरोबर येशील का?'' क्षणाचाही उशीर न करता विकास म्हणाला, ''म्हणजे काय? आपण जाऊ की एकत्र!''

एकत्र? खरचं शक्य आहे का ते? एका अनोळखी देशात मी विकासबरोबर कशी जाणार होते? जरी आमच्यात जवळचं नातं होतं तरी मी माझं ओझं त्याच्यावर कशी लादणार होते? मला नक्की किती मदत घ्यावी लागते हे

कळल्यावर तो नकार देईल याची मला खात्री होती. पण त्याच्या नजरेत आश्वासन होतं. मी एकदम निर्धास्त झाले.

"पण माझ्या आजारपणाचं काय?" मी त्याला विचारलं.

"तुझ्याबरोबर एक डॉक्टर येत असताना तुला काळजी करायची काही गरज नाही," त्याने शांतपणे उत्तर दिलं.

विकासच्या आत्मविश्वासाने मला बरं वाटलं. "बरं, नक्की जाऊ या!"

विकासच्या साथीमुळे मी आयुष्यातल्या कोणत्याही आव्हानाला सामोरं जाऊ शकते, हे मला कळून चुकलं होतं. नैनितालच्या कटू अनुभवामुळे माझ्या मैत्रीतल्या मर्यादा मला माहीत होत्या. त्या पार्श्वभूमीवर विकासने दाखवलेला विश्वास फार मोलाचा होता. आता मला चांगले मित्र, वाईट मित्र यांतला फरक कळायला लागला होता. विकास माझा सच्चा मित्र होता आणि अनोळख्या देशात तो मला एकटीला सोडणार नाही, याची मला खात्री होती. एका वाईट अनुभवामुळे मी स्वतःला इतरांपासून अलिप्त ठेवू नये यासाठी तो झटत होता. मी मुक्त, स्वच्छंद आयुष्य जगावं म्हणून तो प्रयत्न करत होता. माझ्यातलं नैराश्य, नकारात्मक भावना कमी व्हावी म्हणून तो सतत मदत करत होता.

आमचं जायचं ठरल्यावर पुढच्या गोष्टी भराभर घडत गेल्या. माझ्या इतक्या लांबच्या प्रवासाला जाण्यामुळे घरचे काळजीत पडले असते. त्यामुळे घरच्यांना निवडकच तपशील सांगितला. विशेषतः जिया आणि बाबांना खूपच काळजी वाटली असती. विकास त्या दिवशी ऑफीसमधून लवकर बाहेर पडला आणि शासकीय शिफारसपत्रांची पूर्तता करून आम्ही आमची कागदपत्रं बँकॉकला पाठवली. त्या दिवशी कागदपत्रं पाठवण्याच्या तो शेवटचा दिवस होता. ठरवल्यापासून काही तासांत सर्व कायदेशीर बाबी पूर्ण होऊन संध्याकाळपर्यंत आमचं जाणं नक्की झालंसुद्धा! दुसऱ्या दिवशी मला हॉस्पिटलमधून सोडण्यात आलं आणि आम्ही व्हिसा आणि तिकीटांच्या मागे लागलो. ऑफीसमधून आम्ही दोन आठवड्यांची रजा टाकली होती आणि पाचव्या दिवशी आम्ही बँकॉकला जाण्यासाठी विमानात बसलो.

विकासने तो प्रशिक्षणासाठी बँकॉकला जातोय असं घरी सांगितलं होतं. त्याचे आईवडील विमानतळावर त्याला निरोप देण्यासाठी आले होते. मी त्याच्याबरोबर जाणार आहे, हे त्याने मुद्दामच सांगितलं नव्हतं, कारण त्यांना ते फारसं पटलं नसतं. विकास त्यांना दुखवू इच्छित नव्हता. विकासच्या आईबाबांना मी पसंत असणं शक्य नव्हतं. शिवाय आमची पहिली भेटही फार विचित्र परिस्थितीत झाली होती. खरंतर त्यांची आणि माझी ओळखही नव्हती. तरीही

आमची अशी भेट व्हायला नको होती. दुसरीकडे विकास आणि माझ्या चुंबनाची पुतुल साक्षीदार होती. तिने अचानक मला धमक्या द्यायला सुरुवात केली, आणि शेवटी आमच्या प्रेमप्रकरणाबद्दल तिने बाबांना सांगितलंच. मात्र बाबांनी माझ्या खाजगी गोष्टीत न डोकावण्याची पुतुलला सक्त ताकीद दिली, पण विकासच्या घरच्यांनी मात्र त्याला माझ्यापासून लांब राहण्याचा सल्ला दिला. साहजिकच होतं ते, विकाससारख्या माणसाने माझ्यासारखीबरोबर संसार का करावा? या पार्श्वभूमीवर मी विमानतळावर एकटीच गेले आणि विकासच्या आईबाबांशी भेट व्हायचं टाळू शकले.

बँकॉकमधले ते १५ दिवस फुलपाखरासारखे होते, नवीन उमेद देणारे होते. 'वेळात वेळ काढणं' म्हणजे काय ते मला बँकॉकमध्ये समजलं. आमचा दिनक्रम अतिशय व्यग्र होता. कार्यशाळा, चर्चासत्र यांत दिवस सरत असे. पण एकमेकांच्या सोबतीने आमचं जणू काळाचं भान हरपलं होतं. कोणताही आणि कशाचाही अनुभव एकमेकांच्या साथीत आम्ही जणू साजरा करत होतो.

प्रशिक्षणामध्ये आम्हाला अपेक्षेपेक्षा खूप काही शिकायला मिळालं. व्याख्यानं, ग्रुप वर्क, प्रात्यक्षिकं यांत सगळा दिवस बांधून गेलेला असे. जवळजवळ १० ते १२ तास आम्ही काम करत असू. एखाद्या सैन्याचा प्रशिक्षण कार्यक्रम असावा तशी शिस्त आणि रेखीवपणा इथे होता. संध्याकाळ मात्र मोकळ्या असत. दिवसभर काम करून थकल्यामुळे बहुतेकजण बाहेर जायला उत्सुक नसत. पण आम्ही मात्र जवळजवळ सर्व बँकॉक बघितलं. बँकॉक न बघता आम्ही परतूच शकलो नसतो! शिवाय फील्डवर्कसाठी शहराच्या काही भागात जायचं असल्यामुळे तसंही आमचं फिरणं झालं.

जरी शिस्तबद्ध आणि व्यस्त वेळापत्रक असलं तरी प्रशिक्षण मात्र अत्यंत हुशारीने आखलेलं होतं. प्रत्येक दिवशी आम्ही काहीतरी नवीन शिकत होतो. विकलांगपूरक परिसर म्हणजे काय हे जसजसं समजू लागलं, तसंतसं आम्ही अधिकच आश्चर्यचकित होत होतो. विकासचा अनुभवही माझ्यासारखाच होता. आमची झोळी माहितीने गच्च भरून गेली. इतके दिवस एक रॅम्प, एलिव्हेटर किंवा एखादी मोठी खोली इतक्यात सोयी विकलांगांना मिळत होत्या. पण या प्रशिक्षणात सर्व प्रकारच्या विकलांगांचा (अपंग, कर्णबधीर वगैरेसुद्धा) समावेश होता. अशा सर्वच लोकांना समाजाच्या मुख्य प्रवाहात सहजपणे वावरता यावं यासाठीचं शिक्षण देणारा हा कार्यक्रम होता. विकलांगांची समाजात मिसळण्याची व त्यांना

त्या सुविधा मिळण्याची गरज आम्हाला इथे जाणवली.

जसजशी जास्त माहिती मिळत होती, तसतशी मी माझ्या लंडनमधल्या अनुभवाशी त्याची तुलना करत होते. तिथे तर विकलांग लोक सामान्य लोकांप्रमाणेच आनंदाने जगत होते. कारण त्यांच्या गरजा लक्षात घेऊन तशा सुविधा तिथे पुरवल्या गेल्या होत्या. त्यामुळे प्रत्येकच ठिकाणी त्यांना समानसंधी मिळण्याची शक्यता असे. विकलांग माणसाला समाजात सहजतेनं वावरता येणं आणि त्यांच्यासाठी सुविधा मिळणं हा विकलांग लोकांचा हक्क आहे, याची प्रथमच मला जाणीव झाली. विकलांगांना त्या सर्व गोष्टी करता येण्याचा हक्क आहे, जो सर्वसामान्य क्षमतेचा माणूस करेल. त्याला तितका आदर मिळायलाच हवा.

या सोयीसुविधांचा अभ्यास करताना कन्याकुमारीच्या देवळातला किस्सा मला आठवला. दोन वर्षांपूर्वी आम्ही ऑफीसमधले सगळे सहकारी तिथे सहलीला गेलो होतो. मला व्हीलचेअरवरून मंदिरात प्रवेश नाकारण्यात आला कारण ती म्हणे अशुद्धी, पाप ठरलं असतं! शेवटी खूप वेळ हुज्जत घातल्यावर माझ्या एका सहकाऱ्याने मला उचलून घेऊन (कडेवर!) देवीचं दर्शन करवलं! हा माझ्या आयुष्यातला आजवरचा सर्वात अपमानास्पद आणि मानहानीकारक प्रसंग होता. मला उचलून घेतल्यावर बहुतेकांच्या भुवया वाकड्या झाल्या होत्या. माझ्याबरोबरचा अजून एक सहकारी सगळ्यांना सांगत होता की मी चालू शकत नाही म्हणून मला उचलून घेण्यात आलंय. देवळापर्यंत अंतर बरंच होते. एकच बरी गोष्ट होती की, मी वजनानं त्या वेळी हलकी होते आणि दुसरं म्हणजे तिथल्या पुजाऱ्याने आम्हाला रांगेत उभं राहायची सक्ती केली नाही. हे सगळं का? तर व्हीलचेअर अपवित्र होती म्हणून... इथला प्रशिक्षण कार्यक्रम बघितल्यावर माझा राग आणि अपमानाची भावना किती वाजवी होती ते मला जाणवलं. किती असंवेदनशील वर्तणूक होती ही!

अशा प्रकारची दुटप्पी वागणूक बघितली की माझा संताप अनावर होत असे. मला अपमानास्पद वागणूक मिळत होती, विकलांगतेबद्दल मला शरम वाटायला लावणारे अनेक प्रसंग आले. माझ्या स्वाभिमानाच्या चिंध्या होत होत्या. विकलांगांसाठीच्या सुविधांअभावी मला कुणाचीतरी मदत घ्यावी लागे किंवा बऱ्याचदा अलिप्तच राहावं लागे. पण आजवर माझा निषेध मी जाहीरपणे नोंदवला नव्हता. या कार्यक्रमातून मिळालेल्या ज्ञानाने माझ्या हक्कांची जणू मला जाणीव झाली. माझ्यासारख्या विकलांग व्यक्तींना सामान्य आयुष्य जगता येण्यासाठी प्रस्थापित समाजव्यवस्थेत कुठेच सोय नव्हती.

मी आणि विकास दोघे विकलांगांच्या पुनर्वसनाच्या क्षेत्रात काम करत होतो. त्यामुळेच या प्रशिक्षणाचा आम्हा दोघांवरही समान परिणाम झाला. आतापर्यंत विकलांगत्वाचा विचार केवळ पुनर्वसन केंद्र व त्यातील रुग्ण यांच्यापुरताच मर्यादित होता. पण खरंतर पुनर्वसन हे आणखी वेगळ्या स्तरावरही होणं अपेक्षित आहे. त्यांचं दैनंदिन आयुष्य सुकर करण्याकरिता छोट्या सुविधांचा विचार करणं हा आमच्या पुनर्वसनाचा मुख्य विचार होता. परंतु बँकॉकच्या प्रशिक्षणात आमची पुनर्वसनाची व्याख्याच बदलली. विकलांग लोकांना सोयी देण्याइतकंच त्यांना समाजाचा प्रस्थापित व सन्माननीय घटक म्हणून समाजात स्थान मिळवून देणं, इतका पुनर्वसनाचा व्यापक अर्थ आम्हाला इथे समजला!

विकलांगपूरक संकल्पनांचा अभ्यास केल्यावर समाजाचा मुख्य प्रवाह आणि विकलांग व्यक्ती यांच्यातील दरी आम्हाला तीव्रतेने जाणवली. जितकं जास्त बोलावं तितकं विकलांगपूरक वातावरणाची आवश्यकता अधिक पटत होती. अपंग व्यक्तींना शिक्षण, नोकरी किंवा एकदंरीतच समाजात दुय्यम स्थान दिलं जातं आणि त्यासाठी कारणीभूत आहे त्यांच्यासाठीच्या सुविधांचा अभाव. भारतामध्ये विकलांगपूरक वातावरणाची, परिसराची किती जास्त गरज आहे, याची जाणीव अधिकच तीव्र होत गेली.

विकलांगता, त्यांच्यासाठीचा सुविधा आणि विकलांगांचे हक्क यांचं नवीनच ज्ञान इथे आम्हाला मिळालं होतं. अपंगत्व ही विकलांगांची अडचण नाहीच आहे. आपला समाज अशा लोकांना ज्या संकुचित दृष्टीने बघतो, त्या समाजाच्या दृष्टीचा दोष आहे. त्या संकुचित आणि रोगिष्ट विचारसणीमुळे विकलांग व्यक्ती समाजापासून वेगळ्या पडतात. माझं नशीब चांगलं होतं म्हणून या प्रशिक्षणात आम्ही दोघेही सहभागी झालो. तिथे जे शिक्षण मिळालं त्यामुळे आम्ही आतून हललो होतो. या प्रशिक्षणामुळे आमच्या भविष्याची दिशा निश्चित झाली. विकलांगपूरक परिसर तयार करण्यातला आमचा रस वाढला. आम्हा दोघांपैकी कुणी एकच जण गेला असता, तर परिस्थिती वेगळी झाली असती. पण माझ्या सर्वांत जवळच्या मित्राने माझं स्वप्न आपलं मानणं हे फार सुखावह होतं. आता अशा विकलांगपूरक परिसर घडवण्यासाठी झटणं हेच आमचं ध्येय बनलं.

स्पायनल सेंटरमध्ये परत आल्यावर आमचे अनुभव सांगण्याकरिता आम्ही उतावीळ झालो होतो. काहीतरी खरोखरंच, यथार्थ असं काम करण्यासाठी उत्सुक होतो. आम्ही एकत्र होतो त्यामुळे आमच्या इच्छा कदाचित अधिक तीव्र होत्या. आम्ही एखाद्या कॉम्रेडसारखे भविष्यातील योजना आखत होतो. आमचं

एकत्रितपणे सांधलं गेलेलं ध्येय आम्हाला आमच्या आकांक्षेबरोबर पुढे पुढे नेत होतं. नवी आव्हानं, नवं शिक्षण, नवीन ध्येयं आम्हाला खुणावत होती. किंवा दुसऱ्या बाजूने विचार केला तर असंही म्हणता येईल की आमचं ध्येय एक होतं, म्हणून आम्ही दोघेही बांधले गेलो होतो. एका समान ध्येयाकडे, एकाच दिशेने आम्ही पाऊल टाकलं होतं.

आमच्यासारखेच काही मित्र आमच्याबरोबर काम करण्यासाठी पुढे आले तेव्हा आमचं बळ दुपटीने वाढलं. त्यातून 'ॲक्सेस' या अशासकीय संघटनेची सुरुवात झाली. अशा प्रकारे प्रशिक्षण घेऊन आलेले तोपर्यंत फक्त आम्हीच होतो. आणि आम्हाला पहिला प्रकल्प मिळाला. विकलांगपूरक वातावरणाबाबत जागृती निर्माण करण्याचा तो भारतातील पहिलाच प्रकल्प होता. शासनाने पुरस्कृत केलेल्या या प्रकल्पाचं नाव होतं 'ॲक्सेस फॉर ऑल'. भारतातील विविध भागांतून आलेल्या शिबिरार्थींसाठी आम्ही पाच कार्यशाळांची मालिका चालवली. मी या प्रकल्पाची समन्वयक होते तर विकास प्रत्यक्ष कार्यशाळा घेत असे.

विकास अतिशय हुशार असूनही या प्रकल्पासाठी मी संयोजक, समन्वयक म्हणून काम केलं आणि माझ्या कामाचं कौतुक झालं, याचं मला फार नवल वाटतं. आम्ही एकत्रितपणे केलेल्या कामाची चांगली दखल घेतली गेली. पण यामुळे विकासच्या इगोला कधीच धक्का लागला नाही. खरंतर आम्ही समान प्रशिक्षण घेऊनही माझं काम जास्त पुढे आलं होतं. पण आमची एक टीम होती आणि विकास माझा सर्वांत मोठा आधारस्तंभ होता. जणू काही माझ्या कामाची समाजात दखल घेतली गेल्यामुळे त्याला आत कुठेतरी समाधान मिळत होतं!

या कार्यशाळांसाठी आम्ही 'प्लॅनिंग अ बॅरिअर फ्री एन्व्हायर्नमेंट' हे पुस्तकही एकत्रितपणे लिहिलं. छपाईला जायच्या आधी अक्षरश: केवळ आठवड्याभरात आम्ही हे पुस्तक लिहिलं. सुरुवातीला जरी हे पुस्तक केवळ कार्यशाळांपुरतंच लिहिलेलं असलं तरी नंतरच्या काळात सिव्हिल इंजिनीअर्स आणि आर्किटेक्ट्ससाठी ते खूप उपयुक्त ठरलं. विविध सोयी सुविधांच्या आखणीकरिता आमच्या या पुस्तकाचा संदर्भ घेतला जात असे. नंतर ते पुस्तक 'द ग्रीन बुक' या टोपणनावाने ओळखलं जाऊ लागलं. कारण त्याचं मुखपृष्ठ हिरव्या रंगात होतं! नकळतपणे विकलांगांच्या पोषक वातावरणासाठी भारतात जे प्रयत्न सुरु झाले, त्याचा आम्ही पाया बनून गेलो.

आमच्या यशाने आम्ही भारावून गेलो होतो. पण विकासला काही गोष्टी डाचत होत्या. पुस्तक लिहिणं किंवा इतकं मोठं पायाभूत काम तो त्याच्या

घरच्यांना सांगू शकत नव्हता, कारण ते सारं तो माझ्यासोबत करत होता. आईवडिलांपासून इतकी मोठी गोष्ट लपवल्याबद्दलची त्याची घालमेल मला समजत होती. पण मी त्याच्या घरच्यांना काही सांगणं म्हणजे त्याच्या कौटुंबिक आयुष्यात ढवळाढवळ करण्यासारखं होतं. त्याचं दुःख मी समजू शकत होते. त्यामुळेच माझं यश आणि माझा आनंदही मी माझ्या कुटुंबीयांनाही सांगितला नव्हता.

पुस्तक आणि कार्यशाळांखेरीज आम्ही सरकारी इमारतींचं 'ॲक्सेस ऑडिट'ही करायला घेतलं. 'ॲक्सेस ऑडिट' म्हणजे इमारतीचा परिसर आणि विकलांगासाठीच्या सोयी-सुविधा यांच्यातील अडचणी शोधणं आणि त्यावर उपाय सुचविणं. इमारतीसाठी असं ऑडिट करवणारे बरेच असले, तरी दुर्दैवाने त्यातल्या खूपच कमी ऑडिट अहवालांचा विचार गांभीर्याने केला जाई. आणि त्याहीपेक्षा कमी वेळा सुचवलेले उपाय अमलात आणले जात.

मला अभिमानाने सांगावंसं वाटतं की भारतामध्ये इमारतींमध्ये विकलांगांसाठी मूलभूत सोयी देण्याविषयीचं पायाभूत काम आम्ही केलं. आम्ही काही स्वयंसेवी संस्थांबरोबर प्रकल्प करायचो, काही वेळा आर्किटेक्चर कॉलेजमध्ये व्याख्यानंही द्यायचो. 'ॲक्सेस'च्या उपक्रमांतून पैसा नगण्य मिळत असला तरी मानसिक समाधान मात्र पुरेपूर मिळत असे. पूर्णवेळ नोकरी करून हे उपक्रम राबवणं खरंतर फार दमवणारं होतं, पण तरीही आम्ही ते केलं.

केवळ ऑडिट करून परिस्थितीत, सुविधांमध्ये फारसा फरक पडणार नाही, हे आम्हाला कळून चुकलं होतं. ऑडिटमध्ये थोडेफार बदल सुचवलेले असत, पण भरीवपणे काही बदल होणं गरजेचं होतं. विकलांगांसाठी रॅम्प देऊन फक्त भागणार नव्हतं. इमारतीच्या आराखड्यापासून मूलभूत बदल होणं गरजेचं होतं. विकलांगांच्या सुविधांकडे कोणत्याही इतर प्रकरणांप्रमाणे सरकारने गांभीर्याने बघितलं पाहिजे. त्याची गरज सुरुवातीपासून लक्षात घेऊन इमारतींचे आराखडे व बांधकाम झालं पाहिजे. या बाबतीत आम्हाला माहीत नसलेल्या आणि प्रत्यक्षात करता येण्यासारख्या खूप गोष्टी होत्या, अजूनही आहेत.

या विषयी तोडगा काढायचा असेल तर आणखी माहिती मिळवणं, शिकणं गरजेचं होतं. एका पंधरा दिवसाच्या कार्यशाळेमुळे आम्ही काही त्यातले तज्ज्ञ किंवा सल्लागार झालो नव्हतो. उलट आमच्या अर्धवट ज्ञानाने, फायद्यापेक्षा नुकसानच अधिक होतंय की काय, असं आम्हाला वाटू लागलं. असं होणं

अर्थातच आम्हाला नको होतं. नियोजन आणि योग्य ज्ञानाअभावी काही गोष्टी राबवण्यापेक्षा न केलेलं बरं, असा विचार करून 'ॲक्सेस'ला आम्ही जरा विश्रांती दिली.

१७

'ॲक्सेस'चं काम पूर्णवेळ करणं आम्हाला कुणाला, विशेषत: विकासला शक्य नव्हतं. कारण त्यामध्ये आर्थिक स्थैर्याची शाश्वती नव्हती. विकास स्थिरावू पाहत होता आणि त्याला आर्थिकदृष्ट्या भक्कम अशा पगाराची गरज होती. सेंटरकडून मिळणारा पगार पुरेसा नव्हता. म्हणूनच त्याने इंग्लंडला 'ऑक्युपेशन थेरपिस्ट' पदावर नोकरी शोधायचं ठरवलं. लंडनला जाऊन स्थायिक होण्यात विकासला काही अडचणही नव्हती.

नोव्हेंबर २००१ मध्ये विकास सेंटरतर्फे इटली आणि लंडनला प्रशिक्षणाकरता जाऊन आला आणि त्याने बाहेर जाण्याचं जवळजवळ निश्चितपणे ठरवलं. लंडनमध्ये स्थायिक असलेल्या माझ्या चुलत बहिणीशी, शिप्राशी मी विकासची ओळख करून दिली. शिप्राचा नवरा अजय हाही व्यवसायाने 'ऑक्युपेशनल थेरपिस्ट' म्हणून काम करत होता. लंडनमधल्या प्रशिक्षणाच्या शेवटच्या दिवशी विकास, अजय व शिप्राकडे मुक्कामाला गेला होता. लंडनमध्ये काम करण्याच्या शक्यता, त्याचे फायदे-तोटे यांवर त्याने अजयशी बरीच चर्चा केली.

विकासचे लंडनमधल्या नोकरीसाठी प्रयत्न चालू असताना मला शेवटी सेंटरच्या जवळ माझं स्वत:चं घर मिळालं. मी आणि बाबांनी खूप लढून हा जमिनीचा तुकडा मिळवला होता. फेब्रुवारी २००२ मध्ये अखेर माझा अपंगत्वाच्या कोट्यातून डीडीएचा प्लॉट मला मिळाला.

हा तुकडा मिळवण्यासाठी अथक संघर्ष करावा लागला. सरकारी ऑफीसात माझ्या केसची माहिती देणं म्हणजे भिंतीवर डोकं आपटण्यासारखंच होतं. तिथे तुमचं म्हणणं कुणीच ऐकत नाही. ऑफिसातले कर्मचारी दाद देत नाहीत म्हटल्यावर आम्ही दिल्ली सरकारच्या राज्यपालांना भेटलो. राज्यपालांना दोनदा भेटूनसुद्धा, माझी केस पुढे सरकूनसुद्धा, सगळी कागदपत्रं व्यवस्थित असूनही काम होण्यासाठी सरकारी अधिकाऱ्यांनी एक लाख रुपयाची लाच मागितली, तीही उघडपणे! बाबांनी ती मागणी धुडकावून लावल्यामुळे आमचं प्रकरण लांबणीवर पडलं होतं.

त्यानंतर आम्ही पालकमंत्र्यांना भेटलो आणि त्यांनीही आमची केस सही

करून पुढे पाठवली. तरीही कॅबिनेट मंत्रालयातून मंजुरी येऊन प्रत्यक्ष जागा मिळेपर्यंत दोन वर्षं उलटून गेली. शेवटी माझ्या ताब्यात घर मिळालं तेव्हा त्याची किंमत आम्ही अर्ज करतानाच्या वेळेच्या दुपटीने वाढली होती. आम्ही लाच दिली असती तर काम वेळेवर होऊन आमचे बरेच पैसे वाचले असते, शिवाय प्लॉट लवकर मिळाला असता. आम्ही लाच न देता चूक केली की आमचा निर्णय योग्य होता, ते मला माहीत नाही. पण त्याची आम्हाला जबरदस्त किंमत मोजावी लागली हे मात्र खरं!

शेवटी एकदाचं घर मिळालं. बाबांनी खूप विचारपूर्वक आणि अत्यंत काळजीपूर्वक, होतं त्याच घरात बदल केले व मी राहाण्यायोग्य घर बनवलं. माझ्या स्वातंत्र्याचा, स्वावलंबनाचा त्यांनी खूप विचार केला होता. मार्च २००२ मध्ये मी माझ्या हक्काच्या घरी राहायला गेले.

मी नवीन घरात राहायला गेल्यावर लगेचच माझ्याकडे 'उब्बू' आली. 'उब्बू' एक कुत्र्याचं पिलू होतं. मी प्राणी पाळेन असं तोवर मला कधी वाटलं नव्हतं. पण कुत्रे बहुधा आपोआपच आपला मालक शोधत येतात! खरंतर 'उब्बू' विकासकडे जाणार होती, पण विकासकडे सगळे कामासाठी बाहेर जात असल्यामुळे तिथे तिला ठेवणं शक्य नव्हतं. शेवटी 'उब्बू' माझ्याकडे आली.

'उब्बू' माझ्याकडे आली तेव्हा काही आठवड्यांची होती. कुठल्यातरी संकरित जातीची 'उब्बू' तिच्या दोन खेळण्यांसकट माझ्याकडे आली. त्यातल्या एक मोज्यासारख्या खेळण्याला चावण्यात तिचा वेळ जायचा. मी 'उब्बू'ला माझ्या स्वतःच्या अपत्यासारखं प्रेम दिलं. माझं सगळं विश्व आता उब्बूभोवती एकवटलं होतं. तिचं खाणं, पिणं, तिची शी-शू, तिच्याशी खेळणं... एक महिन्यानंतर मी तिला विशेष नाव दिलं 'उब्बू'.

उब्बू अतिशय खोडकर आणि चळवळी होती. जनावरांच्या डॉक्टरांपैकी ज्यांनी कुणी तिला पाहिलं त्या प्रत्येकाच्या म्हणण्यानुसार तिच्याइतकं खोडकर कुत्रं त्यांनी पाहिलं नव्हतं. प्राण्यांच्या खाद्यपदार्थांच्या दुकानात गेल्यावर उब्बू प्रत्येक हाडुक हुंगायची आणि मग स्वतःसाठी निवडायची. ती खास हुशार होती. बऱ्याचदा आम्ही बोललेलं सगळं तिला कळतंय असं वाटायचं आणि तसा ती प्रतिसादही देत असे. तिला कुणी 'कुत्री' संबोधलेलं तिला आवडत नसे. घरातून बाहेर सटकणं आणि आम्हाला तिच्यामागे धावायला लावणं हा तिचा आवडता खेळ होता. खाण्याच्या बाबतीत तिला फार आवडनिवड होती, शिवाय ती दूधही पित नसे. तिला शाकाहारी काही खायला घातलं तर ती उपाशी राही आणि चिकनशिवाय जेवत नसे! विकास आणि उब्बू सारखेच होते, मला

सतावल्याशिवाय त्यांना चैन पडत नसे.

उब्बूचे लाड करावेत असं मला फार वाटे, पण माझ्या शारीरिक मर्यादांमुळे मला तिच्याशी मनसोक्त खेळता येत नसे. ती जशी मोठी झाली तसं तिलाही समजायला लागलं. मी जरी तिला इतरांसारखं प्रेमाने जवळ घेऊन कुरवाळत नसे, तरी तिला माझं प्रेम जाणवत असे. तिला माझी अडचण समजत होती! तिच्यासाठी मीच तिची 'आई' होते. हळूहळू आमच्यात एक तरल प्रेमाचा बंध तयार होत गेला आणि आयुष्यातल्या अनेक टप्प्यांवर तिने मला कायमच आधार दिला. माझं स्वतःचं घर आणि उब्बू यांच्यामुळे मी आनंदी होते, तरी विकास लंडनला जाणार म्हणून मला उदासही वाटत होतं. त्याची इंग्लंडला जायची सगळी तयारी झाली होती. तिथली एक परीक्षा दिल्यानंतर तो तिथे नोकरी करू शकणार होता. त्या परीक्षेसाठी त्याला इंग्लंडला जाणं आवश्यक होतं. त्याच्या बाबतीत सगळं भराभर होत गेलं. त्याच्या परीक्षेची तारीख जवळ येत होती. तो त्या काळात शिप्रा आणि अजयबरोबरच राहाणार होता. अजयकडून त्याला अभ्यासासाठी मदतही झाली असती. आता फक्त तिकीटं आणि अभ्यास बाकी होता. लंडनला जाण्याची त्याची इच्छा पूर्ण होणार होती!

मी इकडे लंडनला त्याच्या राहाण्याची सोय करत होते तेव्हा विकासच्या डोक्यात काही निराळाच बेत शिजत होता. मी त्याच्याबरोबर जाणार हे त्यानेच ठरवून टाकलं होतं. माझ्यासाठी ते अशक्यच होतं. माझं आणि पुतुलचं तिकीट परवडणं मला शक्य नव्हतं. शिवाय पुतुलकडे पासपोर्टही नव्हता. मुळात ती काही माझी परीक्षा नव्हती, त्यामुळे मी जाण्याचा प्रश्नच नव्हता. "मला जमणार नाही" असं स्पष्टपणे सांगूनही विकासने आपला हट्ट सोडला नाही.

"तू पुतुलला घेऊ नकोस बरोबर. मी आहे की तुझ्याबरोबर! तुझ्या तिकीटाचे पैसे तर तुझ्याकडे नक्कीच असतील. चल ना, प्लीज!"

मी विकासला 'नाही' म्हणूच शकले नाही. त्याच्यापुढे मी इतकी कशी हतबल होत असे? विकास पक्का मेष राशीचा होता, तो आपलं म्हणणं सहजासहजी सोडत नसे. अर्थात मीही काही कमी नव्हते. पण तरीही त्याच्या हट्टापुढे माझं काही चालत नसे. तो मला भरीला पाडत असे असं नाही, पण त्याला दुखावणं मला जड जाई. त्याच्यामुळे मी आयुष्यातले काही निर्णय बेफिकीरीने घ्यायला शिकले. माझं आयुष्यही तसंच होतं म्हणा! मी एका अशा व्यक्तीत गुंतले होते जी लवकरच मला सोडून जाणार होती आणि तरीही मी विकासचं प्रत्येक म्हणणं मानत असे.

विकासच्या दृष्टीने मला बरोबर घेऊन जाणं योग्यच होतं. त्याला माझ्याबरोबर युरोपचा इतरही काही भाग बघायचा होता. आमची सगळी तिकीटं

आधीच काढलेली असल्यामुळे तिथे खर्चायला कमी पैसे लागणार होते. मला त्याने इंटरनेटरवर खूप शोधाशोध करायला लावली. शेवटी पॅरीस आणि ब्रुसेल्सला जाणंच आमच्या बजेटमध्ये बसणार होतं, तिथे जायचं ठरलं. कमीतकमी गोष्टीतून जास्तीत जास्त फायदा कसा मिळवायचा हे विकासला पक्कं ठाऊक होतं. मग ती मी असो, आमचा खर्च किंवा आमचा प्रवास असो!

विकासच्या परीक्षेच्या तारखेनुसार आम्ही बाकीचं नियोजन केलं. आमच्या या प्रवासात आम्ही आणखी एक गोष्ट पदरात पाडून घेतली. याच काळात आम्हाला पॉलीन हेफाइस्टॉस सर्व्हे प्रोजेक्ट्सकडून पंधरा दिवसांच्या कार्यक्रमासाठी निमंत्रण मिळालं होतं. या कार्यक्रमात इंग्लंडला पर्यटनासाठी येणाऱ्या विकलांग पर्यटकांच्या 'लंडन ॲक्सेस गाईड' या संस्थेसाठी सर्वेक्षण व सूचना करण्यासाठी आम्हाला बोलावलं होतं. पंधरा दिवसांचा हा कार्यक्रम झाला की आम्ही युरोप बघायला जाणार होतो. सगळ्याचं व्यवस्थित नियोजन झालं आणि विकासच्या एक दिवसाच्या परीक्षेसाठी आम्ही दोन महिन्यांची सहल ठरवली!

आम्ही तिकिटं, व्हिसाची सर्व तयारी एक महिन्यापूर्वी दिल्लीतूनच केली. उब्बूला माझ्या बाबांकडे ठेवायचं ठरलं आणि त्यांनीही ते आनंदाने मान्य केलं. त्यानंतर कायमच मी परगावी जाणार असले की उब्बूची रवानगी बाबांकडे होत असे. अत्यंत खोडसाळ असूनही उब्बूचा बाबांना कधीच त्रास जाणवला नाही. बाबा आता फरीदाबादला माझ्या वृद्ध आजीबरोबर राहात होते.

१८

मे २००२ च्या प्रसन्न दुपारी आम्ही लंडनच्या विमानतळावर उतरलो. हा लंडनला जायचा सर्वात छान काळ आहे. माझ्या मनात आनंद आणि काळजी अशा संमिश्र भावना होत्या. एका बाजूला मोठ्या सुटीमुळे मी आनंदी होते, पण पुतुलशिवाय इतके दिवस विकासवर अवलंबून राहायचं या विचाराने संकोचलेही होते. विकास मात्र मी बरोबर असल्याने खूप खूश होता. त्याला बाकी कशाचाच फरक पडत नव्हता.

आमच्या मैत्रीचं रूपांतर प्रेमात कधी झालं ते मला कळलं नाही. पण मित्र आपला प्रियकर होण्याचे खूपच फायदे होते. जेव्हा आम्ही मित्रासारखे भांडायचो, तेव्हा आमचं प्रेम आम्हांला जोडून ठेवत असे आणि आम्ही प्रेमिक म्हणून भांडायचो तेव्हा आमची मैत्री आम्हांला बांधून ठेवत असे. आम्ही जणू एकच झालो होतो. नेहमीप्रमाणे इथेही आमची खूपदा भांडणं, वादावादी होई. पण तरीही प्रेम आणि मैत्रीच्या रेशमी धाग्यांनी बांधल्यामुळे हा लंडनचा प्रवास आमच्यासाठी संस्मरणीय ठरला.

विमानतळावर शिप्रा आणि अजयने आमचं प्रसन्न चेहऱ्याने स्वागत केलं. त्यांच्या एपिंगमधल्या घरी जाईपर्यंत बराच वेळ प्रवासात गेला. त्यांचं घर दुमजली होतं. स्वयंपाकघर, दिवाणखाना आणि बाथरूम तळमजल्यावर होतं, तर बेडरूम्स वरच्या मजल्यावर होत्या. माझ्यासाठी एका फोल्डींग कॉटची सोय त्यांनी केली होती. रात्री मी दिवाणखान्यात याच कॉटवर झोपत असे. हा सव्यापसव्य दोन महिन्यांसाठी होता, तरीही शिप्रा आणि अजयला त्यांचं काहीच वाटत नव्हतं. आमचा मुक्काम चांगला आणि आनंददायक होण्यासाठी शिप्रा आणि अजयने सर्व काही केलं. शिप्राला बघून मला सतत जियाची आठवण होत असे. दोन महिन्यांच्या त्यांच्या सौहार्दाने आमच्या आयुष्यात मात्र त्यांनी कायमचं स्थान मिळवलं. आमचे चौघांचेही सूर छान जुळले.

विकासची परीक्षा आठवड्याने होती. त्या आठवड्याभरात त्याने अजयला प्रश्न विचारून भंडावून सोडलं. कारण परीक्षा ही लंडनमधल्या कार्यप्रणालीवर असणार होती, त्यामुळे तिथे ऑक्युपेशनल थेरपीचं काम कसं चालतं याची अजयकडून इत्थंभूत माहिती विकासने मिळवली. परीक्षेच्या दिवशी विकास सकाळी लवकर केंब्रिजला रवाना झाला आणि संध्याकाळी नेहमीच्याच

प्रसन्न मुद्रेने परतला. अजयबरोबरच्या चर्चेचा त्याला परीक्षेसाठी खूपच फायदा झाला होता आणि परीक्षा उत्तम झाली होती!

आणि आता ज्यासाठी आम्ही एवढ्या लांब आलो होतो, ती परीक्षा सुरळीत पार पडल्यावर आम्ही सुटीचा आनंद लुटणार होतो.

'लंडन ॲक्सेस गाईड'च्या अठरा जणांच्या गटात आम्ही सहभागी झालो. एक मोठा इंग्लिश मुलांचा गट होता, जो सेंट पॉल शाळेच्या ख्रिश्चन ग्रुपशी संबंधित होता. आम्ही सगळे एका युवा वसतिगृहात राहाणार होतो. मूळच्या ब्रिटिश लोकांबरोबर राहून त्यांची जीवनपद्धती जवळून अनुभवायला आम्हाला मिळाली. त्या संस्कृतीचा अनुभव खूपच नवीन व छान होता.

तीन विकलांग व्यक्तीदेखील या गटात होत्या. हेतू हा की, धडधाकट व्यक्तींना त्यांच्याबरोबर राहून त्यांच्या अडचणी प्रत्यक्ष समजून घेता येतील आणि वेळप्रसंगी त्यांना मदत करता येईल. सर्वसामान्य व विकलांगांना एकत्र राहायला लावण्याची कल्पना खरोखर अभिनव होती. भारतातील किती तरुण अशी जबाबदारी घेतील याबद्दल मला शंकाच आहे, त्यामुळे त्या ब्रिटिश तरुण मुलांचं मला कौतुक वाटत होतं. एकत्र राहाण्यामुळे सगळ्या भिंती गळून पडल्या होत्या आणि विकलांगांबाबतची संवेदनशीलता वाढताना दिसत होती. या प्रकल्पाच्या निमित्ताने विकलांगतेबाबत आणखी शिकता आलं.

प्रत्यक्ष सर्वेक्षणाच्या वेळी आमचे चार जणांचे गट करण्यात आले. त्यामध्ये एकजण गटप्रमुख होता तर एक विकलांगही होता. सकाळचा नाष्टा झाला की प्रत्येक गट त्याला नेमून दिलेल्या भागात जात असे. आम्हाला दुपारचं जेवण - सँडविच, चिप्स, न्यूट्रीबार आणि एक ज्यूसचा पॅक- बरोबर दिलेलं असे. सकाळी दिवसभराच्या कार्यक्रमाची रूपरेषा आम्हाला सांगितली जाई. त्यानंतर आमच्या ठरलेल्या भागाकडे आम्ही प्रवास करत असू. सर्वेक्षणात बरीच पर्यटन स्थळं होती आणि प्रवास आम्हाला ट्यूबरेल्वेने करावा लागे. तोच सर्वेक्षणाचा मुख्य मुद्दा होता. आमच्यासारखे जे लंडनमध्ये खरोखर पर्यटक म्हणून आले होते, त्यांच्यासाठी हे फार सोयीचं होतं. या सर्वेक्षणाच्या निमित्ताने आम्हाला ते लंडन फुकटात बघता आलं, जिथे पैसे देऊनही जाता येत नाही. आमचा राहाण्याचा आणि खाण्याचा खर्च गटाकडून करण्यात आला होता.

मी आणि विकास या प्रकल्पाने चांगलेच प्रभावित झालो होतो. विकलांगांसाठी सुविधांचा मार्गदर्शक ही कल्पना खरंच खूप उपयुक्त होती. आपल्या देशात तर याची फारच गरज आहे असं आम्हा दोघांना वाटत होतं. दिल्लीत खूप ठिकाणी आम्हाला जावंसं वाटे, पण विकलांगांसाठीच्या सोयी नक्की कुठेकुठे

आहेत तेच आम्हाला माहीत नसे. त्यामुळे त्याच त्याच ठिकाणी आम्हाला जावं लागे. भारतामध्ये पर्यटकांसाठी अनेक पुस्तकं उपलब्ध आहेत, पण त्यातल्या एकातही विकलांगांच्या सोयी-सुविधेबाबत माहिती दिलेली नसते. खरं तर किती छोटीशी गोष्ट आहे, पण माझ्यामते कुणीच अजून याबाबत गांभीर्याने, व्यावसायिक दृष्टिकोनातून बघितलं नव्हतं. अशा तऱ्हेची गाईड्स बाजारात आणणं हा खूपच फायद्याचा व्यवसाय होता. पण कदाचित आजपर्यंत अशी कल्पना सुचली नसावी.

भारतामध्ये विकलांगांसाठी अशा मार्गदर्शक पुस्तिका तयार करण्याचं एक नवीन स्वप्न डोळ्यांत घेऊन आम्ही लंडनहून परतलो. आमची ही कल्पना आठ वर्षांनंतर साकारली. आम्ही विकलांगांसाठीच्या सोयी असलेल्या दिल्लीतल्या पर्यटन स्थळांचं एक पोर्टल तयार केलं. आम्ही त्याला 'फ्री टू व्हील' असं नाव दिलं होतं. आता विकलांग पर्यटकांना त्यांच्या आवडीच्या ठिकाणांना भेटी देणं शक्य होणार होतं! याचं समाधान किती मोठं होतं ते सांगता येणं कठीण आहे. आम्हाला दिल्लीखेरीज इतरही शहरांत अशी योजना आणायची होती पण नियतीने काही आमच्यासाठी काही निराळंच योजलं होतं.

आमच्या या धाडसी प्रवासाचा शेवटचा टप्पा होता पॅरिस आणि ब्रुसेल्स. पैसे वाचवण्यासाठी या प्रवासात आम्ही मदतीसाठी विनंती करायचो. ब्रुसेल्समध्ये आम्हाला स्वस्तातलं वसतिगृह मिळालं होतं, पण पॅरिसमध्ये सोय कशी होणार ते निश्चित नव्हतं. 'लंडन ॲक्सेस गाईड'मधल्या सद्गृहस्थाने 'ॲक्सेस इन पॅरिस' ही पुस्तिकाही लिहीली होती. त्यांनी आम्हाला एटॅप हॉटेलमध्ये राहाण्याचा सल्ला दिला. ते एक स्वस्त हॉटेल होतं आणि विकलांगांसाठी सुविधा तिथे होत्या.

लंडनहून निघण्याचा दिवस उजाडला. आम्ही आमचं सामान दोन सॅकमध्ये भरलं. शिवाय गाडीत बसताना-उतरताना उपयोगात येणारी एक फळीही माझ्याबरोबर सतत असायची, तीही घेतली. मी ती फळी माझ्या मांडीवर ठेवली आणि एक सॅक विकासच्या खांद्यावर आणि एक सॅक माझ्या व्हीलचेअरच्या मागच्या बाजूला अडकवून आम्ही हिंडत असू. माझी व्हीलचेअर ढकलायची जबाबदारी विकासने आनंदाने स्वीकारली होती. तो खूप उमदा आणि ताकदीचा पंजाबी तरुण होता. कितीही खडबडीत रस्ता आणि कितीही अंतर असलं तरी विकासने कधीच कंटाळा केला नाही.

आम्ही पॅरीसला दुपारी पोहोचलो. तिथे दोनच रात्री आमचा मुक्काम असल्यामुळे आम्ही थेट आयफेल टॉवर बघायला गेलो. सगळ्या सामानासकट

आम्ही निघालो. पॅरीसमध्ये मेट्रोने मला हिंडता येईल का याची चौकशी आम्ही करत होतो, पण भाषेची मोठी अडचण होती. त्यामुळे कशाचीच माहिती कळत नव्हती. शेवटी एका ठिकाणी 'विकलांगांकरीता' अशा अर्थाचा सिम्बॉल बघून आम्ही तिथे तिकीटं काढून आयफेल टॉवरला जायचं ठरवलं. भारतामधल्या सोयींपेक्षा इथल्या सोयी नक्कीच बऱ्या असतील असं आम्ही गृहित धरलं होतं!

आपण किती हुशारीने पैसे आणि वेळ वाचवला हा भ्रम फलाटावर पोहोचताच दूर झाला! तिथे गेल्यावर समजलं की मेट्रोमध्ये चढण्यासाठी तीन मोठ्या पायऱ्या ओलांडाव्या लागणार होत्या. विकासला १-२ पायऱ्या मला घेऊन चढण्याची सवय होती, त्यामुळे इथे आम्ही कसबसं जमवलं. आयफेल टॉवरला जाण्यासाठी ज्या स्थानकावर आम्हाला जायचं होतं, ते जमिनीच्या खाली होतं. लिफ्ट किंवा रॅम्प आहे का याची आम्ही शोधाशोध केली, पण दुर्दैवाने तशी काहीच सोय नव्हती. भाषेच्या अडथळ्यामुळे विचारण्यात काही अर्थच नव्हता. थोडक्यात, आम्ही पुरते अडकलो होतो. आम्हाला आधीच्या स्टेशनवर जाता येत नव्हतं. आणि या स्टेशनच्या बाहेरही पडता येत नव्हतं... कारण बाहेर जाण्यासाठी चौदा पायऱ्या चढून जायला लागणार होत्या!

आता मात्र मी वैतागले. घाबरलेही. विकासचं डोकं खायला लागले. ''आता करायचं काय?'' हा यक्षप्रश्न होता. पण विकास तशाही स्थितीत शांत होता आणि मला शांत करण्याचा प्रयत्न करत होता. मला व्हीलचेअरसकट उचलून चौदा पायऱ्या चढून जाण्याखेरीज त्याला काहीच पर्याय दिसत नव्हता. व्हीलचेअरसकट मला उचलून चौदा पायऱ्या चढणं? ही काही थट्टा नव्हती. एकट्याने मला उचलून नेणं अवघड आहे, याची त्याला कल्पना होती आणि तरीही तो मला उचलून चढायला लागला. चौदा पायऱ्या त्याने बऱ्यापैकी आरामात उचलून आणलं. पण त्यानंतर मात्र तो दमला होता. मी व्हीलचेअरमध्ये घट्ट धरून बसले होते, वजन मागे धरून ठेवायचा प्रयत्न करत होते. याचा काहीही उपयोग होणार नव्हता हे कळत असूनही मी आपला प्रयत्न करत होते. मी स्वत:ला दोष देत होते. याच कारणासाठी विकलांगांना सगळीकडे टाळलं जातं का? समाजाने इतक्या भिंती का घातल्या आहेत? 'विकलांग म्हणजे असाहाय्य' असंच समीकरण का असावं? माझ्या मित्राला होणारा त्रास मला बघवत नव्हता.

विकासने त्याचे बूट काढून ठेवले. त्याच्या हातातून माझी व्हीलचेअर सहज सटकू शकत होती, किंवा त्याचा तोल जाऊ शकला असता, किंवा ही कसरत करता करता आम्ही दोघेही गडगडत खाली जाऊन गंभीर जखमीही होऊ शकलो असतो. विकासने या सगळ्याचा विचार नक्कीच केला असणार.

स्टेशनवरची सगळी मंडळी आमच्याकडे आश्चर्याने बघत होती, पण एकही जण मदतीसाठी पुढे आला नाही. भारतात सोयी नसल्या, तरी अपंगांना मदत करण्याची माणुसकी निश्चित होती. असे सगळे विचार मनात घोंघावत असताना आम्ही कसेबसे सुरक्षितपणे वर पोहोचलो. 'हे आम्ही नक्की काय केलं' या विचाराने आम्ही स्तब्ध झालो होतो.

अशा प्रकारच्या अपंगांच्या अनास्थेबद्दल, गैरसोयीबद्दल आम्हाला खूप राग येत असे. विकलांग पर्यटक असणं फार अवघड बाब होती. कोणत्याही विकलांग व्यक्तीने नियोजन न करता मोठ्या प्रवासाला निघू नये. आर्किटेक्ट, इंजिनीयर आणि डिझायनरच्यासुद्धा विकलांगतेबद्दलच्या कल्पना अपूर्णच असतात. त्यामुळे 'विकलांगांसाठी' असं लिहिलेल्या ठिकाणीदेखील सोयी नेहमीच योग्य असतील असं गृहीत धरू नये. दुसरं म्हणजे खऱ्या अर्थाने सोयी असलेली ठिकाणं अत्यंत महागडी, उदा. पंचतारांकित हॉटेल्स किंवा वातानुकूलित टॅक्सीज वगैरे. जसं काही विकलांग लोकं फक्त उच्चभ्रू समाजातच असतात !

थोडा वेळ प्रस्थापित, तथाकथित सोयीसवलतींना आम्ही दूषणं देत बसून राहिलो. इतरांचे दोष काढल्यावर मनाला कुठेतरी बरं वाटलं मला! विकासला इतक्या अडचणीत टाकल्याबद्दलचा अपराधीपणा थोडा कमी झाला. माझ्याशिवाय विकासचा वेळ किती आनंदात गेला असता, असा विचार माझ्या मनात येऊन गेला.

पण विकासने सगळं निःस्पृह प्रेम आणि मैत्रीखातर केलं होतं. म्हणूनच कदाचित मला त्याचं म्हणणं डावलता येत नसे. त्या वेळी विकासची मदत, त्यानं दिलेला आधार मी गृहीतच धरला होता. पण आज मागे वळून बघताना जाणवतं की किती वेगळा आणि सच्चा माणूस होता तो! माझी जबाबदारी घेणं, इतकंच काय, कोणत्याही बाबतीत माझ्या पाठीशी खंबीरपणे उभं राहाणं त्याच्यासाठीसुद्धा खूप अवघडच होतं. माझ्याबरोबर स्वच्छतागृहात येणं, माझी व्हीलचेअर ढकलणं, मला तयार करणं इथपासून लोकांच्या विनाकारण कुत्सित, दयेच्या नजरांना सामोरं जाणं इथपर्यंत तो सतत माझ्याबरोबर होता. माझ्या बाबांखेरीज माझ्यासाठी इतकं कधीच कुणी केलं नव्हतं. आता विकासही माझ्याबरोबर होता, माझा सर्वांत जवळचा मित्र!

हा सगळा अनुभव बोचरा असला, तरी आयफेल टॉवर बघितल्यावर आमच्या जखमेवर जणू फुंकरच मारली गेली. आम्ही एकत्र होतो हा आनंद सर्वांत मोठा होता. आयफेल टॉवरच्या सर्वांत वरच्या टप्प्यावर एकमेकांशेजारी उभं राहून पॅरिस बघताना झालेल्या प्रकारचा आम्हाला विसर पडला. किती विलोभनीय दृश्य

होतं ते! १० वर्षांपूर्वी माझ्या बाबतीत डॉक्टरांनी बरी होण्याच्या सर्व शक्यता नाकारल्या होत्या. तीच मी आज माझ्या घरापासून कैक मैल दूर माझ्या सर्वांत प्रिय व्यक्तीबरोबर सर्वात सुंदर असा पॅरिसचा परिसर बघत होते! कुठून कुठे आले मी..!

दुसऱ्या दिवशी आम्ही लुव्रचं संग्रहालय बघायला गेलो. आजपर्यंत ज्या कलाकृतींबद्दल केवळ वाचलं होतं, त्या कलाकृती प्रत्यक्ष बघताना आम्ही जणू लहान मुलंच होऊन गेलो होतो. आम्ही जवळजवळ चार तास तिथे घालवले, तेही पुरेसे नव्हते! बाकीचा दिवस आम्ही पॅरिसच्या रस्त्यांवर भटकण्यात घालवला, तिथली संस्कृती जाणून घ्यायचा प्रयत्न केला. फ्रेंच बायका आपल्या इवल्याशा 'चिहुआहुआ' जातीच्या कुत्र्यांना पिशवीत घेऊन हिंडत, ते दृश्य फार मजेशीर होतं. रस्त्याच्या कडेला असलेल्या छोट्या-मोठ्या कॅफेमध्ये लोक आपल्या मद्याचा आस्वाद घेत. मला तर एखाद्या सिनेमासारखंच वाटत होतं. मी एक एस्प्रेसो कॉफी मागवली. मला वाटलं, भारतात मिळते तशी दुधाळ, गोड कॉफी येईल, पण माझी फजितीच झाली. माझ्या पुढ्यात कडवट चवीचं एक द्रव्य आलं. विकास माझी फजिती बघून हसत होता. त्याला वाटलं की मला माहीत आहे की मी काय मागवते आहे! कडवट पेयाचे घोट मला घ्यावे लागले कारण त्यासाठी मी पैसे खर्च केले होते ना!

आम्ही पॅरिसमध्ये रात्रीचं आयुष्य बघितलं नाही, महागड्या हॉटेलात जेवण केलं नाही किंवा पॅरिसमध्ये सामान्य माणसं जशी मजा करतात, तसं आम्ही काहीच केलं नाही, तरी पॅरिसमधले दोन दिवस अतिशय स्मरणीय होते. आम्ही एकत्र असणंच आम्हांला बाकी कुठल्याही सुखापेक्षा जास्त मोठं होतं. त्यापेक्षा जास्तीचं काहीही मिळालं तरी आम्हाला त्यात आनंदच होता.

आमचा पुढचा मुक्काम ब्रुसेल्सला होता. आमच्या माहितीप्रमाणे तिथे अनेक महत्त्वाची सरकारी कार्यालयं होती. त्यामुळे ते खूप मोठं शहर असेल असं आम्हाला वाटलं होतं. पण प्रत्यक्षात ते एक छोटंसं, टुमदार शहर होतं, शिवाय तिथली बहुतेक सर्व पर्यटन स्थळं चालत जाण्याच्या अंतरावर होती. मात्र तिथल्या खडकाळ, उंचसखल रस्त्यांनी आमचा घाम काढला. त्या रस्त्यावरून विकासला माझी व्हीलचेअर ढकलावी लागत होती. पण सुदैवाने आम्ही जुन्या ब्रुसेल्समध्ये राहिलो होतो, जिथून सर्वच ठिकाणं जवळ होती.

दोन दिवस आम्ही ब्रुसेल्सच्या रस्त्यांवर भटकलो. ब्रुसेल्सच्या भव्य इमारती आणि बाजार बघून खूप दिपून गेलो. विकासने या प्रवासाची आठवण म्हणून एक सोन्याची साखळी माझ्यासाठी घेतली. त्या दुकानातली ती सर्वांत स्वस्त गोष्ट होती पण माझ्यासाठी अर्थातच अमूल्य होती. ती चेन कायमच माझ्या

गळ्यात असते.

आम्ही जड अंत:करणाने लंडनचा निरोप घेतला. केवळ आमचा प्रवास संपणार नव्हता, तर गेले दोन महिने आम्ही एकमेकांबरोबर घालवलेले सुखद, मंतरलेले दिवसही आता संपणार होते! विकास नसता तर दोन महिने इतकी सुंदर सुटी घेण्याचं धाडस माझ्या आयुष्यात कधी झालं नसतं. विकासने मला खऱ्या अर्थाने आनंदाने जगायला शिकवलं. मी त्याच्याबरोबर आले नसते, तर आयुष्यातल्या खूप मोठ्या आनंदाला मुकले असते. आम्ही सतत वाद घालत होतो, तरीही –तरीही विकासने माझ्यासाठी जे काही केलं त्याची परतफेड, कृतज्ञता शब्दांच्या पलीकडे होती. विकास माझ्या आयुष्यात आल्यामुळे मी जगातली सर्वांत सुखी व्यक्ती होते आणि भाग्यवानही..!

काही दिवसांनी विकासच्या परीक्षेचा निकाल लागला आणि तो उत्तम मार्कांनी उत्तीर्ण झाला होता. त्याचा लंडनला जायचा मार्ग मोकळा झाला.

१९

उब्बू या दोन महिन्यांत मोठी झाली होती. मला बघताच धावत मला येऊन बिलगली. माझ्या मांडीवरून हलेचना, जणू काही मी तिच्या एकटीची होते. कुणालाही माझ्याजवळ येऊ देत नव्हती. तिच्या अंगावर आता तपकिरी रंगांचे पट्टे उमटायला लागले होते. ती कोणत्या जातीची संकर आहे हे ठाऊक नसल्यामुळे ती कशी दिसेल याचीही मला कल्पना नव्हती.

माझ्या आयुष्याची चौकट परिपूर्ण होती. माझा प्रियकर, माझं घर आणि माझी उब्बू! यापेक्षा आणखी काही मला नकोच होतं. पण हे चित्र तात्पुरतंच होतं कारण दोन महिन्यांनी माझ्या आयुष्याला नाट्यपूर्ण कलाटणी मिळाली.

ज्या दिवसासाठी मी स्वत:ला समजावत होते, मनाची तयारी करत होते, तो दिवस लवकरच येणार होता. आज किंवा उद्या मी आणि विकास लांब जाणार होतो. पण कितीही समजावलं तरी माझ्या मनाची समजूत पटत नव्हती. विकासने माझ्यापासून लांब जाणं मी कसं सहन करणार होते, कुणास ठाऊक? या तीन वर्षांच्या काळात विकास माझ्या जगण्याचा अविभाज्य भाग बनला होता आणि आता मला त्याच्याशिवाय जगायचं होतं... विनाकारण माझी चिडचिड होत होती, अत्यंत हताश वाटत होतं. मी आज जर धडधाकट असते तर आमचं लग्नं झालं असतं. पण आपल्या समाजात आमचं आत्ताच्या स्थितीत लग्न होणं निव्वळ अशक्य होतं. वेगळं होण्याचं हे कारण मूर्खासारखं होतं...

पण हे घडणार होतं, याची मला खात्री होती. पण अजूनही ते टाळता आलं तर मला हवं होतं. पण एक मात्र नक्की, तो स्वत:चं आयुष्य घडवण्यासाठी पुढे चालला होता, माझ्या विकलांगतेमुळे, मर्यादांमुळे नव्हे! कुठल्याही मुलीकरता तो मला सोडून जात नव्हता. माझं प्रेम, माझ्या क्षमता यांबाबतच्या शंका फिटल्या असल्या, तरी तो जाणार होताच... बाहेरून सगळं ठीक असल्याचं जरी मी दाखवत असले तरी आत मात्र मी खचत चालले होते. समाजावर मोठ्याने ओरडावं असं वाटत होतं. समाजाचा मला खूप राग येत होता. विकासच्या जाण्याने दु:खाचे पडसाद उमटणारच होते. पण आमचं प्रेम आणि मैत्री जितकी खरी होती, तितकं विकासचं जाणंही अटळ होतं, आणि त्यासाठीच मी स्वत:ला तयार करत होते. माझ्या प्रेमाला मी गमावतेय यापेक्षा माझ्या सर्वांत जवळच्या मित्राला मिळणाऱ्या

संधीमुळे मी खूश आहे, असं स्वत:ला समजावत होते. विकासने या संधीसाठी खूप कष्ट घेतले होते. त्याची अवस्था माझ्यापेक्षा वेगळी नव्हती. त्याचं काम हेच त्याचं ध्येय असणं गरजेचं होतं. त्यानं इंग्लंडला जाण्याचा निर्णय योग्यच होता आणि मलाही तो पटत होता. आम्ही पुढचं आयुष्य एकत्र घालवू शकत नाही, याची आम्हालाही स्पष्ट जाणीव होती.

आता कशापेक्षाही जास्त मला माझ्या कामाचा विचार करणं भाग होतं, ती आता माझी गरज बनली होती. माझा कसलाही दोष नसताना माझ्या वाट्याला विकलांग आयुष्य आलं होतं, पण त्यासाठी कुणी सहानुभूतीने तडजोड करावी, हे मला पटणं शक्यच नव्हतं. आता मलाही विकाससारखं माझ्या व्यावसायिक गोष्टींकडे लक्ष द्यायला हवं होतं. आता माझ्या कामात मन रमत नाहीये, हे माझ्या लक्षात आलं होतं. आता सेंटरमध्ये नवीन शिकण्यासारखं काही नव्हतं आणि बढतीचीही शक्यता नव्हती. मला आत कुठेतरी वाटत होतं की, अपंगांच्या हक्कांकरिता काम करायला हवं होतं. विशेषत: इंग्लंडमधल्या प्रशिक्षणानंतर मला नक्की कशात काम करायचं आहे, ते हळूहळू मला स्पष्ट व्हायला लागलं होतं आणि समुपदेशनापेक्षा ते काम खूप वेगळं होतं.

मी विकलांगांच्या सोयीसुविधांसाठी काम करू शकत होते आणि 'ॲक्सेस'चं काम वाढवणं शक्य होतं. पण मला मूलभूत सुविधांच्या उत्तम दर्जासाठी काम करायचं होतं. शिवाय विकासच्या जाण्याच्या कल्पनेने माझी अधीरता अधिकच वाढत होती. पण तरीही एक स्वतंत्र व्यावसायिक म्हणून मी स्वत:चा विचार केला नव्हता. विकासशिवाय सेंटरवर काम करण्याचीही कल्पना मला करवत नव्हती, तिथे मला करमलंच नसतं.

आता मला हालचाली वेगाने करायला हव्या होत्या. मला ज्यात आनंद वाटेल आणि व्यावसायिकदृष्ट्या माझी प्रगती करता येईल, नवीन गोष्टी शिकता येतील, असं काम मला शोधणं गरजेचं होतं. यापुढे नवं काही शिकल्याशिवाय असं काम करणं मला शक्य होणार नाही, हे मला लक्षात आलं. आता हा काळ आठवताना असं वाटतं की, केवळ विकास नव्या कामांकडे वळला नसता तर स्पायनल सेंटरमधली आरामदायक नोकरी सोडण्याचा मी विचार केला नसता. पण पुढे शिकण्याची इच्छा निर्माण होणं हे विकासच्या जाण्याचं सोनेरी फलित होतं. आता माझ्यासाठी नवीन मार्ग निवडायचा होता.

विकासच्या जाण्याने जे रिकामपण आणि वेदना होणार होत्या, त्याचं रूपांतर माझ्या नव्या दिशेने होणाऱ्या विचारांत झालं. मी विविध पर्यायांचा विचार करायला लागले. विकास किंवा बाबांबरोबरही मला याबाबत चर्चा करता येणं

शक्य नव्हतं. विकास त्याच्या तयारीत गुंतला होता आणि बाबा साईबाबांवर सगळं सोपवून मोकळे झाले असते! मला त्या वेळी कुणाचीच मदत घेणं शक्य नव्हतं. मी इतकी दिशाहीन झाले होते की शेवटी माझी पत्रिका दाखवायला मी बाबांना सांगितलं.

एका दुपारी मी बाबांबरोबर नोकरीच्या मेळाव्याला गेले होते. पण तिथे जाण्याचा उद्देश नोकरी शोधण्याचा किंवा पुढच्या शिक्षणाच्या संधी तपासण्याचा नव्हता, तर तिथे बाबांचे एक प्राध्यापक मित्रही येणार होते. ते पत्रिका चांगली बघत. त्यांनी आधीच माझी पत्रिका बघून ठेवली होती, त्याबद्दल ते माझ्याशी बोलणार होते. त्याचा मला पुढच्या आयुष्याचा विचार करायला उपयोग होणार होता.

मेळाव्यात विद्यार्थी आणि पालकांची खूपच गर्दी होती. मी आणि बाबा बाहेर त्या गृहस्थांची वाट बघत बसलो होतो. वेळ घालवण्यासाठी तिथली माहितीपत्रकं मी चाळत होते. आर्किटेक्चर तंत्रज्ञानाचा अभ्यासक्रम मला थोडा बरा वाटला म्हणून चौकशी केली. दोन वर्षांचा, पूर्णवेळचा तो आर्किटेक्चर तंत्रज्ञानाचा अभ्यासक्रम होता. हा अभ्यासक्रम 'एडेक्सेल' या ब्रिटिश कंपनीशी संलग्न होता.

त्या अभ्यासक्रमाला आवश्यक बाबी उदा. वयोमर्यादा, शिक्षणाची पार्श्वभूमी इ.ची चौकशी मी केली. पण मला सुखद धक्का बसला. त्या विद्यापीठाला जास्तीत जास्त विद्यार्थी हवे होते. वयाचीही अट नव्हती. वय, शिक्षण वगैरे कशाचीच अट नव्हती, फक्त शालेय शिक्षण पूर्ण असणं आवश्यक होतं. माझं वय किंवा अपंगत्व दोन्ही गोष्टी या अभ्यासक्रमात महत्त्वाच्या नव्हता. मला या अभ्यासक्रमासाठी प्रवेश घेण्याचा मोह टाळता येईना. एकंदर सर्वसमावेशक अभ्यासक्रम बघून माझ्यासाठीच तो तयार झालाय असं मला वाटत होतं.

माझ्या कानांवर माझा विश्वासच बसेना. माझी इच्छा बघून बाबांनी ताबडतोब फी किती, कॉलेज कुठे आहे वगैरे सगळ्या चौकशा केल्या. काही दिवसांनी मी त्यांच्या शिष्यवृत्तीसाठी परीक्षा दिली आणि काही दिवसांत पन्नास टक्के शिष्यवृत्ती मिळवून मी अभ्यासक्रमासाठी प्रवेश घेतलासुद्धा!

त्या दिवशी सगळं अचानकच घडलं. एकदम मी पूर्णवेळ विद्यार्थी झाले. हे जरा जास्तच होत होतं. स्वतःची चांगली नोकरी, घर असूनसुद्धा हे वेडं धाडस करायचं धैर्य आणि मनोबल त्या वेळी कुठून आलं कुणास ठाऊक? कदाचित बाबांचा पाठिंबा आणि विकासच्या जाण्याचं दुःख यांचा तो एकत्रित परिणाम असावा. मला एकदम श्री. दत्तांनी मला भविष्याबद्दलचा प्रश्न विचारला होता, त्याची आठवण झाली. त्या वेळी विकलांगतेमुळे उच्च शिक्षणावर मी फुलीच

मारली होती. पण आता मी उच्च शिक्षण घ्यायला निघाले होते.

हा माझ्या आयुष्यात अतिशय वेगाने आणि कदाचित अविचाराने घेतलेला निर्णय होता. मी ते सगळं सोडणार होते जे आत्तापर्यंत माझं होतं. केवळ माझ्या इच्छाशक्तीच्या, सर्वसमावेशक, भरीव काम करण्याच्या तीव्र इच्छेपायी मी हे 'कदाचित' वेडेपणाचं पाऊल उचललं होतं. कदाचित विकासच्या विरहाची धारही यामुळे बोथट होणार होती. बाबांचे ते प्राध्यापक मित्र आम्हाला भेटलेच नाहीत, पण मला आता त्यांच्या भाकिताची गरज नव्हती. मला माझी वाट आता लख्ख दिसत होती.

त्या संध्याकाळी विकासला मी सगळं सांगितलं. पण मी गंमत करते आहे, या विचाराने त्याने फारसं लक्ष दिलं नाही. पण माझ्याकडे त्याचं पूर्ण लक्ष आहे याची खात्री पटल्यावर मी त्याला माझा बेत पुन्हा सांगितला. काय प्रतिक्रिया द्यावी हे बहुधा त्याला समजत नसावं. त्याला आनंद झालाय की आणखी काही याचा मलाही अंदाज येईना. पण माझं कॉलेज सुरू झाल्यावर त्याला बरंच वाटलं असणार. माझ्याबद्दलचा अभिमानही क्वचित त्याच्या बोलण्यातून मला जाणवे. माझ्यावर प्रेम करण्यात त्याने काहीच चूक न केल्याची ती जणू पावतीच होती.

दरम्यानच्या काळात बऱ्याच गोष्टी करायच्या होत्या. माझं घर सोडून कॉलेजच्या जवळ भाड्यानं घर बघायचं होतं. ११ वर्षांच्या विश्रांतीनंतर मी पुन्हा पूर्णवेळ शिकायला जाणार होते. शिवाय या अभ्याक्रमात अत्यावश्यक असलेलं ड्राफ्टिंग, चित्रं काढणं, रेखाचित्रं बनवणं वगैरे गोष्टी मी माझ्या लुळ्या हाताने कशी करणार होते, हाही प्रश्न होता. या अभ्यासक्रमाचा मला प्रत्यक्ष फायदा किती होणार याबाबतही मी साशंक होते. कदाचित या अभ्यासक्रमाच्या मला चांगली नोकरी मिळाली असती किंवा 'ॲक्सेस'चं काम वाढवता आलं असतं. पण त्या क्षणी फक्त माझ्या आतल्या आवाजाचं मी ऐकत गेले.

शेवटी विकासच्याही आधी मी स्पायनल सेंटरमधून बाहेर पडले. तसंही त्याच्याशिवाय एकही दिवस तिथे राहाणं मला शिक्षेसारखंच होतं. विकास भारत सोडून जायच्या आधीच मी फरीदाबादच्या भाड्याच्या घरात राहायला गेले. माझ्या घरात विकासच्या आणि माझ्या एकत्र घालवलेल्या असंख्य क्षणांच्या असंख्य आठवणी होत्या. त्या आठवणींबरोबर तिथं एकटं राहाणं मला खूपच जड गेलं असतं. शेवटी माझ्या एका नव्याकोऱ्या आयुष्याची सुरुवात झाली.

२०

माझ्या आयुष्यातल्या या विद्यार्थीदशेत, खूप बदल आणि आव्हानं होती. अर्थातच या सगळ्याला माझी 'ना' नव्हतीच, कारण त्यामुळेच खूप रोमांचक, आनंदी, वेगळं आयुष्य जगायला विकासने शिकवलं होतं. मला जगता येत होतं. त्यामुळे माझा आत्मविश्वास वाढला होता आणि म्हणूनच अधिक मोठ्या टप्प्यांची मला आता भीती वाटत नव्हती.

नवीन घरात बाबा माझ्याबरोबर राहायला आले व त्यांचा माझ्या नव्या शिक्षणाला पूर्ण पाठिंबा होता. बाकीचे सगळेच घरचे मला परावृत्त करू पाहात होते, पण बाबा मात्र माझ्या बाजूने खंबीरपणे उभे राहिले. त्यांचा माझ्यावर पूर्ण विश्वास होता. माझ्या स्वत:च्या घरात सोयीसुविधा तयार करताना खरंतर खूपच कष्ट पडले होते, तरीही लगेचच या भाड्याच्या घरात पुन्हा नवीन गोष्टी त्यांनी विनातक्रार करून घेतल्या. माझं घर मी आता भाड्यानं दिलं होतं. मी जूनमध्ये युरोपच्या दौऱ्याहून परत आले होते आणि ऑगस्टच्या शेवटी मी फरीदाबादच्या घरी राहायला गेलेसुद्धा. पंधरा दिवसांपूर्वी यापैकी काहीच ठरलं नव्हतं आणि आता मी कॉलेजला जायला लागले होते!

फरीदाबादचं हे घर माझ्या आजीच्या घराजवळ होतं, त्यामुळे बाबांना वरचेवर आजीकडेही जाता येत असे. सहा वर्षं एकटं राहिल्यानंतर बाबांबरोबर पुन्हा एकत्र राहाणं खरंच खूप छान होतं. त्यांनी माझी काळजी घेणं, माझ्या अवतीभवती असणं खूप हवंहवसं वाटत होतं. हा बाबांबरोबरचा फार सुंदर आणि अविस्मरणीय काळ होता. याआधी त्यांच्याबरोबर राहात असताना माझ्या विकलांगतेचं माझ्या मनावर दडपण होतं, परंतु आता तसं राहिलं नव्हतं. बाबांनाही माझ्याबरोबर राहाणं आवडत असावं. त्यांचा निवृत्तीनंतरचा हा काळ त्यांनी खूप मजेत व आरामात घालवला. नायजेरियाहून बाबांना परत येऊन नऊ वर्षं झाली होती, तरीही मीरा मात्र पाहुण्यासारखीच घरी येत असे. बाबांची त्याबद्दल काहीच तक्रार नव्हती, त्यामुळे मलाही त्यांचं काही वाटत नसे. मी मीराला स्वीकारलं होतं आणि आता तर तिचं घरात असणं मला छान वाटत होतं.

याच वेळी रितू - माझी नवी मदतनीस - माझ्याकडे आली. ती छत्तीसगडची होती. तिचे वडील शेतकरी होते आणि घरात मुलंबाळं खूपच होती.

त्यामुळे घरी दारिद्र्य होतं. रितू घरी न सांगताच नोकरी करून पैसा कमावण्यासाठी दिल्लीला आली होती. अर्थात ती माझ्याकडे काम करते आहे हे कळल्यावर तिच्या घरच्यांची काळजी मिटली. रितू कष्टाळू तर होतीच, पण अतिशय समंजस होती. बाबांची छोटी-मोठी तक्रार ती फारशी मनावर घेत नसे आणि माझ्यापर्यंत आणत नसे, कारण आमचे संबंध चांगले राहावेत असंच तिला वाटे.

उब्बू आणि रितूचीही छान गट्टी जमली. उब्बू सतत रितूच्या मागे-मागे असे आणि तिला काम करू देत नसे. रितूने सतत उब्बूशी खेळावं असंच तिला वाटे. उब्बू तशी लहानच होती, अत्यंत खट्याळही. सकाळच्या वेळी मी कॉलेजला जायला तयार होत असताना, ती बेडवर काढून ठेवलेले माझे कपडे पळवत असे. माझ्या खूपशा कपड्यांना छोटी छोटी छिद्रं होती ती उब्बूच्या दातांची कमाल होती. ती अतिशय वेगाने पळत असे, उंचावरून उड्या मारताना तिला जराही भीती वाटत नसे. रितूचा बराचसा वेळ उब्बूच्या मागे धावण्यातच जाई. उब्बूमुळे घरात चैतन्य होतं. कधीकधी तर माझे कपडे कपाटातून ओढून काढून खोलीभर पसरून ठेवत असे. तर कधी स्वयंपाकघरातून कचऱ्यातली भाज्यांची सालं, देठं पसरून ठेवी. सगळीकडे नुसता पसारा घालत असे.

उब्बूला 'शिस्त' लावण्यासाठी आम्ही एक प्रशिक्षक नेमला होता. रोज तो आला की उब्बू लपून बसत असे. तिला पलंगाखालून ओढून काढावं लागे. दोन महिन्यात पगारवाढीचं आमिष दाखवूनही तो प्रशिक्षक उब्बूला वैतागून निघून गेला. त्याच्यासमोर ती सर्व कसरती करत असे, पण आमच्यासमोर अजिबात हलतसुद्धा नसे. शेवटी तिला प्रशिक्षण देण्याचा विचार मला सोडून द्यावा लागला. अर्थात तरीही ती माझी खट्याळ आणि नाठाळ बाळच होती.

सप्टेंबर २००२ च्या मध्यावर विकास लंडनला रवाना झाला. पण त्याच्या नुकतंच आधी त्याची आजी पडली आणि तिच्या मणक्यांना इजा झाली. विकास अतिशय अस्वस्थ होता कारण आजीशी त्याचं खूप जिव्हाळ्याचं नातं होतं. सगळं बालपण त्याने आजीबरोबर घालवलं होतं. त्यामुळे आजीला अशा अवस्थेत टाकून निघून जाणं त्याच्यासाठी खूपच अवघड होतं. इथे राहून त्याला आजीसाठी खूप काही करता आलं असतं, पण त्याला थांबता येणं शक्यच नव्हतं. तो अतिशय खचला होता. विमानात चढेपर्यंत ही बोच त्याला छळत राहिली. विकास गेल्यानंतर दुसऱ्याच दिवशी त्याच्या आजीचं निधन झालं. विकासने अतिशय दुःखी मनाने इंग्लंडमध्ये कामाला सुरुवात केली.

कॉलेजमध्ये माझ्यासमोर अनेक अडचणी होत्या. त्यातली एक म्हणजे माझ्या आणि माझ्या वर्गमित्रांमधलं वयाचं अंतर. ही सगळी मुलं नुकतीच शाळा संपवून आली होती. अल्लड होती आणि मी बत्तीस वर्षीय एक मोठी बाई होते, त्यात विकलांगही होते. त्यांच्याशी काय आणि कोणत्या विषयावर बोलावं ते मला कळत नसे. त्यामुळे ते सगळे माझ्यापासून लांबच असत. काहीजण तर माझ्या व्हीलचेअरमुळे मला चक्क घाबरत! त्यांच्या काकू किंवा मावशीच्या वयाची होते मी! पण हळूहळू सगळ्यांना माझी सवय झाली आणि निदान एकमेकांशी संवाद साधता येऊ लागला.

खरंतर याच काळात माझ्या मैत्रीबाबत मला काही गोष्टी जाणवल्या. विकासखेरीज मला कुणीही जवळचा मित्र किंवा मैत्रीण नव्हती. ज्या वयात जे करायला हवं किंवा सामान्यपणे जे केलं जातं, तसं माझ्या आयुष्यात मी केलंच नव्हतं! त्यामुळे समवयस्कांशी मला कधीच जुळवून घेता आलं नाही, कारण माझ्यात आणि त्यांच्यात समान दुवा कधी निर्माणच झाला नाही. माझ्याबरोबरीच्या ज्या बायका होत्या, त्यांच्याशी तर माझा काहीच संबंध नव्हता. संध्याकाळी कॉलनीत फिरताना मुलं, मोलकरणी, सासू-सासरे यांवर त्यांच्या गप्पा चालत. त्या वेळी मी कॉलेजमधल्या असाईनमेंट्स किंवा ड्रॉईंग्ज करत असे.

कॉलेजच्या सुरुवातीच्या काळात माझ्या वर्गातले विद्यार्थी आपसांत ओळखी करून घेत होते, मजा करण्याच्या योजना आखत होते. त्यात मी कुठेच बसत नसे. मला त्याची कधी फिकीर वाटली नाही. मला माझ्या वेगळ्याच चिंता असत. मला हा कोर्स पूर्ण करता येईल ना, हा विचार सतत छळत असे, कारण त्यासाठी खूप जास्त हस्तकौशल्याची गरज होती. शिवाय आता माझ्याकडे पैसाही नव्हता. चांगली नोकरी मी सोडली होती आणि मी भाड्याच्या घरात राहात होते. मला आता परत फिरणं शक्यच नव्हतं. पण बाबा सतत मला आत्मविश्वास देत होते. त्यांच्या शब्दावर विश्वास ठेवून मी अत्यंत प्रामाणिकपणे कष्ट करत होते. आणि आश्चर्य म्हणजे वर्गातल्या काही चांगल्या विद्यार्थ्यांपैकी मी एक होते. अर्थात यात विशेष असं काहीच नव्हतं, कारण त्या वयाच्या विद्यार्थ्यांसारखं माझं लक्ष विचलित करणारं माझ्याकडे काहीच नव्हतं. त्यामुळे मी पूर्ण एकाग्रतेने काम करत होते. मला या सगळ्याचीच खूप मजा वाटत होती.

माझ्या प्राध्यापकांनीही मला खूप सहृदयतेने मदत केली. काही जण तर माझ्यापेक्षा वयाने लहान होते. त्यांना 'सर' किंवा 'मॅडम' म्हणताना मला जरा विचित्र वाटे, पण मी नंतर सरावले आणि वर्गात मिसळूनही गेले. माझा एकंदर 'अवतार' भीतीदायक असला, तरी मी कधीच गैरहजर राहिले नाही आणि

मॉडेल्स, प्रोजेक्टही मी वेळेवर पूर्ण करत असे. हळूहळू सरावाने मला ड्रॉईंग्ज करता यायला लागली, पण मॉडेल बनवणं म्हणजे अख्ख्या घराचं काम असे. कारण मॉडेल बनवणं माझ्यासाठी अशक्य होतं. त्यामुळे बाबा आणि रीतूच सारं काम करीत. या सगळ्या खटाटोपांमुळे, प्रयत्नांमुळे मला मात्र नव्याने तरुण झाल्यासारखं वाटत होतं.

मला जाता येण्याजोगी ठिकाणं दोनच होती, स्टुडिओ किंवा कॉम्प्युटरची खोली. त्याखेरीज अगदी बाथरूममध्येही मला जाता येत नसे. माझ्या नैसर्गिक विधींवर नियंत्रण मिळवणं हा माझा कायमचा प्रश्न होता. द्रवपदार्थ न घेणं आणि तहानलेलं राहाण्याचा सराव यामुळे बऱ्याचदा मला हे नियंत्रण करता येत असे. तरीही कधीतरी फजिती होई आणि मला कॉलेज सोडून लवकर परतावं लागे. यामुळे फार पंचाईत होत असे. घरी येऊन मला रडूच कोसळत असे. पण बाबा मला सतत समजावत, ''ज्या गोष्टींवर उपाय नाहीत, त्या सहन कराव्या लागतातच. फार वाईट वाटून घेऊ नकोस बेटा.'' त्यांच्या या शब्दांनी माझा खचलेला धीर मी गोळा करत असे आणि पुन्हा नव्याने उभी राहात असे.

माझ्या वर्गातली सगळी मुलं काहीतरी कारणाने या कोर्सला आली होती. एकतर त्यांना बारावीत मार्क कमी होते किंवा इतर कोर्सला त्यांना कुठे प्रवेश मिळाला नव्हता. सगळेच जण मोठ्या, श्रीमंत घरातून आले होते आणि पुढच्या शिक्षणासाठी परदेशी जाण्याचा त्यांच्यापैकी बहुतेकजण विचार करत होता. या विचारांनी मलाही वाटलं की मी का असा प्रयत्न करू नये? मीसुद्धा इंग्लंडला जाऊन पुढचं शिक्षण का घेऊ नये? या विचाराने माझ्या गालावरून जणू मोरपीस फिरलं. कोर्सच्या सुरुवातीलाच हा विचार डोक्यात आल्यामुळे काय करायचं, कसं करायचं याचं नियोजन करायला माझ्या हातात दोन वर्षं होती.

मी आणि विकास दोघेही वेगवेगळ्या वाटांवरून चालत असलो किंवा शरीरानं जरी एकमेकांपासून लांब असलो, तरी आमच्या नात्यात काहीच फरक पडला नाही. एकमेकांशी बोलल्याशिवाय आमचा दिवस सरत नसे. अंगावर घेतलेल्या वेगवेगळ्या कामांमध्ये रोज रात्री इंटरनेटवर गप्पा मारणं हाही मुख्य कार्यक्रम होता. ज्या दिवशी इंटरनेट बंद असेल, त्या दिवशी मी विलक्षण अस्वस्थ होत असे, पण फरीदाबादमध्ये ही अडचण नित्याचीच होती.

आमच्या गप्पा उशीरापर्यंत चालत. तोपर्यंत, रोज, न चुकता उब्बू माझ्या खुर्चीच्या पाठीवर नखांनी खाजवत असे. ''चल आता मला झोप आली आहे.''

असंच जणू ती सांगे. मीसुद्धा ''झोप बाळ तू, मी आलेच'' असं तिला सांगत असे. उब्बू माझ्याबरोबर माझ्या छोट्याशा बेडवरच झोपत असे. आम्ही दोघी कशा झोपत असू कुणास ठाऊक? मी झोपायला जाईपर्यंत उब्बू लहान मुलासारखी गाढ झोपलेली असे.

उब्बूमुळे विकासच्या विरहाचं माझं दुःख थोडं हलकं झालं होतं. ती अगदी लहान मुलासारखी स्वतःच्या खेळातच मग्न असे तरीही तिला माझी मनस्थिती नीट समजत असे. बाबांनी तिला शी-शूच्या सवयी लावल्या होत्या आणि रितू तिचं खाणंपिणं बघत असे, तरीही तिच्यासाठी मी तिची आईच होते. मुलाचं आपल्या आईशी जितकं समर्पित नातं असतं, तसंच उब्बूचं आणि माझं नातं होतं.

लंडनमधल्या स्लॉग इथल्या वेक्सहॅम पार्क हॉस्पिटलमध्ये विकास ऑक्युपेशनल थेरपिस्ट म्हणून काम करत होता. तो तिथे फार पटकन रुळला. त्याच्या स्वभावामुळे सहकाऱ्यांमध्ये तो लवकर मिसळून गेला. त्याला बढतीही भराभर मिळत गेल्या. पण कामाच्या ठिकाणी उत्कृष्ट दर्जा ठेवणारा विकास भावनिक पातळीवर मात्र हळवा झाला होता. त्याला घरच्यांची फारच आठवण येई. आणि तो अगदी बेचैन होऊन जात असे. त्याला दिल्लीतल्या मित्रांची फार उणीव भासे. तिथे तो हॉस्पिटलच्या क्वार्टरमध्ये राहात होता. स्वत: काही करायचा कंटाळा किंवा आळस असल्यामुळे पिझ्झा, पास्ता, नूडल्स अशा तयार पदार्थांवर तो भागवी. त्याला शक्य झालं असतं तर लंडन सोडून भारतात कायमचा परतला असता. पण तसं झालं नाही. विकास वर्षभरात दोन वेळा सुट्ट्यांसाठी येत असे. दर वेळी परत जाताना पुढच्या सुट्टीचा बेत करूनच परत जात असे. केवळ त्यामुळेच त्याला परत जाता येई!

विकासची घालमेल मला समजत होती, त्यामुळे मला अगदी कितीही बरं वाटत नसलं, तरी इंटरनेटवरचं रोजचं बोलणं कधीच चुकवत नसे. त्या वेळी त्याच्याबरोबर असावं आणि त्याचं दुःख वाटून घ्यावं असं मला खूपदा वाटे. ''तुझं आयुष्य फार सुखात गेलंय'' असं मी त्याला नेहमी चिडवत असे. पण आता तिथला एकटेपणा त्याला असह्य वाटत होता. त्या एकटेपणाने त्याचा खेळकर, हसरा स्वभाव हरवूनच गेला. तो अतिशय गंभीर बनला. स्वतःच्या कुटुंबाबद्दल, मायेच्या माणसांबद्दल तो अधिक पोक्तपणे विचार करू लागला होता.

विकासला माझी उणीव सर्वांत जास्त भासत होती. त्यामुळेच तो सुटीला आला की सर्व वेळ माझ्याबरोबरच असे. पण तरीही आम्ही एकमेकांशी प्रेमाबद्दल कधीच बोललो नाही. तो रोज मला २० किलोमीटरवरून घरी आणायला येत असे

आणि परत सोडायलाही येत असे. त्या वेळी बहुतेक वेळा आम्ही मित्रांना भेटत असू, रस्त्यावरच्या टपऱ्यांवर जेवत असू. विकासला कार चालवायला खूप आवडत असे आणि त्याच्याबरोबर जायला मी कधीही तयार असे. एका प्रसंगी तो आवर्जून भारतात असे, तो म्हणजे माझा वाढदिवस! प्रत्येक वर्षी माझा वाढदिवस आमच्या सगळ्या मित्रांना बरोबर घेऊन तो साजरा करत असे. माझ्या वाढदिवसाचं माझ्यापेक्षा त्यालाच अप्रूप जास्त असे. तो दिवसभर माझ्याबरोबर आहे, इतकंच मला पुरत असे, पण विकास त्या दिवसाला खास बनवत असे. त्याचा वाढदिवस इतक्या उत्साहाने साजरा केल्याचं मला तरी आठवत नाही. विकास लंडनमध्ये असल्यामुळे मी कुठेच फारशी जात–येत नसे. कारण माझं विश्व विकासभोवतीच फिरत होतं. माझा सगळा दिवस अभ्यास, बाबा, उब्बू आणि विकासशी रात्री इंटरनेटवर गप्पा यात निघून जात असे. कधीतरी रितूबरोबर स्वयंपाकही करत असे.

वेगळे होऊनही आमच्या नात्यात फारसा फरक पडला नव्हता. उलट एकमेकांच्या आयुष्यातलं आमचं स्थान आणखीनच पक्कं झालं. आमचं नातंही आणखी घट्ट झालं. पण तरीही विकासला आईवडिलांचा नकार ठाऊक असल्यामुळे आमच्या नात्याला काही भविष्य नाही, याचीही आम्हाला कल्पना होती. आमच्या नात्यात खोल वेदना होती, एकत्र येऊ न शकण्याचं शल्य होतं, तरीही आम्ही एकमेकांवर भरभरून प्रेम करत होतो. आमच्यापैकी प्रत्येकाला स्वतंत्र वाट निवडण्याचं स्वातंत्र्य होतं, तरीही प्रेमाच्या रेशमी, तरल धाग्याने आम्ही घट्ट बांधले गेलो होतो!

२१

नोकरीत थोडं स्थिरस्थावर झाल्यावर विकासने पदव्युत्तर अभ्यासक्रमांची चौकशी करायला सुरुवात केली. या त्याच्या शोधकार्यात त्याला एक अभ्यासक्रम होता, ज्यात अपंगांच्या सुविधांसाठीचा सर्वसमावेशक विचार होता. पुनर्वसन किंवा ऑक्युपेशनल थेरपीच्या कोणत्याही विषयात विकासला पदव्युत्तर पदवी मिळवता आली असती. पण बँकॉकमधल्या प्रशिक्षणाने त्यालाही झपाटून टाकलं होतं. त्यामुळे विकलांगपूरक परिसर तयार करण्यातला त्याचा रस वाढत होता. मलाही माझा कोर्स पूर्ण झाल्यावर याच विषयात पुढे शिकायचं होतं. त्यामुळे हा कोर्स आम्हा दोघांसाठीही योग्यच होता. हे स्वप्नं बघणं माझ्यासाठी एखाद्या धाडसापेक्षा कमी नव्हतं.

हा कोर्स इंग्लंडमधल्या रीडिंग विद्यापीठात होता. २००४ मध्ये आम्ही दोघांनीही तिथे एकत्रच प्रवेश घेतला. विकासने आपली नोकरी बदलली. तो रीडिंगमधली रॉयल बर्कशायर हॉस्पिटलमध्ये कामावर रुजू झाला. या हॉस्पिटलतर्फे त्याच्या शिक्षणाचा खर्च केला जाणार होता. मला तिथे प्रवेश मिळण्यात काहीच अडचण नव्हती. अडचण होती पैशाची. तिथे राहायचा आणि शिक्षणाचा खर्च माझ्या आवाक्यापलीकडे जात होता. शिवाय रितूलाही मला बरोबर नेणं भाग असल्यामुळे माझा खर्च जवळजवळ दुप्पट वाढणार होता. माझं स्वप्नं भलतंच खर्चीक झालं होतं! पण विकासबरोबर मी तिथे शिकणार असल्याने मी काहीही करायला तयार होते.

मी एका शैक्षणिक शिष्यवृत्तीसाठी अर्ज केला. मला वाटलं होतं की फार अडचण येणार नाही. कारण मी जो अभ्यासक्रम निवडला होता, त्यामुळे देशात विकलांगपूरक वातावरण तयार करण्यात मदत होणार होती. मे मधल्या एका दुपारी माझी मुलाखत दिल्लीत पार पडली. तिथे माझ्यापेक्षा तरुण आणि नव्या उमेदीच्या तरुणांना बघून माझा आत्मविश्वास कमी व्हायला लागला. सुदैवाने माझी मुलाखत लवकर झाली, फार वेळ थांबावं लागलं नाही. मुलाखत घ्यायला तिघं जण होते आणि त्यांनी मला खूप प्रश्न विचारले. माझ्यामते मुलाखत चांगली झाली होती. मला त्या सगळ्या मुलाखतीचा ताण आला होता. मला शिष्यवृत्ती मिळणं खूप गरजेचं होतं, त्याचा तो ताण होता. त्या दिवशी संध्याकाळी निकाल लागणार होता

आणि माझी निवड होईल याबद्दल मला खात्री होती. माझ्याकडे पैशाची दुसरी कसलीही सोय होऊ शकत नव्हती. पण माझी निवड झाली नाही. मी खूप खचून गेले.

आता मी पैसा कसा उभा करू? माझं भवितव्य घडायच्या आधीच लयाला गेलं होतं. पण याच कठीण काळात प्रेमाच्या ताकदीचा मला साक्षात्कार झाला.

प्रेमाची व्याख्या प्रत्येकासाठी वेगळी असते. बाबांचं प्रेम त्यांच्या साईबाबांवरच्या भक्तीत होतं, तेच त्यांना प्रेरणा देतात अशी त्यांची श्रद्धा होती. माझ्यासाठी 'विकास' हा 'प्रेम' शब्दाचा समानार्थी शब्द होता. विकास माझं प्रेरणास्थान होता. सच्च्या प्रेमात खरोखरच ताकद असते. कुठल्याही संकटांना, अडथळ्यांना पार करण्याची ताकद हे प्रेम तुम्हाला देतं. मलाही तोच अनुभव आला. शिवाय तुमची इच्छाशक्ती प्रखर असेल तर तुम्हाला हव्या त्या गोष्टी करता येतात. माझ्यासाठी काही आकाराला येत होतं.

शिष्यवृत्ती न मिळाल्याचं दु:ख होतंच, पण दुसऱ्या दिवशी माझ्याकडच्या सगळ्या शक्यतांचा मी पुन्हा विचार करायला लागले. यशापेक्षा माझ्या अपयशाचीच शक्यता अधिक असताना, या रस्त्यावर चालणं तितकं सोपं नव्हतं. पण माझ्या ध्येयाची मीच स्वत:ला आठवण करून देत होते. मी पुन्हा पुन्हा लढत होते, प्रयत्नांची शर्थ करत होते. माझा आत्मविश्वास, माझी चिकाटी आणि माझी जिद्द, सगळंच मी पणाला लावलं होतं. काहीही झालं तरी मी हे करेनच, असं मी विकासला सतत सांगत होते. पण माझ्यासाठी ही गोष्ट किती अवघड आहे याची विकासला पूर्ण कल्पना होती, पण तोच माझी ताकद होता याची त्याला कल्पना नव्हती.

मला २००४ मध्ये 'नीरजा भानोत पुरस्कार' मिळाला. नीरजा भानोत ही अशी शूर स्त्री होती, जिने दहशतवाद्यांनी ओलीस ठेवलेल्या विमानप्रवाशांना धाडसाने वाचवलं होतं आणि त्यात ती शहीद झाली होती. तिच्या नावाने दरवर्षी एखाद्या धाडसी आणि दुसऱ्यांसाठी चौकटीपेक्षा वेगळं काम करणाऱ्या स्त्रीला पुरस्कार दिला जातो. अशा धाडसी व्यक्तींच्या नावाने दिला जाणारा सन्मान मला मिळणं ही माझ्यासाठी अभिमानाची गोष्ट होती.

पुरस्कार घेण्यासाठी मला चंदीगडला जायचं होतं. माझ्याबद्दल तिथल्या आयोजकांना माहिती असल्यामुळे माझ्यासाठी तिथे रॅम्पची सोय केली होती. कार्यक्रम पहिल्या मजल्यावर होता. पण प्रत्यक्षात तो रॅम्प म्हणजे जिन्यावर खिळ्यांनी ठोकून एकत्र बसवलेल्या फळ्या होत्या आणि त्या अत्यंत निसरड्या

होत्या. त्यामुळे तो रॅम्प मला वापरताच आला नाही. त्यांनी त्यांच्या बाजूने माझ्यासाठी सोय करायला प्रामाणिक प्रयत्न केला होता. पण ते जुळलं नाही. तेव्हा मला कळलं की विकलांगांसाठी लोकांच्या मनात तळमळ आहे, त्यांच्यासाठी काही करायची इच्छाही आहे. परंतु नक्की काय करायचं याचं योग्य मार्गदर्शन त्यांना मिळत नाही. या पुरस्काराने माझ्याकडे बऱ्यापैकी रक्कम जमा झाली. माझा 'शैक्षणिक फंड' गोळा व्हायला लागला होता !

त्याच वर्षी सामाजिक न्याय मंत्रालयाकडून मिळणारा 'नॅशनल रोल मॉडेल अ‍ॅवॉर्ड' हा पुरस्कारही मला मिळाला. हा पुरस्कार १३ डिसेंबरला, आंतरराष्ट्रीय विकलांग दिनाच्या दिवशी मला प्रदान करण्यात आला. विकलांग व्यक्तींसाठी उल्लेखनीय काम करणाऱ्या व्यक्तींना राष्ट्रपतींच्या हातून हा पुरस्कार दिला जातो. दुर्दैवाने मी त्या वेळी इंग्लंडमध्ये असल्यामुळे राष्ट्रपती डॉ. ए.पी.जे अब्दुल कलाम यांच्या हस्ते माझ्या वतीने माझ्या बाबांनी हा पुरस्कार स्वीकारला.

अभ्यासक्रम सुरू व्हायच्या आधी महिनाभर आधी सर्व गोष्टी मार्गी लागल्या. 'नॅशनल हँडिकॅप फायनान्स अँड डेव्हलपमेंट कॉर्पोरेशन' यांच्याकडून मला शैक्षणिक कर्ज मंजूर झालं होतं. एक-दोन छोट्या शिष्यवृत्ती आणि देणग्याही मिळाल्या. शेवटी, लंडनला जायच्या एका आठवडा आधी विकासचा या सगळ्यावर विश्वास बसला. त्याने तिथे आमच्यासाठी जागा बघायला सुरुवात केली. आमच्या नशीबाने, विद्यापीठापासून जवळ न्यू स्ट्रीटला तीन बेडरूमचं घर भाड्याने मिळालं. तिथे एक बेडरूम आणि बाथरूम तळमजल्यावर होतं, तरी बाकी दोन बेडरूम पहिल्या मजल्यावर होत्या. विकासबरोबर भाड्याच्या घरात राहून भाडं वाटून घेणं हा सर्वांत स्वस्त पर्याय होता. विकासने थोडी घासाघीस करून भाडं कमी करून घेतलं. विकास आणि मी आता कोर्समध्येही सहकारी होतो आणि घरातही एकत्र होतो. हे सुख माझ्या कल्पनेपलीकडचं होतं. वास्तव सत्यापेक्षा खरंच सुंदर होतं! आजही विचार करताना मला वाटतं, कुणीतरी दैवी शक्ती या सगळ्यामागे होती.

मी रितूसह २८ ऑगस्ट, २००४ ला लंडनला पोचले. याही वेळी शिप्रा आणि अजय आम्हाला विमानतळावर घ्यायला आले होते, पण या वेळी आम्ही थेट रीडिंगच्या दिशेने निघालो !

घरी पोहोचेपर्यंत माझी उत्सुकता ताणली गेली होती. रस्त्याच्या दोन्ही बाजूला टुमदार व्हिक्टोरियन पद्धतीची घरं होती. मुख्य रस्त्यापासून आमचं घर

बहुधा पाचवं होतं. छोट्याशा गेटमधनं आत गेलं की लाल रंगाच्या फरशांची सुबक पायवाट होती. त्यानंतर घराचं मुख्य दार होतं. पायवाटेच्या आजूबाजूला छोटीशी बाग होती. त्याचा दर्शनी भाग विस्टेरियाच्या वेलीने नटला होता आणि त्याची सुंदर जांभळ्या रंगांची फुलं शोभा वाढवत होती. मुख्य दरवाजाला लागून एक मोठी खिडकी होती. घराला दगडी छप्पर होतं. त्यातून एक धुराची चिमणीही डोकावत होती. बाहेरून हे घर जरी साधंच दिसत असलं तरी माझ्यासाठी ते वेगळं आणि खास होतं.

विकासने मला कारमधून व्हीलचेअरवर बसवलं, तरी माझे डोळे घरावर खिळले होते. माझी व्हीलचेअर विकासने व्हरांड्यात आणून ठेवली. घर इतकं सुंदर होतं की माझ्या तोंडून शब्दच फुटेना. हे सगळं खरं आहे याची मी मलाच जाणीव करून देत होते. विकास गेट उघडून माझी व्हीलचेअर मुख्य दाराकडे घेऊन निघाला तेव्हा लग्नमंडपाकडे जाणाऱ्या वधूसारखं मला वाटत होतं! आता दोन वर्षं हे आमचं घर असणार होतं! माझ्या मनात आनंद अक्षरश: मावत नव्हता.

सगळ्यांनी मिळून कारमधून सामान घरात आणलं. घराच्या दिवाणखान्यात आल्यावर माझे डोळे घराचं सौंदर्य टिपत होते. घराच्या भिंती फिकट पिवळसर रंगाने रंगवल्या होत्या. संपूर्ण जमिनीवर दगडी रंगाचं कारपेट होतं. दारातून आत गेलं की उजवीकडे माझी बेडरूम होती. त्याच्या शेजारी दिवाणखाना होता. तिथून एक पायरी खाली स्वयंपाकघर होतं. दिवाणखान्यातूनच वरच्या खोल्यांकरिता जिना होता. खरंतर खोली छोटी होती आणि सोफ्याने भरून गेली होती, तरीही मोठ्या खिडकीतून येणाऱ्या लख्ख प्रकाशामुळे ती मोठीच भासत होती. त्या खिडकीतून मागचं अंगण दिसत होतं. तिथे हिरव्या सफरचंदाचं झाडही होतं. स्वतःच्या बागेत सफरचंद! मी आणि रितू आनंदाने वेड्या व्हायच्याच बाकी होतो.

उब्बू तिथे असायला हवी होती! तिला तो प्रशस्त सोफा आणि अंगण खूपच आवडलं असतं. पण ती बाबांकडे होती. ''मी गेल्यावर तुला बाबांकडे राहायचंय, एखाद्या वसतिगृहासारखं.'' मी जायच्या आधी तिला नीट समजावून सांगितलं होतं. पण कसं कोण जाणे, मी आणि रितू जाणार आहोत हे तिला जाणवलं होतं आणि त्यामुळे ती खूप नाराजही होती. मीही तिला सोडून जाण्यामुळे फारशी खूश नव्हतेच. पण दोन वर्षांचाच प्रश्न होता आणि बाबा तोपर्यंत तिला छान सांभाळतील याची मला खात्री होती.

शिप्रा, रितू आणि विकासने खूप मेहनतीने घर स्वच्छ केलं. अजय फारसा मदत करण्यातला नव्हता आणि माझा तर काहीच उपयोग नव्हता. शिप्राने

स्वयंपाकघर लावून द्यायलाही मदत केली. माझ्यापेक्षा शिप्रा फक्त दोन महिन्यांनी मोठी होती. मला नवीन घरी सोयीस्कर, आरामशीर वाटेल, माझ्या स्वयंपाकघरात सगळं सामान भरलंय की नाही, यासाठी ती जातीने लक्ष देत होती. आम्हाला दोघींनाही जियाची राहून राहून आठवण येत होती. जिया, शिप्रा आणि मी लहानपणी खूप एकत्र असायचो. जिया आजीबरोबर असायची आणि मी आणि शिप्रा सतत एकत्र खेळायचो. तसेच दिवस आता इतक्या वर्षांनंतर पुन्हा आम्हाला एकत्र घालवायला मिळणार होते, त्यामुळे आम्ही खूप खूश होतो.

या अनोळखी देशात शिप्राच माझं कुटुंब होती आणि तिच्या जिवावर मी निर्धास्त झाले होते. आमच्या इंग्लंडमधल्या वास्तव्यात आम्ही बहुतेक शनिवार-रविवार एकत्र घालवत असू. मी यायच्या आधीच्या दोन वर्षांत विकासचं आणि शिप्रा-अजयचंही एक निराळंच नातं तयार झालं होतं. त्यामुळे तो माझ्याही आधी त्यांच्या कुटुंबात सामावून गेला होता.

इंग्लंडमधले हे दिवस माझ्या आणि विकासच्या आयुष्यातला सर्वात सोनेरी, सुंदर काळ होता. दूरवर इथे आम्ही आमचं एक घरटं बनवलं होतं. आता आम्ही एकमेकांपाशी खुलेपणाने प्रेम व्यक्त करू शकत होतो. समाजाचा विचार करताना एकमेकांना गमावून बसण्याचं दु:ख मागे पडलं होतं आणि आम्ही एकमेकांसाठीच आहोत, हे आम्ही मान्य केलं होतं.

यापेक्षा परिपूर्ण आयुष्य आम्हाला मिळालंच नसतं. आम्ही एखाद्या जोडप्यासारखेच राहात होतो. पण आमच्या एकमेकांकडून अपेक्षाही फारच नगण्य होत्या. असे आम्ही एकत्र राहू असं आम्ही कधीच ठरवलं नव्हतं, पण तरीही कसे कोण जाणे, कुठल्यातरी अज्ञात शक्तीने आम्हाला एकत्र आणलं होतं.

घर लागल्याबरोबर विकासने दिवाणखान्यावर स्वत:चा हक्क सांगून टाकला! कामाहून परत आल्यावर, कपडे बदलून तो टीव्हीसमोरच्या सोफ्याचा ताबा घेत असे. मग थोडीशी डुलकी काढत असे आणि त्या वेळी माझं काम होतं त्याच्या डोक्याला हलकासा मसाज करणं. थोड्या वेळाने लॅपटॉप घेऊन त्याचं काम करत असे आणि त्याच वेळी टीव्हीवर एखादा कार्यक्रम, बऱ्याचदा बातम्याच बघत असे. विकलांगपूरक उपक्रम, कार्यक्रम याबद्दलचीही माहिती तो इंटरनेटरवर मिळवत असे.

टीव्ही बघताना मोठ्याने, मनमोकळेपणाने हसायला मला विकासने शिकवलं. तोपर्यंत विनोदी किस्से ऐकूनही मी फक्त स्मितहास्य करत असे. त्याचं

मनमुराद हसणं जणू संसर्गजन्य होतं. माझी आई अशी मोठ्याने हसत असे, पण बाबांना कधी मी असं हसताना बघितलं नव्हतं. मी टीव्हीवर दु:खी प्रसंग बघून रडायचे आणि विकास त्यावरून माझी नेहमीच चेष्टा करायचा.

मी इंग्लंडमध्ये गेल्यानंतर एक महिन्याने विकासने कार विकत घेतली. आजूबाजूची ठिकाणं बघणं, आमचा दैनंदिन प्रवास याकरिता तोच एकमेव स्वस्त पर्याय होता. त्याची 'रेड ह्यूंदाई कूपे' आल्यावर आमचं एकंदरीत फिरणं वाढलं. कधीतरी तो हॉस्पिटलमधून निघायच्या आधी फोन करून मला तयार राहायला सांगे आणि मग आम्ही एखादा सिनेमा बघायला जात असू. त्यानं असं सिनेमाला नेलं की आईबरोबर बघितलेल्या सिनेमाच्या माझ्या आठवणी ताज्या होत. मला खूप कृतार्थ वाटत असे. आयुष्य अगदी साधं तरीही खूप अर्थपूर्ण होतं.

इंग्लंडमध्ये मी आणि विकास खूप भटकलो. "मी तुला इंग्लंड दाखवलं नाही अशी तुझी भुणभुण नको, म्हणून तुला हिंडवतोय," असं वर विकास म्हणून दाखवी. त्याने मला गाडी चालवायलाही भाग पाडलं. अर्थात माझ्यासाठी ते अजिबातच सोपं नव्हतं. पहिल्यांदा लंडनला जाताना मी गाडी चालवली आणि ताण आल्यामुळे माझे खांदे भरून आले होते. शिवाय मी दोन वेळा वळणं चुकवली होती. त्यानंतर लेक डिस्ट्रिक्टपासून वेल्सला, स्कॉटलंडला असा अनेकदा प्रवास केला.

रितूला आणि मला बागकाम करायची फार आवड होती. आम्ही हळूहळू मागचं अंगण स्वच्छ केलं आणि तिथे खूप वेगवेगळी फुलझाडं आणि गवतंही लावली होती. विकास आम्हाला बागकाम साहित्याच्या दुकानात घेऊन जात असे. हिवाळ्यातल्या एका नोव्हेंबरचा दिवस मला आठवतोय. मी आणि रितू गवतावर उगवलेल्या वेली कापत होते. आम्ही सावकाशपणे काम करत होतो. सगळं अंगण एकदम स्वच्छ करणं जरा अवघड होतं. त्यामुळे बागेचा एकच कोपरा आम्ही साफ करत होतो. विकास त्या दिवशी घरी होता. तोही मागच्या अंगणात आला आणि माझ्याबरोबर येऊन बसला. "तुम्ही काय करताय?" तोंडात सिगारेट ठेवत त्याने विचारलं. "अरे हा वेल काढून टाकायला हवाय, तीच सफाई करतोय. ह्या वेली काढल्याशिवाय गवत नीट वाढणार नाही." मी म्हणाले. अनपेक्षितपणे विकास गेला आणि रितूबरोबर त्याने भराभर वेल उपटायला सुरुवात केली. रितूला मदतनीस मिळाल्यामुळे खूपच आनंद झाला. विकासचा उत्साह बघून सगळी बाग त्याच दिवशी स्वच्छ करायची असं आम्ही ठरवलं. कसं करायचं ते आम्ही ठरवलं नव्हतं, पण विकास आणि रितूने आहे त्या अवजारांनी काम सुरू केलं. मी एका कोपऱ्यात बसून त्यांना 'तज्ज्ञ' माणसासारखी सूचना देत होते.

तासभर झालं तरी काम आटोक्यात येईना. पण विकासने त्या दिवशी ठरवलंच होतं. मी त्याचं काम बघूनच दमले होते. पण विकास मात्र थांबला नाही. फेब्रुवारीमधल्या त्या थंडगार संध्याकाळी बर्फ पडायला लागला. मी थंडीने कुडकुडत होते आणि विकास आणि रितू घामाने निथळत होते. मी पुन्हा विकासला काम थांबवायला विनवलं पण तो काही ऐकेना. ''अरे, माझ्यासारख्या अपंग बाईला तरी आत नेऊन सोडा.'' माझं हुकुमाचं पान मी काढलं. पण विकासला कशाचाही फरक पडला नाही. माझ्यावर 'दया' दाखवून आत नेण्याऐवजी घरातूनच तो एक मोठी छत्री घेऊन आला आणि माझ्या व्हीलचेअरवर उघडून ठेवली. पुन्हा तो आणि रितू काम करत राहिले.

बर्फात वेली, गवत उपटण्याच्या त्या उद्योगाला आम्ही तिघेही हसत होतो, पण त्यामुळेच तो दिवस एकदम अविस्मरणीय झाला होता. अशा छोट्या-छोट्या आनंदांनीच, वेडेपणाने माझं आयुष्य सुखी झालं होतं. माझ्या झापडं लावून जगण्याच्या दृष्टिकोनापेक्षा अशा छोट्या सुखांनी माझं आयुष्य खूप सुखकर बनवलं होतं.

२२

आमचा अभ्यासक्रम निरनिराळ्या विभागांत विभागला होता, यामध्ये आम्हाला सहा भाग पूर्ण करायचे होते आणि शोधनिबंध पूर्ण करणं अपेक्षित होतं. जेव्हा त्या त्या विषयाची व्याख्यानं किंवा वर्ग चालत, त्या वेळी आम्हाला विद्यापीठात जावं लागे. अर्धवेळ आणि पूर्णवेळ विद्यार्थ्यांसाठी अभ्यासक्रमाचं स्वरूप आणि फी एकच होतं. खरंतर हा अभ्यासक्रम पूर्णवेळ नव्हताच, पण मला विशेष परवानगी मिळाली होती. त्यामुळे विकास आणि मी एकत्रच वर्गाला बसत असू, असाईनमेंट्सही एकत्रच पूर्ण करत असू आणि परीक्षाही आम्ही एकत्रच दिली. विकास नेहमीप्रमाणे असाईनमेंट्समध्येही अव्वल असायचा, तर मी नेहमीसारखी 'जेमतेम' विद्यार्थिनी होते.

आमच्याबरोबरचे सर्व विद्यार्थी आपापल्या व्यवसायात स्थिरावले होते. काही जणांनी तर त्यांच्या रुची असलेल्या एक दोन विषयांच्याच वर्गांना हजेरी लावली होती, आणि त्यावर त्यांना प्रमाणपत्र मिळणार होतं. काही जण पाच वर्षांच्या कालावधीत जमेल तसा अभ्यासक्रम पूर्ण करणार होते. सलग व संपूर्ण अभ्यासक्रम पूर्ण करणारे आमच्यासारखे काहीच विद्यार्थी होते. ज्युली ही आमच्या बरोबरची एक मैत्रीण वेल्समध्ये इंटिरियर डिझायनर म्हणून काम करत होती. ज्या वेळी वर्ग असत तेव्हा ती वेल्सहून रीडिंगला येत असे. त्या वेळी ती रात्री आमच्याकडे जेवायला येई किंवा आम्ही सगळेच बाहेर जात असू. तिच्या घरीही आम्ही कधीतरी जात असू.

तीन विभागांपैकी एक, अशा दोन परीक्षा आम्हाला द्यायच्या होत्या. परीक्षा उन्हाळ्यात होत. परीक्षांच्या काळात विकासला नोकरीच्या ठिकाणी तयारीसाठी सुटी मिळत असे, उन्हाळ्याच्या स्वच्छ उन्हात मागच्या अंगणात बसून आमचा अभ्यास चाले. विकास माझ्याशेजारी एका आरामखुर्चीवर बसून पसरलेला असे आणि आमच्या चर्चा, टीपणं काढणं असा अभ्यास चालू असे. त्याची अभ्यासाची टाचणं इतकी अचूक आणि नेमकी असत की फक्त त्याची उजळणी केली तरी अभ्यास होई. माझा जोर पाठांतरावर असल्यामुळे मला कधीच फारसे चांगले गुण मिळत नसत. मी अभ्यास करायला बसले की माझं लक्ष अभ्यासात अगदीच कमी आणि बरोबर चार वाजता येणाऱ्या आईस्क्रीमच्या गाडीकडेच अधिक असे ! गाडी आली की काही पौंड्स घेऊन आम्ही आईस्क्रीम

आणायला धावत असू. असे विकासबरोबरचे छोटे छोटे क्षण हा माझ्यासाठी आनंदाचा ठेवा होता. आईस्क्रीमचा छोटेखानी कार्यक्रम पार पडल्यावर आम्ही पुन्हा पुस्तकांकडे वळत असू. विकास सहजच चांगल्या श्रेणीत उत्तीर्ण होई आणि मी त्याच्यापेक्षा जास्त अभ्यास करूनही काठावरच पास होत असे. पण मला गुणांची चिंता नव्हतीच, कारण मी ज्ञान मिळवण्यासाठी शिकत होते, गुण मिळवण्यासाठी नव्हे.

माझ्या दृष्टीने उच्चशिक्षणाचा अर्थ मार्कांची टक्केवारी वाढणं हा नव्हताच. त्याउलट आपल्या विषयाचा दृष्टिकोन अधिक व्यापक करण्यासाठी उच्च शिक्षणाची गरज मला वाटत होती. आमचा सगळा अभ्यासक्रम ब्रिटिश कायदे व जीवनपद्धतीवर आधारीत होता. त्यामध्ये केवळ पायाभूत सुधारणांचाच समावेश नव्हता, तर विकलांगपूरक वाहतूक व्यवस्था निर्माण करणं, विकलांगपूरक घरांची निर्मिती, संवादाची साधनं विकसित करणं (विशेषतः कर्णबधिरांसाठी) यासारख्या कितीतरी बाबींचा समावेश होता. आम्हाला या अभ्यासक्रमात भारतात थेट फायदा झाला नसता, तरी विकलांगपूरक वातावरण म्हणजे काय याची सखोल माहिती इथे मिळाली. त्या माहितीच्या आधार कायदे, कार्यप्रणाली, प्रस्थापित पद्धतीत काय बदल करता येतील किंवा सुधारणांची शक्यता या सगळ्याचा विचार करून कृतीत उतरवणं शक्य होणार होतं. वेगळ्या शब्दात सांगायचं तर बँकॉकच्या प्रशिक्षणाने आम्हाला प्रेरणा दिली, तर या प्रशिक्षणाने आमच्या कार्याची दिशा निश्चित करता आली.

या प्रशिक्षणाने एकत्र काम करण्याची मोठी संधी आम्हाला मिळाली. त्यामुळे एकमेकांच्या विचारांची पद्धती, कामाबद्दलचा दृष्टिकोन या सर्वच गोष्टी स्पष्ट झाल्या. याचा आम्हाला भविष्यात काम करताना खूपच फायदा झाला. एकमेकांचे दृष्टिकोन, पद्धती माहीत असल्यामुळे सर्व कल्पना आणि संकल्पनांचा आम्हाला सखोल आणि सर्वांगाने विचार करता येत असे. त्यामुळे आमचं कामही अधिक अर्थपूर्ण होत असे.

याला योगायोग म्हणायचा की आणखी काही, ते माहीत नाही; पण त्या वेळी हा अभ्यासक्रम करणारे आम्ही भारतातले केवळ दोघेच जण होतो. शिवाय विकलांगपूरक वातावरणाच्या आवश्यकतेची जाणीव व गांभीर्य समजणारे होतो. मी तर विकलांगता प्रत्यक्ष अनुभवत होते आणि विकास पुनर्वसन क्षेत्रात काम करत होता.

शिवाय मी आणि विकासने एकजिनसीपणानं काम केलं हेही तितकंच महत्त्वाचं होतं. भविष्यातल्या आमच्या संस्थेची उभारणी करण्याचा तो जणू पायाच

होता. त्यामुळेच आम्ही प्रस्थापित गोष्टींपेक्षा वेगळा विचार करू शकलो. आमच्या तत्त्वांसाठी, कामासाठी ठामपणे उभं राहण्याची ताकद या एकजिनसीपणाने दिली. या सगळ्याचा परिणाम म्हणजे भविष्यात 'अॅक्सेसअॅबिलिटी' ही संस्था आम्ही सुरू केली.

२३

कोर्स संपवून परत भारतात येणं माझ्यासाठी खूप जड गेलं, अर्थात विकासलाही! पुन्हा एकदा आमच्या वाटा वेगळ्या होणार होत्या, नात्यामध्ये अनिश्चितता येणार होती. पुन्हा एकदा विरहाचं दु:ख पदरी येणार होतं. काळ इथेच गोठून जावा असंच आम्हा दोघांनाही त्या वेळी वाटत होतं. आमच्या एकत्र येण्याची शक्यता धूसरच होती, त्यामुळे मी खिन्न झाले होते.

शेवटच्या दिवशी विकास रितूला माझं सामान आवरायला मदत करत होती. मोठा आवंढा माझ्या घशातच जणू अडकला होता. न राहावून मी विकासला म्हटलं, ''तुला जर माझ्याशी लग्न करता येणार नसेल, तर तू लग्नच नाही करायचंस!''

मला रडू कोसळलं. विकास मला मिठीत घेऊन नि:शब्दपणे बसला होता. कितीतरी वेगळ आम्ही मिठीत होतो. विकासने माझ्या कपाळावर ओठ टेकवले. इतक्या वर्षांत प्रथमच आम्हा दोघांनाही एकमेकांशी लग्न करण्याची तीव्रतेने गरज वाटत होती.

मी डोळे पुसत म्हटलं, ''मला तुझ्या आईवडिलांना दोष नाही द्यायचा. पण मला समजून, ओळखून त्यांनी नकार दिला असता, तर तो मला पचवता आला असता.'' माझं बोलणं किती निरर्थक आहे, याची दोघांनाही जाणीव होती. आम्हाला एकमेकांबद्दल वाढणारी ओढ त्याचे आईवडील समजून घेत नव्हते!

संध्याकाळी शिप्रा आणि अजय आले. ते मला विमानतळावर निरोप द्यायला येणार होते.

संध्याकाळी खूप उशिरा, आमच्या निघण्याला केवळ नऊ तास उरलेले असताना रितूने बाजारात जायचा हट्ट धरला. तिला तिच्या वडिलांसाठी एक जॅकेट घ्यायचं होतं. आम्ही पुन्हा लंडनला येण्याची शक्यताच नसल्यामुळे तिची विनंती आम्हाला मान्य करावीच लागली. विकास आम्हाला सुपरमार्केटमध्ये घेऊन गेला. घरात चेहरे पाडून बसण्यापेक्षा बाहेर येण्याचा निर्णय बरोबर होता कदाचित.

रितू जॅकेट धुंडाळत असताना मी आणि विकास एका कोपऱ्यात मूकपणे बसलो होतो, जणू एकमेकांचा सहवास शोषून घेत होतो! आम्हा दोघांच्याही डोळ्यांत पाणी होतं... आता हे नातं इथंच थांबणार होतं..!

विकासने अलगद माझे हात हातात घेतले आणि अगदी मनापासून, हळुवारपणे तो म्हणाला, "माझं तुझ्यावर खूप प्रेम आहे..."

भर सुपरमार्केटमध्ये आम्ही निरोपाचं चुंबन घेतलं. त्या दिवसाइतक्या तीव्र वेदना त्याआधी कधीच अनुभवल्या नव्हत्या...

मी आणि रितू परत भारतात आल्यावर विकास पुन्हा हॉस्पिटलच्या वसतिगृहात राहायला गेला. खरंतर वसतिगृहात त्याला एकट्याला राहायचं जीवावर येई, पण त्याच्याकडे दुसरा पर्याय नव्हता. तिथे त्या एका खोलीत एकटेपणा, टीव्ही आणि कॉम्प्युटर एवढेच त्याचे सोबती होते.

जानेवारी, २००६ मध्ये मी चार वर्षांनंतर वसंतकुंज इथल्या माझ्या स्वत:च्या घरात पुन्हा राहायला गेले. तिथल्या विकास आणि माझ्या आठवणी, मित्रांबरोबर केलेली मौजमजा, सगळं अगदी काल घडल्यासारखं वाटत होतं. या घरात माझ्या उब्बूच्या, विकासच्या, मित्रांच्या, सगळ्या चांगल्या आठवणींचा खजिना होता.

उब्बू आता चार वर्षांची झाली होती. माझ्या अपेक्षेप्रमाणे तिने मी नसताना बाबांना खूप त्रास दिला होता. आणि अर्थातच बाबांची तिच्याबद्दल काहीच तक्रार नव्हती. मी आणि रितू परत आल्याचा सर्वांत जास्त आनंद उब्बूला झाला होता. तीही माझ्याबरोबर वसंतकुंजमध्ये परत आली. बाबा आणि मीरा एकदाचे फरीदाबादच्या आमच्या आजोबांच्या घरात परत एकत्र राहायला लागले. ते घर आजीने बाबांच्या नावावर केलं होतं. ते एकत्र राहाताहेत याचा मला आनंदच होता.

लंडनमधले विकासबरोबर एकत्र घालवलेल्या आठवणी मी प्रयत्नपूर्वक लांब ठेवत होते. माझी नवीन नोकरी फेब्रुवारीत सुरू होणार होती आणि माझं सगळं लक्ष मी माझ्या कामाकडे वळवलं.

दिल्लीतल्या एका बड्या कार्पोरेट कंपनीत मी नोकरीला लागले होते. त्यांच्या सामाजिक उपक्रम विभागाच्या कामाची मी प्रोग्रॅम मॅनेजर होते. अपंगांसाठी विविध सुखसुविधा तयार करण्यावर त्या कंपनीचा कटाक्ष होता आणि त्या योजना बनवणं, हे माझ्या कामाचं स्वरूप होतं. खरंतर माझ्यासाठी उत्तम काम होतं, पण तिथल्या एच.आर. विभागातील काही समस्यांमुळे मी तिथे फारच कमी काळ काम केलं. त्यांना माझ्या गरजा लक्षातच येत नव्हत्या.

मी ज्यांच्या हाताखाली थेट काम करणार होते ते वरिष्ठ अधिकारी मी

जेव्हा नोकरीला लागले, तेव्हा भारताबाहेर होते. ते दोन महिन्यांनंतर परतले. माझं ऑफिस जिथे होतं, तिथे मुख्य दरवाजापर्यंत जाणं मला अवघड व्हायचं कारण १०-१२ पायऱ्या होत्या. व्ही.आय.पी.साठीचं प्रवेशद्वार खरंतर माझ्यासाठी उपयुक्त होतं, पण त्या दरवाजानं माझ्यासारख्या एक सामान्य नोकरदाराला प्रवेश देणं कंपनीच्या नियमात बसत नव्हतं. रोज मला त्या १०-१२ पायऱ्यांवरून कुणाला तरी उचलून घेऊन जावी लागे. एच.आर. विभागाला वारंवार विनंत्या करूनही त्यांनी व्ही.आय.पी.च्या दारातून मला प्रवेश नाकारला. 'आम्हांला तशी परवानगी देण्याचे अधिकार नाहीत' असं उत्तर मला मिळत असे. विकलांगांसाठीच्या उपक्रमांच्या योजना तयार करणाऱ्या व्यक्तीला तिच्या स्वतःच्याच ऑफीसमध्ये जाण्यायेण्यात अडचणी येत होत्या. ही एक अत्यंत लाजिरवाणी गोष्ट होती. माझ्या हक्कांसाठी एरवी भांडणारी मी; पण मीही विरोध केला नाही. माझे अधिकारी भारतात परत आल्यावर मला त्या 'विशेष' दरवाजातून येजा करण्याची परवानगी मिळाली. तेव्हा मला एक गोष्ट जाणवली, मी जर माझ्याच हक्कांसाठी भांडले नाही, तर दुसऱ्यांच्या हक्कांसाठी कशी भांडणार?

हा भेदभाव चालूच राहिला. शेवटी दहा महिन्यांनी मी राजीनामा दिला. मला तिथे इतकी अपमानास्पद वागणूक मिळत होती की, शेवटी नोकरीची गरज असूनही मी ती नोकरी सोडली. हा खूप मोठा निर्णय होता. मला माझं शिक्षणाचं कर्ज फेडायचं होतं. नोकरीखेरीज कोणतंही उत्पन्नाचं साधन माझ्याकडे नव्हतं. पण मला तिथे जी वागणूक मिळाली होती, जो भेदभाव मी अनुभवला होता, त्यावरून मला तिथे पुढे काम करणं अशक्य झालं होतं. त्यामुळे पगार ही गोष्ट माझ्यासाठी तिथे महत्त्वाची नव्हती, कारण माझ्या आत्मसन्मानालाच त्यांनी धक्का पोचवला होता.

अर्थात हा अनुभव काही जगावेगळा नव्हता. विकलांगांना असे मानहानीचे प्रसंग रोजच अनुभवावे लागतात आणि भेदभाव किंवा अपमान अगदी किरकोळ बाबतीत असते. आमच्या हक्कांसाठी भांडणं हे बरोबर आहे की नाही, असा प्रश्न पडावा, अशी परिस्थिती बऱ्याचदा निर्माण होते. माझ्या बाबतीत तर माझ्या विकलांगतेमुळे अनेक कंपन्यांनी मला नोकरी दिली नाही. माझ्यासाठी विशेष सुविधा पुरवण्याची त्यांच्याकडे सोय नसे आणि इच्छाशक्तीही. माझ्यापेक्षा कमी लायक, कमी अनुभव असलेल्या, इच्छाशक्ती नसलेल्या, पण 'धडधाकट' व्यक्तीला नोकरी देणं त्यांना अधिक सोयीचं होतं. माझ्या क्षमतांचा कुणी विचारच करत नसे आणि माझ्या विकलांगतेचाच बाऊ केला जात होता.

''आपल्यावर काही चुकीचे आरोप ठेवून तर आपल्याला काढलेलं

नाही,'' असं मी स्वतःला समजावत असे. शिवाय मी अशा प्रसंगांनी खचून जाणारी नव्हते. समाजाचा सामना करण्याची ताकद माझ्यात निश्चित होती. त्या कॉर्पोरेट कंपनीत मला जी वागणूक मिळाली त्याने मला संताप येत होता. दहा महिने मी अतिशय मन लावून, प्रामाणिकपणे माझं काम योग्य तऱ्हेने केलं होतं. मी प्रत्यक्षात त्यांच्या विभागाची घडी बसवून दिली होती. अर्थात् त्यासाठी ते मला नियमित पगारही देत होते. पण मी फक्त पैशांसाठी काम करत नव्हते. माझ्यासारख्या, केवळ पैशाकरता नव्हे, तर स्वतःच्या समाधानासाठी काम करणाऱ्या कोणत्याही स्वाभिमानी व्यक्तीला हा अपमान सहन होण्यासारखा नव्हता. माझ्या सुदैवाने, विकास त्याच वेळी मोठ्या सुटीसाठी भारतात आला. माझ्याबाबतीत घडलेला प्रकार बघून तो अतिशय संतापला. दोघांच्या संतापाने आम्हाला लढण्याची आणि समाजात बदल घडवून आणण्याची प्रेरणा मिळाली.

विकलांगांसाठी सुविधा घडवून आणण्याची आमची तीव्र इच्छा होती. मी आणि विकासने यासाठी खूप पैसा आणि वेळही खर्च केला होता. जणू ती एक प्रकारची गुंतवणूकच होती. आता या गुंतवणुकीची फळं दिसणं आवश्यक होतं. मी आणि विकासने, सचिन या आमच्या जुन्या मित्राबरोबर 'ॲक्सेसॲबिलीटी' या संघटनेची स्थापना केली.

आमच्या कामाचं मुख्य स्वरूप हे विकलांगपूरक परिसर निर्माण करण्यासाठी प्रयत्न करणं हे होतं. पण तरीही विकलांग क्षेत्रात चालणाऱ्या अव्यावसायिक आणि धर्मादाय दृष्टिकोनाविरुद्धही आमचा लढा चालू होताच. बहुतेक शासकीय किंवा निमशासकीय संस्था किंवा विभागांची विकलांगांसाठीच्या कामाबद्दलची भावना ही 'धर्मादाय' किंवा 'देवाचं काम' अशा प्रकारची होती. हे बघून आम्ही हादरून गेलो होतो. विकलांगांना समाजाच्या एक मुख्य भाग म्हणून स्वीकारायचा 'धोका' कुणी पत्करायला तयार नव्हतं! आम्ही सगळ्या यंत्रणेत बदल घडवून आणण्यासाठी कंबर कसली. विकलांगांना भीक किंवा दया नको असते. त्यांना हवे असतात समान हक्क! सामान्य आयुष्य जगण्याची त्यांची इच्छा असते. आम्ही याकरिताच काम करायचं ठरवलं. विकलांगांना दाखवली जाणारी 'दयाच' आम्हाला नाहीशी करायची होती. आमच्याकडे कौशल्य, शिक्षण आणि त्याहूनही महत्त्वाचं म्हणजे कामाबद्दल कळकळ होती, त्यामुळे आम्हाला कुणीच थांबवू शकत नव्हतं. विकलांगांनाही जिथे समान हक्क, समान आदर आणि समान संधी असतील असा विकसित समाज घडवण्याचं स्वप्न उराशी घेऊन आम्ही

कामाला सुरुवात केली.

मी राजीनामा दिल्यानंतर एका महिन्यातच 'ॲक्सेसॲबिलिटी'च्या प्रत्यक्ष कामाला सुरुवातही झाली. माझ्या घरातच काम सुरू झालं. माझ्या घरातलं जेवणाचं गोल टेबल म्हणजेच आमचं ऑफिस होतं. रात्री उशीरापर्यंत आम्ही तिथे उपक्रमांबद्दल चर्चा करत असू, योजना बनवत असू. अगदी संघटनेला नाव देण्याच्या बाबतीतही आम्ही खूप चर्चा केल्या. आमच्यासाठी 'ॲक्सेसॲबिलिटी' म्हणजे 'ॲक्सेस=ॲबिलिटी' असाच अर्थ होता. आमच्या अपुऱ्या स्वप्नांनीच आम्हाला कामाची प्रेरणा दिली. ती इच्छा इतकी तीव्र होती की त्याचं एका सामाजिक संस्थेत रूपांतर झालं. 'ॲक्सेसॲबिलिटी' आणि आम्ही अक्षरश: एकजीव झालो होतो. आमच्या डोक्यात, कृतीत सतत आमच्या कामाचाच विचार असायचा. आमचं आयुष्य कामाने झपाटून गेलं होतं. आणि आम्हाला कामाचा अतिशय आनंद वाटत होता.

सर्वप्रथम आम्ही 'ॲक्सेसॲबिलिटी'ची अशासकीय संस्था म्हणून नव्हे, तर स्वतंत्र व्यावसायिक संस्था म्हणून नोंदणी केली. आमचं म्हणणं साधं होतं, "जर विकलांगांना धर्मादाय किंवा उपकार म्हणून मदत केली जाऊ नये, असं वाटत असेल, तर आम्हीही कोणती देणगी स्वीकारता कामा नये!" हे आधीच्या 'ॲक्सेस'च्या कामापेक्षा वेगळं होतं, तिथे मिळेल तो उपक्रम आम्ही करत होतो. त्यात काही आम्हाला नको असलेले उपक्रमही राबवले होते. आता मात्र चित्र वेगळं होतं. आम्हाला हवं तेच काम आम्ही करणार होतो, तेही आमच्या पद्धतीने. कोणतीही बंधनं, अटी, मर्यादा आम्हाला नको होत्या. आम्हाला मुक्तपणे काम करायचं होतं!

विकलांगांच्या क्षेत्रात काम करताना दुर्मीळ असा पूर्णत: व्यावसायिक दृष्टिकोन आम्ही बाळगला होता. विकलांगांच्या सामाजिक स्थितीकडे बघता अशा प्रकारची व्यावसायिक मानसिकता ठेवून काम करणं, हा विचार काळाच्या खूप पुढचा होता. पण आमचा आमच्या कामावर, विचारांवर ठाम विश्वास होता. आम्हाला खात्री होती, भविष्यातली विकलांगांसाठीची नैतिक, सामाजिक जबाबदारी ओळखणारे खूप लोक समाजात आहेत. असे जबाबदार व्यावसायिक आमच्या कामातील व्यावसायिकता आणि भविष्यातील त्यांचे विकलांग ग्राहक यांची व्याप्ती नक्कीच ओळखतील. विकलांग हा लोकसंख्येचा खूप मोठा भाग आहे. त्यामुळेच त्यांना त्यांच्या सोयींसाठी पैसे गुंतवणं हे भविष्यात फायद्याचंच ठरणार होतं. विविध कंपन्या आणि छोटे व्यावसायिक अशा मूलभूत सोयी सुधारण्यासाठी आमच्याकडे सल्ले मागायला येत. आणि त्यासाठीच आम्ही आमची

फी आकारत होतो. आमचे ग्राहक हे विकलांग नसून विकलांगांसाठी काम करणाऱ्या मोठ्या व्यावसायिक संस्था होत्या. हा थोडासा समाजाच्या प्रवाहाविरुद्ध पोहण्याचा प्रकार होता. या क्षेत्रात व्यावसायिक सल्लागार म्हणून काम करणारी आमची एकमेव व्यावसायिक संस्था होती. 'व्यावसायिक'चा मला अभिप्रेत असलेला अर्थ असा की, आम्ही या कंपन्यांना फायदा करून देत नव्हतो, तर या विषयातलं व्यवस्थित शिक्षण घेऊन, अभ्यास करून सल्ले देत होतो. भारतात तर याआधी अशा प्रकारचं कामच झालं नव्हतं. उदार आश्रयदाते व्यावसायिक, उत्तम व्यावसायिक संबंध, कामाचा अनुभव आणि गरज या सगळ्याच गोष्टी इथे जुळून आल्या होत्या.

दोन वर्षांची दीर्घकालीन सुटी घेऊन विकास 'ॲक्सेसॲबिलिटी'बरोबर काम करण्यासाठी भारतात आला. तो इथे काम करून बघणार होता, कारण मी लंडनला जाऊ शकत नसल्यामुळे त्याला शक्यतो इथेच राहाण्यात रस होता. 'ॲक्सेसॲबिलिटी' सुरू झाल्यानंतर एक वर्षानंतर तो सहभागीदार म्हणून आमच्याबरोबर काम करू लागला. तो पर्यंत तो इंटरनेटच्या माध्यमातून आमचा दूरचा सहकारी होता. मी आणि सचिनने कामाची विशिष्ट पद्धत ठरवली होती. आम्हाला कामातून वेळच मिळत नसे. पूर्वीइतक्या विविध योजनांवर चर्चा, नवीन कल्पना मांडणंही होत नसे. विकास आल्यावर आमचा भार थोडा हलका झाला. आता जळी-स्थळी-काष्ठी-पाषाणी आम्हाला फक्त ॲक्सेसचं कामंच दिसत होतं. विकास आल्यामुळे चैतन्य आलं. आम्ही आमचं ऑफिस मोठ्या जागेत हलवलं, कामाची व्यापकताही वाढली आणि टीमही वाढली. आमच्याकडे आता हॉस्पिटॅलिटी, रिटेल, शिक्षण व आरोग्य विषयक व्यवसायातले ग्राहक येऊ लागले होते. 'ॲक्ससॲबिलिटी'ला ओळख मिळू लागली. या क्षेत्रात नवे आणि प्रयोगशील असूनही आमची प्रगती वेगात चालू होती. 'आय.टी.सी.'चा हॉटेल विभाग हा आमचा प्रमुख ग्राहक होता. त्यांच्यासाठी आम्ही सर्वांत जास्त काम केलं. त्यांच्या प्रत्येक हॉटेलमध्ये वृद्ध आणि अपंगांसाठी काळजीपूर्वक सोयी देण्यासाठी आम्ही काम केलं. त्यांच्यासाठी आम्ही दोन छोट्या पुस्तिकाही लिहिल्या; 'एम्प्लॉईंग पर्सन्स विथ डिसॅबिलीटी' आणि 'अ गाईड टू युनिव्हर्सल डिझाईन इन बिल्ट एन्व्हायर्नमेंट्स'. युनिव्हर्सल डिझाईनचं पुस्तक हे हॉटेलमधल्या सुविधांच्या तांत्रिक बाबींचं होतं.

आमच्या कामाची, 'ॲक्ससॲबिलिटी'ची सन्माननीय क्षेत्रांत दखल घेतली गेली. या क्षेत्रातले दोन अतिशय महत्त्वाचे पुरस्कार आम्हाला मिळाले, ते म्हणजे, 'एन.सी.ई.पी.डी.पी.शेल – हेलन केलर पुरस्कार' आणि 'ॲबिलिटी

ॲवॉर्ड'. अर्थातच सहकाऱ्यांच्या पाठिंब्याशिवाय हे शक्यच झालं नसतं, याची मला जाणीव आहे.

आमच्या कामाने वृत्तपत्र आणि इतर प्रसारमाध्यमांचंही लक्ष वेधलं. प्रत्येक दिवशी आमची प्रगती होत होती. आता आमच्या कामाची दखल राष्ट्रीयच नव्हे, तर आंतरराष्ट्रीय पातळीवर घेतली जात होती. आमच्या ज्ञानाच्या जोरावर, कष्टाने आणि व्यावसायिक दृष्टिकोनातून आम्ही ही इमारत उभी केली होती. स्व-सुधारणेची आणि ज्ञानविकसनाची ती एक संधी होती. आम्हाला आमच्या यशाबद्दल खात्री होती. म्हणूनच आम्ही कमावलेला पैसा पुन्हा आम्ही व्यवसायात सतत गुंतवत होतो.

अभिमानास्पद अशी काही निर्मिती व भरीव कार्य आमच्या हातून झालं याचा आम्हांला अतिशय आनंद होता आणि समाधानही होतं. आम्ही आमचं स्वप्न जगत होतो आणि जे करायची तीव्र इच्छा होती ते प्रत्यक्षात आणू शकलो होतो. आता कुणीच आम्हांला थांबवू शकत नव्हतं. आम्ही आकाशात उंच झेप घेतली होती..!

स्वत:चा स्वीकार

२४

१३ जानेवारी, २००९ रोजी उत्तर भारत लोहरी साजरा करत होता. ग्रामीण भागात शेतातलं पीक भरभरून आल्याचा आनंद साजरा होतो तर शहरी भागात सर्वांना एकत्र येण्याचं ते निमित्त असतं. सगळे ओळखीचे एकत्र येतात आणि सण साजरा करतात. लोहरीच्या दिवशी सकाळीच विकासच्या डोक्यात पार्टीची कल्पना आली.

विकास २००७ च्या सप्टेंबरमध्ये भारतात आला होता आणि २००९ च्या सप्टेंबरमध्ये तो परत इंग्लंडला जाणार होता. कामाच्या ठिकाणी किंवा सण साजरा करतानासुद्धा विकासचा उत्साह सर्वांत जास्त असे. काही ना काहीतरी करण्यात तो सतत व्यग्र असे. त्याला दिवसाचे २४ तास पुरे पडत नसत. गेल्या दहा वर्षांच्या सहवासात एकदाही मी त्याला कंटाळलेला पाहिला नाही. त्याच्या मनात उत्साहाचं कारंजं सदैव नाचत असायचं. त्याच्यासाठी आयुष्याचा प्रत्येक दिवस जणू सण होता. त्याला रोज आयुष्य नव्याने साजरं करायची इच्छा असायची. त्याच्या या उत्साहाचा वसा त्याने मलाही थोडाफार दिला होता. आता मलाही हळूहळू रात्री जागायची सवय लागली होती. त्याच्या सगळ्या पार्ट्यांची मी यजमान असे!

'ॲक्सेसॲबिलिटी'च्या ऑफीसमध्ये त्याने संध्याकाळच्या पार्टीचं जाहीर करून टाकलं. नेहमीप्रमाणे व्यवस्था मलाच बघायची होती. पण तरीही मी नेहमीसारखीच उत्साहाने कामाला लागले. आज बार्बेक्यु करायचं विकासच्या डोक्यात होतं, त्यामुळे मला स्वयंपाकाला सुट्टी मिळणार होती! म्हणजे आज बाकीचे शिजवणार आणि मी खाणार! विकासला नुकताच त्याच्या मामाने बार्बेक्युचा सेट भेट म्हणून दिला होता, आणि त्याचं प्रथमच उद्घाटन होणार होतं. ''बार्बेक्यूनंतर कोणी जेवणार नाही ना?'' मी सावधपणे विचारलं. ''नाही, नाही! तू मटन करी कर आणि नान आपण बाहेरून मागवू. सगळ्यांना रात्री उशीरा भूक लागते,'' विकास म्हणाला.

म्हणजे मी मटन करी घरी करणं ओघानं आलंच! कबाबची ऑर्डर देणं, मटन शिजवणं, ड्रिंक्सबरोबर तोंडात टाकायला काहीतरी खाऊ तयार ठेवणं असल्या तयारीत मी गढून गेले. माझ्या सुदैवाने, आमच्या भागात एक होम

डिलिव्हरीवालं हॉटेल होतं, नाही तर माझं काही खरं नव्हतं.

असल्या पार्ट्यांचं मला उगाचच दडपण येत असे. वास्तविक रितू आणि विकास सगळी व्यवस्था बघत, मदत करत. पण उगाचच त्या जबाबदाऱ्या अंगावर घ्यायची मला हौस होती. त्यामुळे माझं महत्त्व वाढत असावं. सगळ्या गोष्टी मला जागच्या जागी लागत. विकासला या सगळ्याने बरं वाटावं आणि माझा अभिमान वाटावा, अशी माझी सुप्त इच्छा असे. इतकी सगळी व्यवस्था करताना माझ्या पोटात गोळा येत असे, पण विकाससाठी मी काहीही करायला तयार असे!

कदाचित मला स्वत:ला फारसं काहीच करता येत नाही, या विचाराने ते दडपण येई. बहुतेकदा तयारीत रितूची मला मदत लागेच. माझ्या अखंड सूचना चालू असत, '' कांदा चीर. मटनाबरोबर गॅसवर ठेव. त्याच्याकडे मी बघेन. बाकीचं तू स्वच्छ कर.'' रितूने माझ्याबरोबर इतक्या पार्ट्यांची तयारी केली आहे की आता आठवतही नाही. पण तिला तिच्या मनाप्रमाणे काम करायला आवडे आणि माझी 'सैनिकी' शिस्त किंवा सूचनांनी ती फारच वैतागे. तिला नेहमीच स्वयंपाकाआधी साफसफाई करायला हवी असे. एका वेळी दोन कामं तिला जमत नसत. खरंतर तिला माझ्या मदतीशिवाय ही सगळी कामं छान करता येत.

पण तिच्या आरामात काम करण्याच्या स्वभावामुळे मी फार घायकुतीला येत असे. मग आमच्या दोघींची वादावादी होई. माझ्या अशा उतावळ्या स्वभावाची रितूला पुरेपूर कल्पना होती, त्यामुळे गॅसवर काहीतरी ढवळण्यात मला ती गुंतवून टाकी आणि तिला हवं ते सफाईचं काम करे.

त्या दिवशी बार्बेक्यू आम्ही पेटवला आणि सगळीकडे धूर पसरला. मात्र थोड्या वेळाने कबाबच्या सुवासाने सगळा परिसर भरून गेला. उब्बूच्या नाकाला कबाबचा घमघमाट लगेच जाणवला आणि ती बार्बेक्यूच्या टेबलपाशी येऊन तिचा वाटा मिळण्याची वाट बघत बसली.

माझ्या घरासमोरच्या अंगणात मध्यरात्री आम्ही शेकोटी पेटवली होती. अंगणात गवत फारसं नव्हतंच. एक-दोन मी लावलेली झाडं होती, बाकी सगळी मातीच होती. खिडकीतून टेपची व्यवस्थाही केली होती. घरातल्या खुर्च्या बाहेर आणून आम्ही शेकोटीभोवती बसलो होतो. मक्याच्या लाह्या आणि रेवड्या शेकोटीत टाकत होतो. ड्रिंक्स सगळी घरात ठेवली होती. त्यामुळे कुणाचा ग्लास रिकामा झाला की तो घरात जाऊन भरून आणत असे. फार छान संध्याकाळ होती ती! आम्ही सगळेच फार मजेत होतो.

पार्टी रात्री एक वाजता संपली. रितू सगळी आवराआवर करत होती आणि उब्बू मटनातून शिल्लक राहिलेल्या हाडांच्या बाजूला घुटमळत होती. विकास

दमून तिथल्या गोल टेबलवर डोकं टेकवून झोपून गेला होता. विकासचा धाकटा भाऊ विशालही त्याच्या शेजारच्या खुर्चीवर बसून पेंगत होता. विशालला मी गेली चार वर्षं ओळखत होते. तो आमच्याबरोबर लंडनला दोन महिने राहिलाही होता.

विकास लंडनहून परतल्यावर विशालही बहुतेक वेळा आमच्याबरोबर असायचा. आम्ही तिघे एकत्र बसून व्हिस्की पीत, काहीतरी खात एखादा सिनेमा बघत असू. इथेही विकास 'दिवाणखान्याचा राजा' होता. तो त्याच्या ठरावीक जागेवर बसून विशालला हुकूम सोडत असे. एकदा त्याच्या 'सिंहासनावर' बसला की जगातली कोणतीच गोष्ट विकासला तिथून हलवू शकत नसे!

विविध खाद्यापदार्थ तयार ठेवणं व स्वयंपाक करणं ही माझी कामं असत. मी स्वयंपाकघरात काम केलेलं विकासला बिलकूल आवडत नसे, पण मला त्याच्यासाठी स्वयंपाक करायला आवडे. त्याला रात्री शाकाहारी जेवण चालत नसे. त्यामुळे त्याच्यासाठी काहीतरी मांसाहारी पदार्थ किंवा बिर्याणी बनवावी लागे. अर्थात बेत ठरवणं फारच सोपं असे. बहुतेकदा मटन किंवा चिकन करीच मी बनवत असे. मला मासे मात्र करता येत नसत. रितूचा संध्याकाळचा सगळा वेळ स्वयंपाकातच जाई आणि माझी तिच्यावर देखरेख असे. पण रितूच्या हाताला उत्तम चव होती.

संध्याकाळ रात्रीकडे झुकायला लागली की विकास रंगात येई. बहुतेक वेळा सिनेमा रंगात आला की विकासच्या डोक्यातून कामाच्या नवीन कल्पना बाहेर येत आणि आमचा सिनेमाचा शेवट कायमच बघायचा राहून जाई. मी आणि विशाल या प्रकाराला फार वैतागत असू. तो अशा वेळी सिनेमा मध्येच थांबवी आणि आम्हाला त्याची कल्पना रंगवून रंगवून सांगे. विशालला या विषयात रस नसूनही श्रोत्याची भूमिका घ्यावीच लागे. पण भावाच्या सहवासासाठी तो ही किंमत मोजायला तयार असे. मग उरलेला सिनेमा आम्ही तुकड्या-तुकड्यांनी बघत असू. विकासची हुशारी आणि बोलण्यातलं कौशल्य बघून तो वकील व्हायला हवा होता, असं आम्हाला वाटे.

लोहरीच्या दिवशी विकासने जरा जास्तच ड्रिंक्स घेतली होती आणि मला त्याच्या बोलण्याचा एकही शब्द कळत नव्हता. विशाल काहीतरी सांगण्याचा प्रयत्न करत होता, "तिला सांग" असं काहीतरी म्हणत होता, पण विकास त्याला गप्प करत होता. माझी उत्सुकता विनाकारणच ताणली जात होती. विकासला मला काय सांगायचं नव्हतं? "मला काय सांगायचंय?" शेवटी मी न राहवून विचारलं. विकास म्हणाला "काहीच नाही!" थोड्या वेळाने, अखेर विकास मला म्हणाला, "माझे आईवडील माझ्या लग्नासाठी तयार झाले आहेत!".

माझं हृदय जवळजवळ बंद पडलं होतं. हे कधीतरी होणार होतंच, पण आज असं काही ऐकायची माझी तयारी नव्हती. खरंतर मला ही गोष्ट कधीच ऐकायची नव्हती!

"अरे वा! चांगली गोष्ट आहे. मग कुणाशी करतो आहेस लग्न?" माझी नाराजी शक्य तेवढी लपवत मी म्हटलं.

"माझ्या आईवडिलांनी तुझ्याशी लग्न करायला परवानगी दिली आहे," विकास म्हणाला.

मला वाटलं माझ्या ऐकण्यात काही चूक झाली. "काय?" अविश्वासाने मी विचारलं. "माझ्या आईवडिलांची आपल्या लग्नाला संमती आहे," विकास शांतपणे आणि ठामपणे म्हणाला.

खूप वेळ शांततेत गेला. काय बोलावं तेच मला कळेना. तो काय म्हणतोय त्याची संगतीच मला लागेना. अनेक प्रश्न, विचार, भावना यांचा माझ्या मनात कल्लोळ उडाला होता. पण मी त्या धक्क्यातून सावरले नव्हते. विकास याबद्दल इतका शांत कसा राहू शकतो आणि ही गोष्ट तो मला का सांगत नव्हता, तेच मला कळेना. पण विशालपुढे मला काही बोलताच येईना.

मला इतका मोठा धक्का देऊन दोघेही तिथून गेले. त्यानंतर मी अक्षरही कुणाशी बोलले नाही. त्या धक्क्यातून मी झोपायला गेले आणि कितीतरी दिवसांनी मला गाढ झोप लागली, निवांत, निर्धास्त!

दहा वर्षांपासून मी स्वतःला बजावत होते की माझ्या नशीबात लग्न नाही, आणि आता हे असं झालं होतं! या गोष्टीसाठी मी अजिबातच तयार नव्हते. विकासने दुसऱ्या कोणाचं नाव घेतलं असतं, तर मला बोलायला जरा तरी सुचलं असतं. आमच्या पहिल्या चुंबनानंतर ज्या संमिश्र भावना माझ्या मनात होत्या, त्याच मी परत अनुभवत होते. यापुढे माझ्या आयुष्यात काय लिहीलंय याची मला कल्पनाच येत नव्हती.

माझा आणि विकासच्या आईवडिलांचा पहिल्याच भेटीपासून फारसा चांगला संवाद नव्हता. आम्ही तसे औपचारिकपणे भेटलोही नव्हतो किंवा आमचे वाद झाले होते असंही नाही. पण मी विकासशी लग्न करू शकणार नव्हते, हे गृहीत धरलं होतं. विकास जेव्हा स्पायनल सेंटरमध्ये नोकरीला लागला, त्या वेळी एकदाच मी त्याच्या आईवडिलांना भेटले होते. नंतरच्या काळात विकासच्या आयुष्यातला माझा वावर आणि महत्त्व दोन्ही त्यांना जाणवलं होतं, पण त्यांना कुठेतरी अशी आशा होती, विकास माझा नाद सोडून देईल. माझा त्यांच्यावर राग नव्हताच. आईवडील म्हणून ते विकासचे हितच बघत होते आणि मी विकासची

पत्नी होण्यास लायक नव्हते. मधल्या काळात विकास त्याच्या कुटुंबाबरोबर फारच कमी वेळ असे आणि माझ्याबरोबर जास्त वेळ असे. जणू काही तो घरच्यांपासून पळ काढत होता. पण मी कधी विकास आणि त्याच्या आईवडिलांच्या नात्यात ढवळाढवळ केली नाही.

आणि आता इतक्या वर्षांनंतर अचानक त्यांनी मला स्वीकारणं थोडं विचित्र वाटत होतं. आणि अविश्वसनीयही! आम्ही इतके एकत्र असायचो की लग्नाला आता खरंतर काही महत्त्वच उरलं नव्हतं. आता लग्नाला काही अर्थही राहिला नव्हता. शिवाय आता इतक्या वर्षांच्या सहवासानंतर लग्नाने काही फरकही पडणार नव्हता. मी खरोखरच या गोष्टीसाठी तयार नव्हते.

आठवडाभर मी आणि विकास या विषयावर काहीच बोललो नाही. किंबहुना, कुणाशीच बोललो नाही. तसा आठवडा सामान्यपणे गेला पण मी मात्र भूतकाळ आणि भविष्यकाळाच्या हिंदोळ्यात अडकले होते. विकास आणि मी सकाळपासून रात्रीपर्यंत एकत्रच काम करत होतो. पण जणू काही घडलंच नाही असं भासवत होतो. त्या संध्याकाळनंतर मी विशाललाही भेटले नव्हते. नंतर मला कळलं की विशालने बिंग फोडलं यावरून परत जाताना दोन्ही भावांची भांडणं झाली.

मला अजूनही लग्नाची कल्पना पचनी पडत नव्हती, तरी कुठेतरी मनात खोलवर खूप बरं वाटत होतं. समाजाबद्दल माझ्या मनात जो राग होता तो जणू कमी व्हायला लागला होता. 'लग्न' ही समाजमान्य संकल्पना होती आणि आमच्या लग्नाला मिळालेल्या परवानगीमुळे कुठेतरी समाजानेही मला स्वीकारलं होतं असं मला वाटत होतं. माझा विकलांगतेसह स्वीकार व्हावा, घरच्यांनी मला स्वीकारावं यासाठी विकासने दीर्घकाळ पण शांतपणे लढा दिला होता, याची मला पूर्ण जाणीव होती. त्याबद्दल मी कायमच कृतज्ञ आहे.

लोहरीच्या दुसऱ्या आठवड्यात जिया कामानिमित्त दिल्लीत आली होती आणि तिला भेटायला बाबा आणि मीराही माझ्याकडे मुक्कामाला आले होते. एका संध्याकाळी आशाआत्याने आम्हाला जेवायला बोलावलं होतं. वाटेत एका ठिकाणी आम्ही आशाआत्यासाठी फुलंही घेतली. नेहमीसारखीच त्या दिवशीही मी ड्रायव्हरशेजारी पुढे बसले होते. आणि बाबा, मीरा आणि जिया मागे बसले होते. आमची गाडी कॉलनीच्या गेटबाहेर गेली असेल, तेवढ्यात मी सांगून टाकलं, ''विकासच्या आईबाबांनी आमच्या लग्नाला परवानगी दिली आहे.''

आणखी काळ हे मी लपवून ठेवू शकत नव्हते.

"अरे वा! फारच छान" तिघेही एका सुरात म्हणाले. बस्स, यापेक्षा त्यांनी काहीच प्रतिक्रिया दिली नाही. रस्ता सगळा शांततेच गेला. माझी निराशाच झाली. माझी आणि विकासची मैत्री त्यांना ठाऊक होतीच, तसंच आमचं लग्न होऊ शकत नाही हे माझ्यासारखंच त्यांनीही गृहीत धरलं होतं. त्यामुळे त्यांनाही तितकाच धक्का बसला असणार. आशाआत्याकडे जेवण नेहमीप्रमाणे झालं, कोणीच माझ्या लग्नाचा विषय काढला नाही. मला वाटलं त्या वेळी ही गोष्ट कुणीच गांभीर्याने घेतली नाही. मी त्यांची परवानगी मागत नव्हते, पण मी परिस्थिती समजून घ्यायचा प्रयत्न करत होते. शेवटी माझ्या विकासबरोबरच्या आयुष्याचा प्रश्न होता. पण घरच्यांच्या थंड प्रक्रियेने माझी मात्र घोर निराशा झाली.

दुसऱ्या दिवशी जियाने माझ्याकडे लग्नाचा विषय काढला. ती स्वतः अजूनही धक्क्यातून सावरली नव्हती. "तू काय ठरवलं आहेस?" तिने मला विचारलं. मी काहीच बोलले नाही. तीच पुढे म्हणाली, "मला वाटतं तू हे लग्न करावंस. कुणाच्यातरी साथीची खूप गरज असते! 'प्रेम' हा शब्द तिने जाणीवपूर्वक टाळला, ते मला जाणवलं. माझा प्रश्न साथ देण्याचा किंवा असण्याचा नव्हता. जगाने आमचं प्रेम मान्य करावं, इतकीच माझी अपेक्षा होती. पण तरीही जियाचं मत माझ्यासाठी खूप महत्त्वाचं होतं, कारण ती मला माझ्या आईच्या ठिकाणी होती.

जिया परत गेल्यावर विकासच्या आणि माझ्या रात्रीच्या गप्पा, कामं पुन्हा सुरू झाली. शेवटी एका संध्याकाळी मी मनावर दगड ठेवून विकासकडे विषय काढला. लोहरीच्या प्रसंगानंतर दोन आठवडे उलटून गेले होते. "तुझे आईबाबा तयार झाले, हे खरं आहे का?" विकासने हातातलं काम थांबवलं आणि थेट माझ्या डोळ्यांत बघून म्हणाला, "हो!"

"मग तू काय ठरवलं आहेस?" मीही त्याला थेट प्रश्न केला.

"माहीत नाही. तुला काय वाटतं?"

"लोहरीनंतर तू माझ्याशी या विषयावर काहीच का बोलला नाहीस?" माझा राग मला लपवता येत नव्हता. "मी तुझ्या बोलण्याची वाट पाहत होतो." इतकं बोलून तो कॉम्प्युटरवर पुन्हा काम करायला लागला आणि मी टीव्ही बघायला लागले.

"हे अशक्य आहे!" थोड्या वेळाने मी पुन्हा म्हणाले. "आता इतक्या दिवसांनी त्यांना अचानक का वाटलं?" इतकी वर्षं वाया गेल्याचं मला अतोनात दुःख झालं होतं.

"मला माहीत नाही. कदाचित मी आता लग्न करावं असं त्यांना वाटत असेल आणि मला इतर कोणत्याच मुलीत रस नाही हे बघितल्यावर त्यांनी कंटाळून होकार दिला असेल," विकास शांतपणे म्हणाला. त्याच्या आईवडिलांनी दोन महिन्यांपूर्वीच संमती दिली होती आणि मला भेटायलाही बोलावलं होतं. पण विकासच आमची भेट घडवून आणायला टाळाटाळ करत होता.

"अरे आधीच का नाही मला सांगितलंस?" मी.

"तू तयार होशील असं मला वाटलं नाही," विकास.

"पण मी त्यांना भेटायला तयार आहे."

आता विकासने नाही म्हणायचा प्रश्नच नव्हता.

विकासशी लग्नाच्या कल्पनेने अनेक संमिश्र भावना दाटून आल्या. त्याला गमावण्याचं भय गेलं, स्वप्नंच जणू सत्यात उतरत होतं, स्वाभिमान पुन्हा जागा होत होता, मला सगळ्यांनी स्वीकारल्याचा आनंद... खूप काही... एकत्रच... जणू माझ्या सगळ्या वेदना, त्रास, चिंता कायमच्या विरून गेल्या. मला खूप शांत आणि सुरक्षित वाटत होतं.

त्या संध्याकाळी मी आमच्या लग्नाची बातमी रितूला सांगितली. थोडा वेळ तिला धक्का बसला होता, पण मग ती आनंदाने वेडीच झाली. माझ्या मांडीवर डोकं ठेवून कितीतरी वेळ बसली होती. आनंदाने आमच्या दोघींचेही डोळे पाणावले होते. आम्ही त्याच स्थितीत थोडा वेळ बसून राहिलो. या लग्नाचा रितूइतका आनंद कुणालाच झाला नव्हता. का नाही होणार? गेली आठ वर्षं ती आमच्याबरोबर होती, आमच्या सहप्रवासाची ती साक्षीदार होती.

त्या रात्री मी आणि रितू आनंदाने धड झोपूही शकलो नाही. रात्रभर आमच्या गप्पा चालू होत्या. कितीतरी वेळा मी तिला विचारत असे. "माझ्या आयुष्यात आनंद कधी येणार?" अखेर आता ते आनंदाचे दिवस माझ्या आयुष्यात येणार होते...

२५

लग्नाच्या बाबतीत सर्वात आधी माझ्या बाबांना सांगायला हवं होतं. कारण बाबा जियाकडे एक महिन्यासाठी पुण्याला जाणार होते. त्याआधी एक रात्र माझ्याकडे मुक्काम करून माझ्याकडूनच विमानतळावर जाणार होते. त्याचवेळी मी त्यांना सांगायचं ठरवलं.

त्या संध्याकाळी ऑफीसमधून लवकर परत आले. विकासही माझ्या घरी आला. आम्ही एकत्रच ही बातमी बाबांना द्यायचं ठरवलं होतं. चहापाणी झाल्यावर आमचा लग्न करण्याचा निर्णय आम्ही बाबांना सांगितला. त्या वेळी बाबा टीव्हीवर बराक ओबामांचा शपथविधी बघत होते. माझं विकासवर प्रेम होतं हे त्यांना माहीत होतंच. पण मला सोडून विकास दुसऱ्याच मुलीशी लग्न करेल तेव्हा माझी काय स्थिती होईल याची त्यांना काळजी होती. कारण विकास लंडनला गेल्यावर मी किती उद्ध्वस्त झाले होते, हे त्यांनी बघितलं होतं. पण आता ती भीती न राहिल्यामुळे बाबा माझ्या निर्णयाला पाठिंबा देतील, त्यांना खूप आनंद होईल, असं मला वाटलं होतं.

पण घडलं भलतंच! बाबांनी क्षणभरच टीव्हीवरचं लक्ष आमच्याकडे वळवत म्हणाले, ''अभिनंदन! फारच छान!'' पुन्हा ते टीव्हीकडे वळले! हा माझ्यासाठी किती मोठा क्षण होता आणि ही इतकी त्रोटक प्रतिक्रिया? आनंद, राग, उत्साह – कशाची तरी प्रतिक्रिया ते देतील म्हणून मी थांबले. पण तसं काहीच झालं नाही.

विकासने आणि मी हताशपणे एकमेकांकडे बघितलं. त्या ओबामांनी माझ्या आयुष्यातला एक आनंदाचा तुकडा हिरावून घेतला होता. विकासलाही ते थोडं अपमानास्पद होतं. 'बाबांना स्वत:ची मतं नसतात, तू फार वाईट वाटून घेऊ नकोस' असं मी विकासला समजावायचा प्रयत्न करत होते. बाबा बाकीच्या कुटुबीयांबरोबर आनंदाने सहभागी होतील असं मला वाटत होतं, पण का कुणास ठाऊक? माझ्या लग्नाचा बाबांना फारसा आनंद झाल्याचं दिसत नव्हतं. मला फारच उदास वाटायला लागलं.

बाबांनी माझ्यासाठी खूप काही केलं होतं. माझ्या प्रत्येक निर्णयात, संकटात ठामपणे ते माझ्या पाठीशी उभे राहिले होते. माझ्यासाठी ते सर्वात आदर्श बाबा होते. पण आज मात्र सगळं वेगळंच घडलं होतं. का? कशामुळे? या प्रश्नांची

उत्तरंच मला मिळत नव्हती. लग्न करण्यात माझी काय चूक होती, तेच मला कळत नव्हतं.

दुसऱ्या दिवशी बाबा पुण्याला गेले आणि मी माझ्या लग्नाच्या तयारीला लागले. तरीही बाबांचे आशीर्वाद माझ्या पाठीशी आहेत, याची मला खात्री होती.

आज आठवलं की लक्षात येतं की, केवळ बाबाच नव्हे, माझ्या घरातल्या सगळ्यांचीच प्रतिक्रिया इतकीच थंड होती. कुनीच तितकंसं खूश नव्हतं. अर्थात तसं कुणी बोलून दाखवलं नाही, पण लग्नाचा कसलाही उत्साह जाणवत नव्हता. कदाचित इतकी वर्षं मी एकटी राहिल्यामुळे माझा सगळ्यांशीच संवाद कमी झाला होता, त्यामुळेही कुणाला काहीच फरक पडला नसावा. पण माझा उत्साह मात्र अजिबात कमी झाली नव्हता. घरच्यांची अशी प्रतिक्रिया जरी मला अपेक्षित नव्हती, तरी मी उत्साहाने तयारीला लागले. आधीच सर्व गोष्टींना उशीर झाला होता, त्यामुळे आता मला वेळ घालवायचा नव्हता.

विकास मला त्याच्या आईवडिलांना भेटवायची अजूनही टाळाटाळ करत होता. त्याच्या लग्नाने ते खरंच खूश आहेत की नाईलाजाने त्यांनी परवानगी दिली आहे, याबाबत तो साशंक होता. त्याला कुणीच अनिच्छेने काही करायला नको होतं. आम्ही आता जसे राहात होतो, तसेच पुढेही राहू शकलो असतो. पण मी आणि त्याच्या घरच्यांनी खूपच मागे लागून लागून शेवटी तो घरच्यांना मला भेटवायला घेऊन आला.

एका रविवारी विकासचा फोन आला, "तुला माझ्या आईवडिलांना भेटायचंय ना? दहा मिनिटांत आम्ही तुझ्या घरी येतोय.'' मला स्वतःचं आवरायला, घर आवरायला थोडा वेळ हवा होता, पण माझ्याकडे फक्त दहा मिनिटांचाच वेळ होता. रितू आणि मी भराभर पसरलेल्या वस्तू कपाटांमध्ये कोंबल्या. मी पटकन जीन्स आणि टी-शर्ट घातला. आणि ते आलेच! माझा आणि घराचा मुखडा नुकताच आवरला होता!

पहिल्या भेटीतलं मत माझ्यासाठी महत्त्वाचं असतं. ही भेट सुरळीत व्हावी अशी माझी इच्छा होती. दरवाजाची बेल वाजल्यावर उब्बू भुंकायला लागली. रितूने तिला कसंबसं आवरत दार उघडलं. मी आतच बसून राहिले होते. नवीन माणसं घरी आल्यावर उब्बू नेहमीच खुशीत असे. तसाच आजही तिला आनंद झाला होता आणि ती शेपटी हालवत होती. तिने उड्या मारू नये म्हणून तिला माझ्या व्हीलचेअरला बांधून टाकलं होतं. रितू चहा-फराळाचं बघत होती. सगळे दिवाणखान्यात बसलो.

एक विचित्र अवघडलेपण आम्ही सगळेच अनुभवत होतो. पण

विकासच्या आईने संभाषणाला तोंड फोडलं. कदाचित मी एकटीच होते त्यामुळे ते अवघडलेपण असावं. सगळी परिस्थितीच सर्वार्थाने वेगळी होती. माझ्याबरोबर घरातलं कोणीच नव्हतं.

ही भेट खूपच छोटीशी होती. त्या भेटीत मला त्यांचा साधेपणा जाणवला. विकासची आई बोलकी आणि छान होती. घरात आल्यावर त्या माझ्याकडे आल्या आणि त्याने मला उबदार मिठी मारली. मला अशा प्रकारच्या प्रेमळपणाची सवयच नव्हती. माझ्या कुटुंबात 'काय', 'नमस्कार' वगैरेनीच भेटीला सुरुवात होत असे. त्यांच्या त्या प्रेमळ मिठीने माझा ताण एकदम निवळला. पण याउलट विकासचे बाबा मात्र थोडे अबोल वाटले. त्यांना कदाचित लोकांमध्ये मिसळायला वेळ लागत असावा. पण एक प्रसन्न हास्य त्यांच्या चेहऱ्यावर होतं. विकासच्या सुहास्य चेहेऱ्याचं रहस्य मला कळलं. ते त्याच्या बाबांकडून त्याला मिळालं होतं.

विकासची आई अखंड बोलत होती. विकास घरी वेळ देत नाही, रात्री उशिरा येतो, त्याची त्यांना काळजी वाटते वगैरे गोष्टी त्या बोलतच होत्या! विकास आमची भेट का टाळत होता ते आता माझ्या लक्षात आलं. मला उगाचच अपराधी वाटायला लागलं. त्यांचा मुलगा घरी वेळ देत नाही, यात माझा काहीच दोष नव्हता, तरीही मी त्यांना म्हटलं, "माफ करा मला, पण मला असं व्हायला नको होतं." आईवडील आणि मुलातलं अंतर मला जाणवलं. विकासला काय हवंय यापेक्षा समाज काय म्हणेल याची त्यांना जास्त चिंता होती. विकासला त्यांच्याबद्दल आदरही होता आणि प्रेमही, नाहीतर त्यांच्या परवानगीसाठी इतकी वर्षं तो थांबलाच नसता. ही मनांमधली दरी वाढल्यामुळे सगळ्यांनाच त्रास होत होता, हे मला कळत होतं.

त्याच्या आईवडिलांना घरी सोडून विकास परत आला तेव्हा तो खूप निवांत वाटला, त्याच्याही मनावरचं मोठं ओझं उतरलं होतं. याआधी त्याला इतका 'तणावमुक्त' मी कधीच बघितला नव्हता. अत्यंत आनंदाने, उत्साहाने तो म्हणाला, "आता मोठ्या कुटुंबात यायची तयारी कर. आमचं पंजाबी कुटुंब आहे. मोठ्ठं! आता सगळ्यांना भेटायची मनाची तयारी कर." त्याच्या बोलण्यातून जाणवत होतं की तो या दिवसाची किती दीर्घ काळ वाट बघत होता. आता तो निश्चिंत झाला होता. मी हसून त्याला म्हटलं, "इतकी वर्षं एकटं राहिल्यानंतर आता मला कुटुंब मिळणार आहे, मी खूप खूश आहे, विकास!"

फेब्रुवारीच्या शेवटी लग्नाची तयारी सुरू झाली. लग्न एका छोट्याशा देवळात साधेपणानेच होणार होतं. पण रिसेप्शन दणक्यात करायचं यावर मी आणि

विकास ठाम होतो. इतक्या वर्षांच्या प्रतीक्षेनंतर अखेर आमचं प्रेम जाहीरपणे मान्य करण्याचा तो दिवस आम्हाला कुटुंबीयांबरोबर, मित्रांबरोबर साजरा करायचा होता, एखाद्या सणासारखा !

सगळ्या गोष्टी नीट ठरल्यामुळे विकासचा उत्साह उतू जात होता. दहा वर्षांपासून लपवलेलं आमचं प्रेम त्याला जगाला ओरडून सांगावसं वाटत होतं.

सगळ्यात पहिल्यांदा विकासने काय केलं तर ऑफिसमधल्या कॉम्प्युटरवरून फेसबुकवरचं त्याचं स्टेटस बदललं. 'अविवाहित' हे स्टेटस बदलून त्याने 'इन अ रिलेशनशिप' असं केलं. माझ्याही अकाऊंटचं स्टेटस त्याने बदललं. ऑफिसमध्ये सचिन आला की विकासचं फेसबुक अकाऊंट तो उघडत असे. त्यामुळे विकास त्या दिवशी सचिनच्या येण्याची आतुरतेने वाट बघत होता. त्याला सचिनची प्रतिक्रिया जाणून घ्यायची होती. सचिन थोड्या वेळाने ऑफिसमध्ये आला, पण त्या दिवशी नेमकी त्याने दुसऱ्याच कामाला सुरुवात केली. विकासने न राहावून त्याला फेसबुक उघडायला लावलं. सचिनने विकासचं फेसबुक अकाऊंट उघडून स्टेटस बघितलं. ''अरेच्चा! छान आहे की !'' एवढीच प्रतिक्रिया सचिनने दिली. ''तुम्हा दोघांमध्ये मैत्रीपलीकडेही काही आहे, याची मला कल्पना होतीच. पण तुम्ही ते जाहीर केलंत ते बरं झालं.'' सचिनने सगळा मुद्दाच संपवला!

विकासला सचिनच्या अशा प्रतिक्रियेची अपेक्षा नव्हती. लहान मुलासारखा तो रुसून बसला होता! आम्ही शेजारच्या टेबलावर बसून गुगलवर गप्पा मारत होतो. आमची ती नेहमीची गोष्ट होती. मी त्याला म्हटलं की स्टेटस बदलून 'एन्गेज्ड' असं कर, कदाचित लोकांना लवकर कळेल. आम्ही त्या दिवशी काहीच काम करू शकलो नाही. आमचा आनंद आम्हाला सचिनला सांगायचा होता, पण सचिनला यात वेगळं असं काहीच वाटलं नव्हतं. विकास आणखी वैतागायच्या आधी मी सचिनला सांगून टाकलं, ''मी आणि विकास लग्न करतोय.''

आता एका मित्राला सांगितल्यावर बाकीच्यांना सांगण्याचं जरा धैर्य आलं. आता आम्ही खरोखरचं लग्न करतोय, हे आता निश्चित झालं होतं.

विकासने सर्वांना बाहेर जेवायला नेऊन ही बातमी साजरी करण्याचं ठरवलं. लवकरच एका संध्याकाळी आम्ही सगळे एका पबमध्ये पार्टीसाठी जमलो. चार टेबलं एकत्र जोडली. आमच्या लग्नाच्या बातमीने सगळ्यांनाच आनंद झाला होता. आमच्या नात्याचा सुगावा अनेकांना पूर्वीच लागला होता. त्यामुळे ते

प्रत्यक्षात घडतंय याचा सगळ्यांनाच आनंद होता.

एकदम विकासला घरून फोन आला. त्याचे मामा त्याच्या घरी सपत्नीक आले होते. विकासच्या लग्नाच्या बातमीमुळे त्यांचा आनंद गगनात मावत नव्हता. त्यांचं विकासवर विशेष प्रेम होतं. असं म्हणतात, की विकासच्या जन्माने त्यांना इतका आनंद झाला की त्या भरात त्यांनी पहिल्या मजल्यावरून उडी मारली होती! आणि आता त्याच विकासचं लग्न होत होतं.

इतकी वर्षं लग्नाचा विषय टाळण्यासाठी विकास त्याच्या घरच्या कोणत्याच समारंभांना जात नसे. त्याने फक्त माझ्याशीच लग्न करायचं ठरवलं होतं, त्यामुळे तो असे प्रसंग टाळतच असे. आता त्यांचं स्वप्न प्रत्यक्षात येत होतं, त्यामुळे त्याला त्याचा आनंद कुटुंबीयांबरोबर वाटायचा होता. त्याने मला बाहेर बोलवून सांगितलं, की घरी जायला पाहिजे. माझा चेहरा एकदम पडला. आशाआत्या किंवा बाबांशिवाय मी कुणाकडेही जात नसे, सगळे माझ्याच घरी येत. खरंतर मला जायची इच्छा नव्हतीच, पण विकासच्या आनंदावर मला पाणी फिरवणं जमलं नसतं.

मला एकदम हरवल्यासारखं झालं, पण विकासची तयारी पूर्ण झाली होती. सगळेच मित्र आमच्याबरोबर येणार होते. कारण विकासच्या घरी मला उचलून न्यावं लागणार होतं. विकासचं घर पहिल्या मजल्यावर होतं. मामांनी एकदा संमति दिली की सगळेच जण आनंदाने लग्नाला तयार होतील, हेही मला विकासने सांगितलं. माझे कपडेही धड नव्हते. मी आता विकासची वाग्दत्त वधू होते आणि काही गोष्टींचा मला विचार करणं भाग होतं. जुनी जीन्स, त्यावर काळा टी-शर्ट आणि एक अगदीच साधं जॅकेट हे कपडे घालून मी विकासकडे कशी जाणार होते? तेही त्याच्या मामांना पहिल्यांदाच भेटायला जाताना? पण मला तसंच जाण्याखेरीज गत्यंतर नव्हतं.

साधारण दहा वाजता आम्ही विकासच्या घरी पोहोचलो. मला उचलून वर नेण्यात आलं, हा क्षण माझ्यासाठी विलक्षण संकोचाचा होता. कोणतीही लग्न ठरलेली मुलगी आपल्या होणाऱ्या नवऱ्याच्या घरी या पद्धतीने गेली नसेल! पण या सगळ्याचा विचार करण्यात काही अर्थ नव्हता. शेवटी वास्तव तेच होतं ना!

विकासने गेल्या गेल्या मामांची गळाभेट घेतली. विकासला बघून मामांना अतिशय आनंद झाला होता, पण माझ्याशी बोलताना ते थोडे संकोचल्यासारखे वागत होते. विकासच्या घरातला दिवाणखाना प्रशस्त होता. मधोमध दोन टेबलं होती. भिंतीच्या कडेला बसायची सोय होतं. इटलीमध्ये करवून घेतलेलं विकासचं एक पेन्सील स्केच भिंतीवर लावलं होतं. खोलीच्या एका

बाजूला टीव्ही ठेवला होता. तिथल्याच शोकेसमध्ये दोन सॉफ्ट टॉईज ठेवली होती. १० वर्षांनंतर मी ती टॉईज ओळखली, बघितली आणि मला एकदम घरी आल्यासारखं वाटलं. बँकॉकला गेल्यावर आम्ही ती विकत घेतली होती. विकासची साथ मला कायम मिळणार होती, यात काहीच शंका नव्हती! माझं भविष्य खूप सुरक्षित झालं होतं.

विकासच्या आईने चहाचा कप पुढे केल्यावर माझी तंद्री भंगली. माझ्या व्हीलचेअरसाठी कुठे जागाच नव्हती, त्यामुळे संकोचाने मी आहे तिथेच बसून राहिले. विकासची आई आणि मामी अचानक आलेल्या पाहुण्यांसाठी स्वयंपाक करण्यात गढून गेल्या होत्या. पुरुष सगळे व्हिस्की पिण्यात रमले. या विशेष आनंदाच्या प्रसंगी विकासच्या बाबांनी 'ग्लेनफीडीच'ची बाटली उघडली होती. विकास लंडनहून येताना त्यांच्यासाठी ही भेट दर वेळी आणत असे, त्यामुळे त्यांच्याकडे या व्हिस्कीचा बराच साठा होता. बायका मसाला चहा, गरम टोमॅटो सूप वगैरे पित होत्या.

मी त्या गर्दीतली सर्वांत गोंधळलेली व्यक्ती होते. भारतीय परंपरेप्रमाणे पाहुण्यांच्या समोर सुनेने सासूला मदत करणं अपेक्षित असतं, पण मी काहीच करू शकत नव्हते. उलट माझीच सरबराई चालली होती. माझ्याकडून कोणाच्याही अपेक्षा नव्हत्याच, पण मलाच एकदम निरुपयोगी असल्यासारखं वाटत होतं. विकासला माझी घालमेल समजणं शक्यच नव्हतं.

विकासची आई आणि मामी दिवाणखाना ते स्वयंपाकघर फेऱ्या मारून पाहुण्यांना वाढत होत्या. त्या दोघीही एकदम कसलेल्या गृहिणी होत्या. एका तासात त्यांनी इतक्या सगळ्यांचा स्वयंपाक केलासुद्धा! पुरुषांनी चार पेग तोपर्यंत रिचवले होते. विकास आधीच पबमध्ये ड्रिंक्स घेऊन आला होता. त्याला क्वचितच चढत असे, आणि आज तर त्याचा हक्काचा दिवस होता.

शेवटी मध्यरात्री सगळे जेवायला बसले. जेवणात दहापेक्षा जास्त पदार्थ होते. प्रत्येक पदार्थ चाखला असता तरी माझं जेवण झालं असतं. विकासने माझी व्हीलचेअर दुसऱ्या खोलीत एका टेबलापाशी नेली. प्रत्येकजण स्वतः वाढून जेवत होता, मी मात्र एका कोपऱ्यात एकटीच बसून होते.

निघेपर्यंत रात्रीचा एक वाजला. विकास मला घरी सोडण्याच्या स्थितीतच नव्हता. त्याच्या निष्काळजीपणाचा मला खूप राग आला. मी त्याच्या घरी प्रथमच गेले होते आणि त्याचं माझ्याकडे लक्षही नव्हतं. आता मी बायकोसारखा विचार करत होते. आमच्या मैत्रीत कदाचित असं मला वाटलं नसतं किंवा मी तशी अपेक्षा केली नसती. पण आता एकदम माझ्या त्याच्याकडून अपेक्षा

वाढल्या होत्या. शेवटी तो माझा नवरा होणार होता आता! दुसऱ्या दिवशी माझी नाराजी मी त्याला बोलून दाखवली. पुन्हा असा प्रकार होणार नाही, असं त्यानं मला वचन दिलं.

लग्नाची तारीख जसजशी जवळ यायला लागली, तसं मला एकदम एकाकी वाटायला लागलं. माझ्या घरचे कुणीच माझ्याबरोबर नव्हते. लग्नाच्या तयारीसाठी मला मदत करणारं कुणीच नव्हतं. लग्नाचे कपडे, दागिने, मेंदीची तयारी, लग्नपत्रिका, आहेर-मानपान याबद्दल मी कुणाचाच सल्ला घेऊ शकत नव्हते. परंपरा काय आहे, हे सांगायलाच कुणी नव्हतं. बाकी भारतीय लग्नांच्या अगदी विरुद्ध प्रकार होता. माझ्या लग्नाची तयारी मी एकटीच करत होते. विकास माझ्याबरोबर प्रत्येक वेळी होताच, पण घरचं कुणीच माझ्या साथीला नव्हतं. खरंतर सगळं कुटुंब मला त्या वेळी माझ्या अवतीभवती असायला हवं होतं. मला माझ्या आईची तीव्रतेने आठवण झाली. ती असती तर मी अशी एकटी पडले नसते.

फक्त जियाशी माझं वारंवार बोलणं होत होतं. कितीही प्रयत्न केला तरी तिला लग्नाच्या एक आठवडा आधीच येता येणार होतं. माझ्या भाचरांबरोबर जेव्हा जिया घरी आली, तेव्हा माझी अस्वस्थता थोडी कमी झाली. माझं घर आता लग्नघर वाटू लागलं होतं. घरी आल्या आल्या जियाने सगळ्या तयारीचा ताबा स्वतःकडे घेतला. अखेर मी सुटकेचा निश्वास टाकला.

२६

आमचं लग्न १३ एप्रिल, २००९ ला झालं. तो बैसाखीचा चांगला दिवस होता. एप्रिल महिन्यांची स्वच्छ सकाळ होती. त्या दिवसाची आम्ही खूप आतुरतेने वाट बघितली होती.

मी आनंदाच्या शिखरावर होते. मला नववधूच्या वेशात बघून आईला किती समाधान वाटलं असतं. असा विचार सारखा मनात येत होता. चांगल्या कपड्यांची जशी मला फार पूर्वी हौस होती, तशीच नवलाई मला आज वाटत होती. मधल्या वर्षांत कपड्यांकडे मी फारसं लक्ष दिलं नव्हतंच. मला त्या दिवशी सर्वात सुंदर दिसायचं होतं आणि विकासला पुन्हा माझ्या प्रेमात पाडायचं होतं!

सगळं मंदिर फुलांच्या माळांनी सजवलं होतं. आजूबाजूला आमचे सगळे नातेवाईक होते. मी आणि विकासने प्रथमच एकमेकांकडे पती-पत्नी म्हणून बघितलं. विकासने पांढऱ्या रंगाचा सुती झब्बा-पायजमा घातला होता. मी हलक्या गुलाबी रंगाचा जॉर्जेटचा पंजाबी सूट घातला होता. त्यावर छान सोनेरी रंगाची वेलबुट्टी होती. इतक्या वर्षांत प्रथमच मी विकासला जीन्सशिवाय भारतीय वेशात बघत होते. त्याला तो झब्बा शोभून दिसत होता. आमचे चेहरे आणि डोळे आनंदाने चमकत होते. एवढ्या मोठ्या हॉलमध्ये भर मांडवात विकासने माझ्याकडे बघून एक डोळा मिचकवला, मी लाजले. माझी कुठलीही गोष्ट त्याला आवडली की तो माझ्याकडे बघून एक डोळा मारत असे. विशेषत: आम्ही गर्दीत असताना. ही त्याची कौतुक करायची पद्धत होती. मागच्या वेळी एका प्रसारमाध्यमाच्या कार्यक्रमात, एका टीव्हीच्या मुलाखतीच्या वेळी, एका पत्रकार परिषदेत आणि एका पुरस्कार सोहोळ्यात ही 'आनंदाची भेट' मला मिळाली होती. अनेक शब्दांपेक्षा त्याची ती एक कृती मला मोलाची होती.

अग्निभोवती सात फेरे झाले, शपथा झाल्या. आमच्यासाठी या सगळ्याला खूपच अर्थ होता. इथवर येण्यासाठी आम्ही खूप वाट बघितली होती, खूप प्रवास केला होता. पण तो प्रवासही फार सुंदर होता. त्या दिवशी आमचं लग्न होत होतं, यावर माझा त्या वेळीही विश्वास बसत नव्हता. तो क्षण परिपूर्ण होता, कृतार्थ होता...

माझं विकलांगत्व, माझी व्हीलचेअर कुठल्याही धार्मिक विधींच्या आड

येऊ नये यासाठी आम्ही पूर्ण तयारी केली होती. माझी व्हीलचेअर कोणाच्याही पायावरून गेली नाही की विकासने फेरे घेताना माझा हातही सटकू दिला नाही. आमचं लग्न सुरळीतपणे पार पडलं. आता आम्ही नवरा-बायको झालो होतो. सगळे आमच्याभोवती जमले, मोठ्यांना नमस्कार झाले, सगळ्यांचे भरपूर फोटो काढून झाले, सगळ्यांनी आमचं अभिनंदन केलं, गळाभेटी झाल्या... आमचं लग्न अखेर झालं होतं.

बाबांच्या मनात होतं की नव्हतं मला ठाऊक नाही, तरीही लग्नाआधी बाबा आणि मीरा दोघेही आम्हाला आशीर्वाद द्यायला आले होते. पण मला माझ्या आईची खूप आठवण येत होती. तिने मला नक्कीच साश्रु नयनांनी निरोप दिला असता आणि विकासला माझी काळजी घ्यायला बजावलं असतं. तिच्या उबदार मिठीची उणीव मला खूपच भासत होती, माझ्या डोळ्यातलं आनंदाचं पाणी खळत नव्हतं. मी आईसारखीच चांगली पत्नी आणि सून होण्याची इच्छा मनात बाळगून होते. शरीराने नाही, तरी मनाने ती नक्कीच माझ्याबरोबर त्या दिवशी असणार. आम्हाला तिने नक्की आशीर्वाद दिले असणार!

लग्नाचे विधी उशीरा संपले. त्यामुळे रिसेप्शनच्या ठिकाणी पोहोचून आम्ही तयार होईपर्यंत २०० जण आमच्या आधीच पोचले होते. ती 'गार्डन ऑफ फाईव्ह सेन्सेस'मधली संध्याकाळ अविस्मरणीय होती, जादूई होती. हवा खूप सुंदर होती. सगळा भवताल दिव्यांच्या माळांनी सजवला होता. माझ्यासाठी रॅम्प असलेलं स्टेजही सजवलं होतं. मी व्हीलचेअरवर बसून असले, तरी विकासची खुर्ची मोठी राजेशाही होती. मला सगळीकडे फिरता येईल, याची व्यवस्था केली होती. खूप हितचितकांनी, मित्रांनी कार्यक्रमाला शोभा आणली. सगळे आम्हाला भेटत होते, आमचं अभिनंदन करत होते, आम्हाला भेटी देत होते. इरा आणि राम या माझ्या भाचरांनी पूर्ण स्टेजवर आपला ताबा मिळवला होता. तीन एक तासांनी आमचं हसू हळूहळू औपचारिक झालं, तरीही मुलं तितक्याच उत्साहाने खेळत होती.

त्या वातावरणातल्या आनंदलहरी माझ्याइतक्या कुणाला जाणवल्या नसतीलही. जणू स्वर्गातून देवदूतच आमच्या आजूबाजूला अवतरले होते, त्यांनी आमची ही संध्याकाळ सुंदर, दैवी करून टाकली होती! आम्ही आनंदसागरात डुंबत होतो.

पहाटे ३ वाजता सगळा समारंभ आटोपला आणि शेवटी आम्ही दोघे हॉटेलच्या सजविलेल्या खोलीत एकांतात भेटलो. आम्ही शॅम्पेन उडवून आमच्या दोघांच्याही आयुष्यातला सर्वांत मोठा आनंद साजरा केला. मला मिठीत घेऊन

माझ्या डोळ्यांत थेट बघत विचारलं, "मग सौ. शर्मा, कसं वाटतंय?" त्या क्षणापेक्षा माझ्या आयुष्यात सुंदर काही नव्हतं, कधीच नव्हतं. याआधी किती वेळा एकत्र होतो, पण आजच्या क्षणाइतक्या त्या भेटी अर्थपूर्ण नव्हत्या. लग्नाने आमच्या नात्याला पूर्णत्व मिळालं होतं...

मी लग्नासाठी कसलीच तयारी केली नव्हती. एकोणचाळीसाव्या वर्षी लग्नाचा अर्थ तरी मला माहीत होता की नाही कोणास ठाऊक! लग्नाचा अर्थ लग्न केल्याशिवाय समजत नाही. मी कधी लग्न करेन असंही मला वाटलं नव्हतं, त्यामुळे माझ्या बाबतीत लग्नाने खूपच गोष्टी बदलल्या. हा बदल सुखद होता, हवाहवासा होता. समाजाचा माझ्याकडे बघण्याचा दृष्टिकोनही बदलला असं मला वाटतं. विकलांग असूनही मी एकटी, स्वतःच्या पायावर उभी आहे याचं आधी कौतुक होत असे. आता मात्र मी एकदम कुटुंबाचा केंद्रबिंदू झाले. आमच्या दीर्घकालीन नात्याचा शेवट म्हणजे लग्न असं मला वाटत होतं, पण ती तर एक सुरुवात होती.

याआधी माझं आयुष्य विकासभोवतीच फिरत होते, कारण तो माझ्यासाठी सर्वात महत्त्वाचा होता. आताही मी बदलत होते. मला विकासला सुखी करायचं होतं. तो आजही माझ्यासाठी तितकाच महत्त्वाचा होता. आता इतक्या वर्षांत न करावी लागणारी गोष्ट आम्हाला करणं भाग होतं. ती म्हणजे तडजोड! आता आम्ही स्वच्छंदी प्रेमिक नव्हतो, तर बंधनात बांधलेले नवरा-बायको होतो! अचानक, लोक आमच्याबद्दल काय विचार करतील, याचा विचार होऊ लागला आणि हा विचार सगळ्यांच्याच वागण्या-बोलण्यात दिसू लागला.

इतक्या वर्षांनंतर विकासला मी स्वतंत्र व्हावं, स्वतंत्रपणे विचार करावा असं वाटायला लागलं. मी त्याच्या कुटुंबात सहजपणे सामावून जावं, मला कोणी बोल लावू नये, हा त्यामागचा त्याचा विचार होता. आम्ही त्याच्या आईबाबांबरोबर एकत्र राहाण्याचीही तो मानसिक तयारी करत होता. ही माझ्यासाठी सर्वांत कठीण गोष्ट होती, कारण कित्येक वर्षं मला एकटं राहाण्याची सवय लागली होती. पण तरीही मला हे सगळं करून बघायचं होतं. मला त्याच्या घरात खरंच मिसळून जायचं होतं.

लग्नानंतर कुणाकडे जायची वेळ आली तर मी नीट तयार होणं गरजेचं होतं. त्यासाठी मी काही खास कपडे शिवून घेतले होते. दर वेळी कुणाकडे जायची वेळ आली की विकास माझे कपडे वगैरे बदलत असे. आधीही तो हे सगळं करत असेच. पण आता लोकांसमोर मी त्याची पत्नी म्हणून नीट दिसावं, छान राहावं

असं त्याला वाटत होतं. तो माझ्यासाठी कपडे निवडत असे. माझे दागिने घालायला, टिकली लावायलाही मदत करत असे. त्या वेळी विकासचं सगळं लक्ष माझ्याकडे असे, त्यामुळे प्रत्यक्ष बाहेर जाण्यापेक्षा तयार होणं हाच माझ्यासाठी हवाहवासा वाटणारा क्षण होता.

विकासचं घर पहिल्या मजल्यावर असल्या कारणाने मला तिथे राहाणं अवघड होतं. त्यामुळे लग्नानंतर विकास आणि मी माझ्या घरात राहायला आलो. मी आणि त्याचे आईबाबा एकत्र आहोत याचा विकासला खूपच आनंद होता. त्याचे आईबाबाही खूप खूश होते. ते जरी आमच्याबरोबर राहात नसले तर आमच्या वरचेवर गाठीभेटी होत असत. सगळे दिवस कसे आनंदाने भारलेले होते. प्रेम आणि आनंदच जणू सगळीकडे आसमंतात पसरला होता.

तरीही मला बाबांची कमतरता जाणवत होती. बाबांचं आणि विकासचं काही फारसं जमत नसे, तरी आयुष्यात कधीतरी ते दोघेही एकत्र येतील, अशी मला आशा होती. त्या दिवसाची वाट बघण्याखेरीज मला गत्यंतरच नव्हतं.

विकासची भारतातील दोन वर्षं संपत आली होती आणि तो इंग्लंडमध्ये नोकरी शोधायला लागला. त्याने आधी पुढे जायचं आणि सगळी व्यवस्था झाल्यावर काही महिन्यांनी मी त्याच्याकडे जायचं असं ठरलं.

लग्नानंतर एक महिन्याने विकासचा वाढदिवस होता. त्याला तो वाढदिवस त्याच्या सगळ्या कुटुंबासह साजरा करायचा होता. त्याला हवं होतं त्या सगळ्यांनाच आम्ही घरी मेजवानीसाठी बोलावलं. जवळ जवळ वीस नातेवाईक होते. आजपर्यंत मी मित्रांच्या खूप पार्ट्या आयोजित केल्या होत्या. पण कौटुंबिक सोहळ्याची व्यवस्था मी प्रथमच बघणार होते. माझ्या घरी विकासचे नातेवाईक प्रथमच येणार होते, त्याचं मला दडपण येत होतं. पण विकासचा उत्साह उतू जात होता. माझ्यासाठी ही जणू परीक्षाच होती. जर मी त्यात पास झाले तर आमच्या संसाराबाबतच्या सगळ्या शंका मिटणार होत्या. विकास किती सुखी आहे, हे त्यांना पटलं असतं. पण सगळ्याच नातेवाईकांना ही कल्पना होती की माझ्याशी लग्न झाल्यामुळेच आज त्यांचा विकास त्यांच्याबरोबर होता!

आणि अखेर मी त्या परीक्षेत पास झाले! माझं कुटुंब माझ्याबरोबर होतं. इतकी वर्षं ज्याच्यासाठी मी व्याकूळ झाले होते, ते माझं कुटुंब मला मिळालं होतं! स्वप्नांच्या पलीकडचा आनंद मी अनुभवत होते..!

२७

दिवस भराभर उडून जात होते. आमच्या लग्नाला काही महिने उलटून गेले होते आणि विकास आता थोड्याच दिवसांत लंडनला परत जाणार होता. विकासचे बाबा नुकतेच मॅजिस्ट्रेट पदावरून निवृत्त झाले होते. आम्ही सगळ्यांनी कुठेतरी एकत्र सुट्टीकरीता जावं अशी विकासच्या बाबांची खूप इच्छा होती. त्यामुळे आम्ही जोडून सुट्ट्या घेऊन मनालीला जायचं ठरवलं. त्याप्रमाणे बुकिंगचीही सगळी व्यवस्था झाली. लग्नानंतर बरोबर चार महिन्यांनी म्हणजे १३ ऑगस्ट, २००९ ला आम्ही मनालीला जाणार होतो. मलाही सहलीला जायची खूप इच्छा होती, कारण त्यामुळे विकासच्या आईबाबांशी मला आणखी संवाद साधता आला असता.

ज्या दिवशी सकाळी आम्ही निघणार होतो, त्या दिवशी सकाळपासूनच काही ना काही विघ्नं येतच होती. रितूने ताबडतोब नोकरी सोडणार असल्याचं जाहीर केलं. मी गोंधळलेच. घरात महिन्याचं सगळं वाण सामान येऊन पडलं होतं. झाडांना पाणी घालायचं राहिलं होतं. आमच्या सगळ्यांचा नाष्टा व्हायचा होता, आमच्या बॅगाही भरून झाल्या नव्हत्या. पण सगळ्यात मोठा प्रश्न होता की रितू आज तडकाफडकी निघून गेली तर उब्बूला कोण बघणार?

मी दिवाणखान्यात आले, तिथे विकास जेवणाच्या टेबलावर फोनवर कसलंतरी सेटिंग करत होता. मी त्याच्याशेजारी जाऊन बसले आणि त्याला म्हणाले, ''आपण आता काय करायचं? रितू आत्ताच निघतेय.''

चेहऱ्याची रेषाही न हालवता शांतपणे विकास म्हणाला, ''जाऊ दे तिला. बघू आपण दुसरी सोय. फार विचार करू नकोस.''

''तू मला शांत राहायला कसं सांगतोस? आपण आता काय करणार आहोत?'' मी चिडून विचारलं. या ट्रीपची तयारी एक महिन्यापासून सुरू होती. विकासच्या आईने सगळी व्यवस्था स्वत: बघितली होती. चौदा तास मनालीचा प्रवास करून आम्ही चार दिवस मनालीत राहाणार होतो. आणि मला कुणाच्याच आनंदावर पाणी पडायला नको होतं. नुकतेच आम्ही कामानिमित्ताने पुण्याला आणि दक्षिण भारतात जाऊन आलो होतो. अंगात थोडा ताप असूनही मी मनालीला जाणं टाळू शकत नव्हते. पण रितूच्या या निर्णयाने गोष्टी नियंत्रणाबाहेर गेल्या होत्या.

"आपण उब्बूला कुठे सोडायचं?" मी विचारलं, "बाबाही आत्ता फरीदाबादमध्ये नाहीत. काय करायचं आपण?" मी आणखीनच वैतागत होते.

सामान भरून झाल्यावर रितू निघून गेली. विकासने टेलिफोन डिरेक्टरी उचलली आणि यलो पेजेस्‌मधून एका प्राण्यांच्या वसतिगृहाचा नंबर शोधला. तिथे फोन केल्यावर त्यांनी विचारलं, "कोणत्या जातीचा कुत्रा आहे? संकर जातीच्या कुत्र्यांना आम्ही ठेवून घेत नाही, कारण मालक सोडून गेला की ती रडतात आणि त्याचा बाकीच्या कुत्र्यांवरही परिणाम होतो."

मग दुसरा नंबर फिरवला. तिथे ते ठेवून घ्यायला तयार होते पण उब्बूला ते पिंजऱ्यात ठेवणार होते. तिथला खर्चही फारसा नव्हता, पण उब्बू पिंजऱ्यात राहाणार? मला काळजी वाटत होती.

विकासने माझ्याकडे वळत विचारलं, "तुला इथे ठेवायचं नाही का तिला? तू खूश नाहीस का?"

उब्बू फेब्रुवारीतली होती. ती आमची 'व्हॅलेंटाईन बेबी' होती. तिला एक तर वसतिगृहात, त्यातूनही पिंजऱ्यात ठेवण्याची आम्ही कुणी कल्पनाच केली नव्हती. मनालीला मजा करताना उब्बू पिंजऱ्यात ही कल्पनाही मला सहन होईना.

तेवढ्यात आमचा ड्रायव्हर ललित आला. गाडी साफ करण्यासाठी मी त्याला बोलावलं होतं. तो गाडीच्या किल्ल्या घेऊन त्याच्या कामाला निघून गेला. विकासचे फोन चालूच होते, पण बहुतेक सगळीकडे कुत्र्यांना पिंजऱ्यातच ठेवत असत. आता काही आम्हाला जाता येणार नाही असं वाटत असतानाच एक कल्पना मला चाटून गेली. ललितला चार रात्री घरी झोपायला बोलावलं तर? मी लगेच ललितला तसं विचारूनही टाकलं. खरंतर ललित आमच्याकडे कामाला लागून केवळ पाच महिने झाले होते, परंतु त्याच्यावर चार दिवस घर सोपवण्याइतका माझा त्याच्यावर विश्वास होता. लग्नाच्या तयारीत ललितने मला खूपच मदत केली होती. तो प्रामाणिक आणि कष्टाळू होता. लग्नाच्यावेळी घरातल्या सदस्याप्रमाणे त्याने मनापासून काम केलं होतं. माझ्या इलेक्ट्रिक व्हीलचेअरची सर्व जबाबदारी त्याने पार पाडली होती. त्यामुळे माझा त्याच्यावर विश्वास होता. माझ्या विनंतीला त्याने चटकन् होकार दिला व तो उब्बूसाठी घरी रहायला तयार झाला.

माझा जीव भांड्यात पडला. पण मी म्हटलं तसं, सकाळपासून जणू आम्ही निघू नये अशा सूचना देणारी विघ्नं येत होती. उब्बूही खूप विचित्र वागायला लागली होती. माझ्या व्हिलचेअरवरून उतरेचना. मी रागावले तर माझ्यावर गुरगुरत होती. तिने स्पष्टपणे आम्ही जाऊ नये, असे संकेत दिले होते. आम्हांला

थांबवण्याचा तिने खूप प्रयत्न केला पण आम्हांला आधीच खूप उशीर झाला होता त्यामुळे मी तिच्या वागण्याकडे दुर्लक्ष केलं. तिच्या स्वातंत्र्याला धक्का न लावता आम्ही मजा करायला जातोय, याच समाधानात मी होते. तरीही ती गुरगुरत राहिली, रडत राहिली. पण तिची समजूत काढून आम्ही निघण्याच्या तयारीला लागलो.

विकासच्या आईबाबांना घेऊन मनालीच्या रस्त्याला लागेपर्यंत आम्हांला ठरवल्यापेक्षा तीन तास उशीर झाला होता. पण त्या रात्री आम्ही चंदीगडला मुक्काम करणार होतो. रात्री आठच्या सुमारास आम्ही चंदीगडच्या हॉटेलला पोचलो. मी आणि विकास तळमजल्यावरच्या तर विकासचे आईबाबा पहिल्या मजल्यावरच्या खोलीत होतो. दिवसभराच्या धावपळीनंतर आम्ही थकलो होतो, त्यामुळे जेवण आम्ही खोलीतच मागवलं. दुसऱ्या दिवशी पुन्हा आठ-नऊ तासाचा प्रवास असल्यामुळे सकाळी लवकर निघायचं ठरवून लवकर झोपलो. पण उद्याचा दिवस काही निराळंच दान घेऊन येणार आहे, हे आम्हांला कुठे ठाऊक होतं..?

२८

नियंत्रण हा आभास आहे...
माझं आयुष्य दैवाधीन आहे...
सुखी, दु:खी, काहीही असो
माझा कशावरच ताबा नाही
आणि माझ्या मालकीचंही काही नाही...
प्रत्येकजण नियतीच्या इशाऱ्यावर जगतो
आणि आपल्याला वाटतं की आपण किती शहाणे..!

मी आणि विकास एकमेकांच्या डोळ्यांत बघून एकमेकांच्या 'असण्याची' खात्री करून घेत होतो. विकासच्या हनुवटीवर आणि माझ्या मानेवर रक्ताचा ओघळ होता. 'तुला काही झालं नाही नां? घाबरू नकोस, मी आहे तुझ्याबरोबर', असं एकमेकांना शब्दांशिवाय दिलेलं आश्वासन हळूहळू मिटणाऱ्या डोळ्यात हरवून गेलं...

मनालीला पोचायला तीन तास उरले असताना एका ऑईल टँकरने आमच्या कारला जोरात धडक दिली होती. विकासने धडक वाचवायचा खूप प्रयत्न केला, पण अखेर आमच्या कारला भीषण अपघात झाला होता. माझं डोकं डॅशबोर्डवर होतं आणि विकासचं स्टीअरींग व्हीलवर. आम्ही शेवटपर्यंत एकमेकांच्या डोळ्यात बघत होतो. ती नजरभेट कधीच विसरणं शक्य नाही. ती भेट कदाचित काही क्षणांचीच होती, पण त्यात आम्ही उभा जन्म जगून गेलो...

आवाज ऐकून आजूबाजूचे बरेच लोक आम्हाला वाचवायला धावले. मी बोलायचा प्रयत्न करत होते पण मला अस्थमाचा झटका आला. मी गुदमरत होते. माझा सीट बेल्ट कापला होता आणि मी कारच्या बाहेर फेकली गेले. मला फक्त एवढंच कळत होतं की मला रस्त्याच्या बाजूला ठेवण्यात आलं. त्या सगळ्या खेडूत बायका माझ्याभोवती जमल्या आणि त्या मला धीर देत होत्या.

अस्थमाचा झटका इतका तीव्र होता की माझी वाचाच बंद झाली. मी माझ्या पर्सकडे बोट दाखवलं. त्यांनी पर्स मला आणून दिली. त्यांना नक्की वाटलं असणार की याही परिस्थितीत मला पैशाची काळजी आहे! मी एका बाईला पर्स उघडायला सांगितली व त्यातून इन्हेलर काढायचा प्रयत्न मी केला. तेव्हा माझ्या

लक्षात आलं की माझ्या हाताला खूप लागलं होतं. कसंतरी इन्हेलर काढून मी त्या पंपाने दोन श्वास घेतले. त्या दिवशी माझ्याकडे तो पंप नसता तर माझं जगणं अवघडच होतं. पण आता आठवलं की वाटतं पंप माझ्याकडे नसता तरच बरं झालं असतं!

अस्थमा थोडा आटोक्यात आल्यावर मी आजूबाजूला बघितलं. आमच्या गाडीची अवस्था अतिशय वाईट होती. विकासच्या आईलाही माझ्या शेजारी आणून झोपवलं होतं. त्यांचा चेहरा रक्ताने माखला होता आणि त्यांचे डोळे बंद होते. ''त्यांचा श्वास चालू आहे ना?'' मी एका बाईला विचारलं. त्यांचा श्वास चालू होता, पण शुद्ध हरपली होती. मागून कोणीतरी बोललं, ''मानेला लागलंय,'' पण त्या कुणाबद्दल बोलत होत्या आणि काय बोलत होत्या हे समजण्याइतकं भान मला नव्हतं. मी जणू त्रयस्थासारखी सगळं बघत होते. जणू मी तिथे नव्हतेच!

रस्त्यावरच्या गाड्यांनी थांबून आम्हाला मदत केली. आम्हाला मनालीच्या हॉस्पिटलला नेत होते. माझं मुटकुळं करून स्कॉर्पिओच्या मागच्या सीटवर ठेवण्यात आलं, पण माझे पाय ताठ होते. तेव्हा माझ्या लक्षात आलं की पायाचं हाड मोडलंय. माझ्या उजव्या गुडघ्याच्या वरचा स्नायू दुखावला होता. माझ्या गुलाबी ट्रॅकपँटवर रक्ताची रेघ दिसत होती.

मी ट्रॅकपँट आणि पूर्ण बाह्यांचा टी-शर्ट घातला होता. पापाजी (विकासचे बाबा) मला हसलेही होते. मी पण हसले होते पण कारच्या पुढच्या सीटवर ए.सी.चा प्रभाव जास्त असतो, म्हणून मी पूर्ण बाह्यांचा टी-शर्ट तसाच ठेवला. तरीही अपघातानंतर मी अतीव थंडीने अक्षरशः थरथरत होते.

हॉस्पिटलमध्ये पोहोचल्यावर मला बाहेर कसं काढावं हे त्या कारच्या मालकाला कळेना. शेवटी एकदोघांच्या मदतीने मला बाहेर काढून स्ट्रेचरवर ठेवण्यात आलं. या सगळ्या परिस्थितीतही मी त्या कारच्या मालकाचे आभार मानले आणि माझ्या रक्ताच्या डागांमुळे त्यांची गाडी खराब झाल्याबद्दल माफीही मागितली. पण गाडी अगदी नवीकोरी होती आणि त्याच्या सीटची प्लॅस्टीकची कव्हर्सही तशीच होती, त्यामुळे डाग पडले नव्हते.

हॉस्पिटलच्या कर्मचारी वर्ग अतिशय अलिप्त होता. ''पुन्हा एक अपघाताची केस!'' माझ्या कानावर शब्द आले. आजवर बघितलेल्या हॉस्पिटल्सपैकी सर्वांत वाईट हॉस्पिटल होतं हे! ते एखाद्या वसतिगृहासारखं दिसत होतं. मला एका रिकाम्या खोलीत ठेवण्यात आलं. थोड्या वेळात पापाजींनाही स्ट्रेचरवरून आणलं आणि माझ्यापासून काही अंतरावर ठेवलं. मी तिथून बघत शकत होते. त्यांची छाती स्थिर होती. एक महिला डॉक्टर तिथे आली. तिने त्यांना

तपासून 'मृत' घोषित केलं...

मृत? पापाजी गेले? माझं डोकं गरगरायला लागलं. मी एकदम बधीर झाले. मम्मीजी आणि विकासला कुठे नेलं ते मला कळलं नव्हतं.

थोड्या वेळाने एक इन्स्पेक्टर तिथे आले. "कुणाला कळवायचं घरी?" असं ते विचारत होते. त्यांच्या हातातला माझा मोबाईल मी मागितला, पण तो बंद झाला होता. मला काही सुचेना. मला घरचा आणि बाबांचाच फक्त नंबर आठवत होता. बाबा दिल्लीत नसल्यामुळे त्यांना फोन करण्यात अर्थच नव्हता. मग माझ्या लक्षात आलं ललित घरी असेल. ललितला फोन करून मी आशाआत्या आणि विकासच्या काकांना अपघाताबद्दल सांगायला सांगितलं.

...माझ्या सगळ्या संवेदना बधीर झाल्या होत्या. काळ, वेदना कशाचंच भान नव्हतं. आमचं शिक्षण, समाजातलं स्थान, आर्थिक स्थिती या सगळ्या गोष्टी निरर्थक वाटू लागल्या. आयुष्य नियंत्रणापलीकडे गेलं होतं. परिस्थितीने माझ्यावर ताबा मिळवला होता आणि मी आणि माझे कुटुंबीय एका फटक्यात होत्याचे नव्हते झालो होतो...

साधारण अर्ध्या तासाने आम्हाला पुन्हा ॲम्ब्युलन्समधून दुसरीकडे हलवण्यात आलं. चौघांना एकत्र! विकासचं स्ट्रेचर वर होतं. मम्मीजी आणि पापाजींच्या स्ट्रेचरमध्ये माझं स्ट्रेचर घुसवलं होतं. संपूर्ण प्रवासात मला फक्त मम्मीजींच्या घोरण्याचा आवाज येत होता. तेवढी एकच माझ्यासाठी समाधानाची बाब होती. आम्हाला सुंदरनगरच्या हॉस्पिटलमध्ये नेलं होतं. आता मला थोडं समजायला लागलं होतं. मनालीच्या रस्त्यावर आम्ही सुंदरनगर व मंडीच्या दिशादर्शक पाट्या बघितल्या होत्या.

सुंदरनगरला पोचल्यावर मी, मम्मीजी आणि विकास, आम्हाला तिघांना एका वॉर्डमध्ये ठेवण्यात आलं. विकास भानावर होता, शुद्धीत होता व हालचालही करत होता. तो इन्स्पेक्टरशी, सगळ्या नातेवाईकांशी फोनवर बोलत होता. त्याही परिस्थितीत तो सगळ्या गोष्टी सांभाळत होता. मी विकलांग असल्याचं त्याने डॉक्टरांना सांगितलं. विकास आणि मम्मीजींच्या जखमा बांधल्या होत्या. माझ्या मानेची जखम नर्सने डॉक्टरांच्या लक्षात आणून दिली. माझ्या मानेला टाके पडणार, या कल्पनेने मी अस्वस्थ झाले. विकासच्याही मांडीचं हाड तुटलं होतं.

दरम्यान पोलीसांनी आमचे पैसे, आमच्या सगळ्या चीजवस्तू जमा केल्या होत्या. त्यात कॅमेरा आणि मोबाईलही होते. त्यांना कुणा नातेवाईकांशी फोनवर बोलातानाही मी ऐकलं, "दोन स्त्रिया आणि एक पुरुष जिवंत आहेत. पण मॅजिस्ट्रेट साहेब मात्र गेले."

त्यानंतर अर्ध्या एक तासानंतर आम्हाला पुन्हा ॲम्ब्युलन्समधून दुसरीकडे हलवलं. विकास आणि मम्मीजींना एका ॲम्ब्युलन्समधून नेलं. पापाजींचा देह सुंदरनगरमध्ये ठेवला होता.

माझ्या ॲम्ब्युलन्समधल्या माणसाने मला सांगितलं की आम्हाला चंदीगडच्या पी.जी.आय. हॉस्पिटलमध्ये नेत होते. मला फक्त 'चंदीगड' एवढाच शब्द समजला आणि माझ्या सुनीताताईची आठवण झाली. ती चंदीगडमध्ये स्थायिक होती. त्या अनोळखी माणसाचा हात हातात घेऊन मी प्रवास केला. मी हादरले होते. मला अतिशय भीती वाटत होती. आता आठवलं की वाटतं की संपूर्ण प्रवासात तशी मी झोपले होते. फक्त विकासबद्दल मी सतत चौकशी करत होते.

याच दरम्यान जियाने मला फोन केला आणि ती माझ्याशी बोलली. तिचा आवाज ऐकल्यावर इतका वेळ आवरून ठेवलेले अश्रू वाहायला लागले. मी रडत रडत तिला विचारलं, ''मीच का? माझ्याच बाबतीत हे सतत का होतं?'' मी धाय मोकलून रडत होते.

आम्ही रात्री ९ वाजता चंदीगडला पोहोचलो. ॲम्ब्युलन्सचं दार उघडता क्षणी सुनीताताईचा नवरा अरविंद मला दिसला. मला समाधान वाटलं. आता सगळ्या गोष्टी नीट होतील अशी आशा वाटायला लागली.

पी.जी.आय. हॉस्पिटल चंदीगड मधल्या सर्वोत्तम हॉस्पिटलपैकी एक होतं. पण तिथली व्यवस्था आणि अपुऱ्या सोयी बघून मला राग येत होता. अतिदक्षता विभागात रुग्णांची गर्दी होतीच, शिवाय त्यांचे नातेवाईकही एका ज्युनियर डॉक्टरच्याभोवती जमले होते. तो बिचारा एकटा खिंड लढवत होता. मला एम्सची आठवण झाली. इथे त्याहीपेक्षा वाईट परिस्थिती होती. ॲम्ब्युलन्समधून हॉस्पिटलमध्ये आणताना माझं स्ट्रेचर भिजलं होतं.

मम्मीजी अजूनही बेशुद्ध होत्या, त्यांना बेडवर हलवलं होतं, पण मी आणि विकास अजूनही स्ट्रेचरवरच होतो. विकासच्या पोटात दुखत होतं. आणि तो डॉक्टरांना ते सांगत होता. डॉक्टरांनी त्याला नीट तपासलं. त्यांनी विकासची सोनोग्राफी केली आणि अंतर्गत रक्तस्राव झाल्याचं सांगितलं. मम्मीजी तोपर्यंत शुद्धीवर आल्या होत्या आणि स्वत:च्या पायांनी बाथरूममध्ये गेल्या होत्या. ही फारच आनंदाची गोष्ट होती. त्यांच्या डोक्याला थोडा मार लागला होता आणि त्यांच्या उजव्या हाताचं हाड मोडलं होतं. माझ्या मांडीचं हाड तुटलं होतं, डाव्या हाताचं हाड तुटलं होतं आणि मानेला खोल जखल झाली होती.

दिल्लीहून आमचे नातेवाईक लगेचच पोहोचले. प्राथमिक तपासणीनंतर मला आणि मम्मीजींना दिल्लीला हलवणं शक्य आहे असं डॉक्टरांनी सांगितलं. पण

विकासला रक्तस्राव इतका झाला होता की त्याला तिथून हलवणं जोखमीचं होतं.

आम्ही कुणीच धक्क्यातून सावरलो नव्हतो. त्यामुळे डॉक्टरांच्या म्हणण्यानुसार आम्ही करायचं ठरवलं. मला आणि मम्मीजींना दिल्लीला हलवण्यात आलं, तर मामाजी विकासबरोबर त्या भयानक हॉस्पिटलमध्ये थांबणार होते. मी विकासला सोडून दिल्लीला जाण्याने भयंकर अस्वस्थ होते, पण माझ्या हातात काहीच नव्हतं. डॉक्टरांनी परवानगी दिली की विकासला लगेच दिल्लीला आणण्याचं मामाजींनी मला आश्वासन दिलं.

आम्हाला दोघींनाही दिल्लीतल्या अत्याधुनिक हॉस्पिटलमध्ये आणण्यात आलं. मम्मीजी अजूनही पूर्णपणे भानावर आल्या नव्हत्या. दिल्लीतल्या त्या हॉस्पिटलमध्ये जियासह उरलेले कुटुंबीय आमची वाट बघत होते.

डॉ. बजाज यांना बघून मला थोडा धीर आला. डॉ. बजाजना मी अनेक वर्षांपासून ओळखत होते. अपघातानंतर २४ तास उलटून गेले होते आणि मी थंडीने कुडकुडत होते. ''शिवानी, मी तुझ्यासाठी काय करू शकतो?'' डॉ. बजाजनी मला विचारलं. त्या क्षणी त्यांचा आवाज खूप आश्वासक वाटला. सगळी परिस्थिती ताब्यात घेऊन टीमला सूचना देण्याआधी त्यांना माझी चिंता, दु:ख कमी करणं जास्त महत्त्वाचं वाटलं. मी त्याबद्दल कृतज्ञ आहे.

मी हळू आणि अतिशय खोल आवाजात म्हटलं, ''मला खूप थंडी वाजते आहे. कदाचित तुम्हाला माझा पाय कापावा लागणार आहे.'' डॉक्टर माझ्याकडे बघून हसले आणि नर्सना माझे ओले कपडे बदलण्याच्या, मला एका उबदार पांघरुणात लपेटण्याच्या सूचना दिल्या. नर्सने तात्काळ तिचं काम सुरू केलं. माझे कपडे अक्षरश: फाडून काढावे लागले. माझ्या पहिल्या अपघाताच्या स्मृति मनाच्या पटलावर झर्रकन सरकून गेल्या. पण काही मिनिटांतच घरातल्या सगळ्या नातेवाईकांच्या आजूबाजूला असण्याने मी निर्धास्तपणे झोपी गेले. आता मी नक्की सुखरूप होते.

मला जाग आली तेव्हा मी कसल्यातरी धुंदीत होते. कदाचित औषधांचा परिणाम असावा. माझ्या शरीराला बऱ्याच नळ्या लावल्या होत्या. माझ्यासमोर माझ्या कॉलेजमधला एक मित्र होता, जो आज वीस वर्षांनी भेटत होता. ''मी कुठे आहे? आणि तू इथे कसा?'' मला माझ्या मित्राने सांगितलं की मी हॉस्पिटलच्या आय.सी.यू.मध्ये होते आणि माझ्यावर शस्त्रक्रिया झाली होती. शस्त्रक्रिया सकाळी लवकर झाली होती आणि माझ्या अपघाताची बातमी ऐकून तो मला भेटायला आला होता. माझं आणि मम्मीजींचं, दोघींचंही ऑपरेशन झालं होतं. आणि त्यांना माझ्या शेजारीच बेडवर ठेवलं होतं. त्या अजूनही बेशुद्ध होत्या. डोक्याच्या

जखमांमुळे त्यांना आठवडाभर हॉस्पिटलमध्ये राहावं लागलं.

आम्हाला दोघींनाही त्याच दिवशी एका खाजगी दोन खाटांच्या वॉर्डात हलवलं. नातेवाईक, मित्र, हितचिंतकांचा आमच्या खोलीत सतत राबता होता. तिथे आम्हाला आठवडाभर ठेवण्यात आलं. प्रत्येकालाच आमच्या भीषण अपघाताबद्दल हळहळ वाटत होती. मम्मीजींना अजून पपाजींच्या मृत्यूबद्दल सांगितलंच नव्हतं. माझ्या एक दिवस आधी त्यांना घरी सोडण्यात आलं.

दिल्लीमध्ये आमची सगळी नीट व्यवस्था झाली होती, पण तिकडे चंदीगडला विकास मात्र त्या भयंकर हॉस्पिटलमध्येच होता. आम्हाला १४ ऑगस्ट, २००९ ला हॉस्पिटलमध्ये दाखल करण्यात आलं. दुसऱ्या दिवशी १५ ऑगस्ट स्वातंत्र्यदिनाच्या दिवशी, डॉक्टरांनी मामाजींना सांगितलं की विकासचा अंतर्गत रक्तस्राव गोळ्यांनी बरा होऊ शकतो.

डॉक्टरांच्या हलगर्जीपणामुळे विकासचं ऑपरेशन एक दिवस उशीरा झालं. त्या दिवशी जिया आणि माझा चुलतभाऊ टोटो ही मामांच्या मदतीसाठी चंदीगडला रवाना झाले.

पी.जी.आय. हे तिथलं सर्वोत्तम सरकारी हॉस्पिटल होतं. पण तिथली व्यवस्था अतिशय ढिसाळ होती. ऑपरेशनच्या आधी आणि नंतरसुद्धा विकासची प्रकृती खालावत असूनही तिथे जागा मिळाली नाही. त्याला अतिदक्षता विभागात हलवण्याची गरज कोणत्याच डॉक्टरला भासली नाही! तो तिथे बेडवर आमच्यापाशी परत येण्यासाठी प्रार्थना करत आयुष्याची लढाई लढत होता. त्याला ऑपरेशननंतर कृत्रिम श्वासोच्छवास देण्यात आला आणि गुंगीच्या औषधांनी झोपवून ठेवलं होतं. तिथल्या डॉक्टरांना विकासच्या दुखापतीचं गांभीर्याचं कळलं नव्हतं, त्यामुळे ते खोटा दिलासा देत होते.

आजही मला असं वाटतं विकासला विमानाने दिल्लीला आणायला हवं होतं. पण त्या वेळी सगळ्यांनाच इतका धक्का बसला होता की डॉक्टरांच्या म्हणण्याला आम्ही बळी पडलो. आयुष्याची किंमत जणू त्या डॉक्टरांना कळतच नव्हती. पुन्हा एकदा, डॉक्टरांच्याच हलगर्जीपणामुळे माझं सर्वस्व माझ्यापासून हिरावून घेतलं गेलं होतं.

विकास चंदीगडमध्ये फक्त जियाच्या साथीने ही लढाई लढत होता. विशालची विकासजवळ थांबण्याची खूप इच्छा होती, पण त्याला पापाजींचं सगळं क्रियाकर्म करणं भाग होतं. त्यामुळे त्याला चंदीगडला पोचायला दोन दिवस उशीर झाला.

एका आठवड्याच्या अथक झुंजीनंतर अखेर मृत्यूने लढाई जिंकली.

माझा विकास मला कायमचा सोडून गेला... तो ३३ वर्षांचा होता. आमचा डाव अर्ध्यावर टाकून विकास कायमचा गेला...

२९

विकास या जगात नव्हता हे सत्य होतं.

त्याच दिवशी मला हॉस्पिटलमधून घरी सोडलं. घरी जाण्याआधी विकासच्या अंत्यसंस्कारासाठी मी गेले. आता मला त्याच घरात परत जायचं होतं. जिथे एका आठवड्यापूर्वी चैतन्याचं कारंजं थुईथुई नाचत होतं, आमच्या सहलीचे बेत उत्साहाने आखले होते, विकासने त्या घराला चैतन्य दिलं होतं...

विकासच्या मृत्यूपूर्वी दोन रात्री मी झोपूच शकले नाही. डोळे मिटले की माझ्या डोळ्यांसमोर अगम्य आकृती आणि विचार वेडेवाकडे नाचायला लागत. डॉक्टरांना तो औषधाचा परिणाम वाटत होता. पण मला माहीत होतं की भविष्यातल्या अनिश्चित काळाची ती प्रतिकं होती. जिया आणि टोटोनं विकासला सुखरूप आणण्याचं मला वचन दिलं होतं. तरीही मला आत खोल कुठेतरी अशुभाची चाहूल लागली होती.

विकासच्या मृत्यूची बातमी पहाटे आली. माझे काकाकाकू इतरही अनेकजण माझ्यापाशी होते. त्यांनी काही सांगायच्या आतच त्यांच्या चेहऱ्यावरून मी अंदाज बांधला होता. तरीही माझ्या कानावर ते शब्द विजेसारखे कोसळले, 'विकास आपल्याला सोडून गेला.'

माझ्या डोळ्यांतून अश्रू अखंड वाहत होते. कुठेतरी सगळं ठीक होईल, विकास परत येईल अशी आशा मी बाळगून होते. गेल्या दहा वर्षांत त्याने असं कधीच केलं नव्हतं. विकासच्या सुखरूपतेची बातमी जिया घेऊन येईल याची मला खात्री होती.

विकासच्या मृत्यूच्या बातमीनंतर दोन तासात माझं सांत्वन करण्यासाठी हॉस्पिटलमध्ये लोक जमायला लागले. झाल्या प्रकारची हॉस्पिटलच्या सुरक्षा रक्षकांना कल्पना दिली होती. त्यामुळे त्यांनी कुणालाच अडवलं नाही. मला असं वाटत होतं की आजूबाजूला नाटक चाललंय, कोणाच्या तरी मृत्यूचं, आणि मी त्या नाटकात खोटाच भाग घेतलाय. क्षणात भेटायला आलं की माझे डोळे पाणावत होते आणि माझे शब्द घशातच अडकत होते. माझी एक मैत्रिण माझ्या शेजारी येऊन उभी राहिली आणि म्हणाली, "यातून कुणाचं काय भलं होऊ शकतं?" तिचे शब्द कानाबरोबरच माझ्या मनावरही आघात करत होते. आजूबाजूला इतक्या

माणसांचा गोतावळा असूनही मला विलक्षण एकटं वाटत होतं.

दुपारी जिया आणि टोटो आले. टोटो माझ्या गळ्यात पडून मोठ्याने रडत होता. मला दिलेलं वचन पाळू शकला नाही, म्हणून माझी माफी मागत होता. यात अर्थातच त्याचा दोष नव्हता पण तरीही त्याला अपराधी वाटत होतं. जिया आणि टोटोने तेथे विकासच्या तब्येतीत सुधारणा व्हावी म्हणून रात्रंदिवस प्रयत्न केले होते. पण विधिलिखित अटळ होतं...

सगळे नातेवाईक भोवताली असूनही एकाकी मला सगळं अर्थशून्य वाटायला लागलं. विलक्षण पोकळी निर्माण झाली होती, जी कधीच भरून निघणं अशक्य होतं.

मला स्मशानात घेऊन जाण्याची तयारी झाली होती. माझे हॉस्पिटलचे कपडे बदलण्यात आले. शिवाय एका विशेष गाडीचीही सोय करण्यात आली. मला गाऊन देण्यात आला होता. तशाही स्थितीत मी म्हणाले, 'विकासला मी गाऊन घातलेला आवडत नाही.'

जसजसं स्मशान जवळ येत होतं, तसतशी मी थरथरायला लागले. माझ्या मैत्रिणीने मला शांत करण्याचा व काहीतरी खायला घालण्याचा प्रयत्न केला. पण मी यातलं काहीच करू शकत नव्हते. फक्त भयाण पोकळीची, निरर्थकतेची जाणीव माझ्या सर्वांगात पसरली होती.

"आपल्याला अर्ध्या तासात निघायचंय, छोटू, तू तयार हो." जिया म्हणाली. माझ्या मैत्रिणीने मला पँट आणि टी-शर्ट घालायला मदत केली. विकासला आवडत नाही म्हणून मला गाऊन घालण्याचं जियानं टाळलं.

दिल्लीच्या गर्दीतून वाट काढत माझी ॲम्ब्युलन्स स्मशानात पोहोचेपर्यंत बहुतेक विधी उरकले होते. मी विकासचं अंत्यदर्शन घ्यावं या इच्छेने तिथे शेकडो लोक थांबले होते. तो शांतपणे झोपला होता. भीतीची एक विलक्षण लाट माझ्या अंगातून निघाली. त्याच्या मिटल्या डोळ्यांची शेवटची आठवण माझ्यापाशी राहाणार या कल्पनेने मी हादरले होते. पण त्याच्या अचेतन चेहऱ्यावर तरीही हसू होतं, देवदूतासारखं! मागे एकदा तो म्हणाला होता, 'मी कार अपघातात पहाटे पहाटे मरेन आणि तुझ्या मानगुटीवर भूत बनून बसेन.' मला त्याची आठवण झाली. मी वारंवार म्हणत होते, 'तो भूत म्हणून नाही, देवदूत बनून परत येणार आहे.' तो परत येणं माझ्यासाठी जास्त महत्त्वाचं होतं.

विकासचं पार्थिव चितेवर ठेवलं गेलं. त्याला अग्नी दिला गेला. मला चालता आलं असतं, तर कदाचित मीही स्वतःला चितेवर झोकून दिलं असतं. मला विकासला कवेत घ्यायचं होतं, त्याच्याबरोबरच जायचं होतं! प्रत्यक्षात मात्र

मी स्ट्रेचरवर आडवी होते, त्याच्यापासून खूप लांब!

मम्मीजींच्या दुःखाला पारावार राहिला नव्हता. त्यांचं दुःख सांत्वनापलीकडचं होतं. एक दिवस आधी पापाजींच्या मृत्यूची बातमी विशालने त्यांना दिली होती आणि विकासची प्रकृती सुधारते आहे असंही सांगितलं होतं. आणि आज त्या हे बघत होत्या... त्या माझ्याजवळ आल्या आणि मला घट्ट मिठी मारून म्हणाल्या, ''तुझी काळजी मी घेईन. तुझ्यात माझ्या विकासला पाहीन...'' त्यानंतर शब्दच आटून गेले...

दुसरा प्रवास

३०

माझा प्रेमावरच फक्त विश्वास आहे.
ते मला कधीच सोडून जाणार नाही,
माझी खात्री आहे...

अंत्यसंस्कारानंतर मला ॲम्ब्युलन्समधून घरी आणण्यात आलं. मला पाहुण्यांच्या खोलीत ठेवावं असं मी सुचवलं कारण, आमच्या बेडरूममध्ये विकासच्या असंख्य आठवणी होत्या. शिवाय, या पाहुण्यांच्या खोलीत एकच पलंग होता त्यामुळे माझ्या जखमांची नीट काळजी घेता येणार होती.

उब्बूला बघून मला बरं वाटलं. दिल्ली सोडण्याआधी उब्बूने मला थांबवण्याचा खूप प्रयत्न केला होता, पण तिची शब्दांशिवायची भाषा आम्हांला कळलीच नाही! तिला माझं दु:ख वाटून घ्यायचं होतं. तिच्यावर लक्ष ठेवावं लागत होतं, नाहीतर माझ्या जखमांवर ती उडी मारण्याची शक्यता होती. ती काळजीपूर्वक माझ्या बेडवर चढली. माझं हातापायाचं प्लॅस्टर हुंगलं आणि नंतर ती एका कोपऱ्यात जाऊन बसली, त्यानंतर मी बोलावल्याशिवाय ती कधीच माझ्या बेडवर चढली नाही.

झाल्या घटनेचा उब्बूवर इतका परिणाम झाला की ती खूपच शांत झाली. कोणावरही भुंकेनाशी झाली, जणू मला जाणवणारी पोकळी तिलाही जाणवली होती. पुन्हा एकदा, तिनेच मला या भावनिक धक्क्यातून सावरायला मदत केली. माझं बाळ मोठं झालं होतं आणि आता माझी काळजी घेत होतं. मला सकाळी उठवण्यापासून मला रिझवण्यापर्यंत तिने माझी काळजी घेतली. 'सगळं संपलं नाही, मी आहे तुझ्यासाठी,' असंच जणू ती सांगत होती. तिच्याशिवाय मला स्वत:ला सावरता आलं नसतं.

विकासच्या मृत्यूची बातमी ऐकून रितू परत आली होती. माझ्या सरबराईत गुंतली होती. मी घरी आल्यापासून तिने एक शब्दही तोंडातून काढला नव्हता. विकासच्या आणि माझ्या आठ वर्षांच्या सहप्रवासाची ती साक्षीदार होती. विकास तिला मोठ्या भावासारखा होता. त्यामुळे विकासचा मृत्यू तिलाही धक्कादायक होता. कितीतरी काळ तिने माझी मूकपणे सेवा केली. रात्री फार भयानक, निरर्थक स्वप्नं पडत. घशाला कोरड पडे. रितू मला चमच्या-चमच्याने

पाणी देत असे, माझ्यासाठी श्लोक म्हणत असे.

माझे घरचे माझ्या घरी येऊन राहिले होते, खूप लोक येऊन गेले, पण मी एका जागी पडून होते. विचारशून्य, भावशून्य नजरेने कुठेतरी बघत राही. माझ्या आयुष्यात आता आशाच राहिली नाही. पुढचं आयुष्य मी कसं काढणार कुणास ठाऊक? मला स्वत:चं मूलही नव्हतं. त्यामुळे जगण्यासाठी माझ्याकडे कसलंच प्रयोजन नव्हतं. विकासने आजन्म साथ देण्याचं वचन मोडलं होतं आणि आता मी कशासाठी जगायचं होतं?

प्रत्येकालाच माझी काळजी वाटत होती. माझं लक्ष दुसरीकडे वळावं, माझं मन रमावं म्हणून जो तो आपापल्या परीने प्रयत्न करत होता. 'ॲक्सेस ॲबिलिटींचा' विचार आता मी करायला हवा, असं अनेकांनी सुचवलं. विकासचं स्वप्न पूर्ण करण्यासाठी मी प्रयत्न करायचं ठरवलं. जिया, माझी काही भावंडं आणि मित्रमंडळींबरोबर एक दिवस माझ्या घरी बैठक झाली. विकासला करायच्या होत्या अशा अनेक गोष्टींची त्या दिवशी चर्चा झाली. पण विकासची स्वप्नं मोठी होती, आता ती कितपत पूर्ण होणार याबद्दल मी साशंक होते. खूप प्रश्नोत्तरे झाल्यावर कंपनी बंद करायचं असं मी ठरवलं.

सगळं आयुष्यच निरर्थक बनलं होतं, सगळं जागच्या जागी थांबून गेलं होतं. मी अंधारात माझ्या प्रश्नांची उत्तरं शोधत होते. आयुष्यात याआधी एकदा पूर्णपणे खचून मी पुन्हा उभी राहिले होते. माझ्यासमोर असलेलं आव्हान मी पेललं होतं. पण आता उभारी घेण्याचं काही कारणच दिसत नव्हतं. विकासची, त्याची अशी काही खास कौशल्यं होती, कल्पना होत्या, योजना होत्या, पण आता त्यातलं काहीच नव्हतं. मला मिळालेले पुरस्कार, सन्मान, प्रसिद्धी सगळंच विकासशिवाय भकास वाटत होतं.

देव नावाचं कोणी असलंच तर मला त्याचा राग आला होता. त्याने मला फुटबॉलसारखी लाथ मारून समाजापासून वेगळं केलं होतं. मी बेडवर पडल्या पडल्या विचार करत होते, 'दर वेळी मीच का नव्याने शोध घ्यायचा स्वत:चा? साधंसुधं आयुष्य जगता येण्याची अपेक्षा ठेवली म्हणून दैवाने असे पाशवी फटकारे माझ्यावर का ओढले?'

दिवस, आठवडे, महिने सरले तरी परिस्थिती बदलली नाही. आठ महिने अंथरुणाला खिळून राहिल्यावर दोन प्रश्न सतत छळत होते, 'आयुष्य म्हणजे काय आणि मी का जगावं?'

हळूहळू विकासच्या आणि माझ्या एकत्रितपणे बघितलेल्या स्वप्नांचा मी विचार करू लागले. माझं स्वप्न फक्त विकासबरोबर जगण्यात होतं. खरी स्वप्नं तर

विकासनेच बघितली होती, माझ्यासाठी! मी एक स्वतंत्र, स्वाभिमानी आणि खंबीर व्यक्ती बनावं म्हणून विकासने शक्य ते सर्व प्रयत्न केले होते. कारण मला असं स्वतंत्र व्यक्ती बनताना बघणं एवढंच त्याचं स्वप्न होतं.

जसजसे दिवस उलटले, तसतसं माझ्याच आयुष्याकडे मी तटस्थपणे आणि वस्तुनिष्ठपणे बघायला लागले. माझी अंतर्दृष्टी विकसित होऊ लागली. समाधी लावणं माझ्यासाठी अवघड नव्हतं. कारण मनाला विचलित करणारी कारणंच हरवली होती. अवतीभोवतीच्या गलबल्यात, गदारोळात स्वतःशी स्वतःच नातं तयार करणं हेच वास्तव आहे, याची मला जाणीव होऊ लागली. माझ्या मनाची पाटी जणू स्वच्छ झाली होती.

ज्या रात्रींची मला भीती वाटत होती त्याच रात्री माझ्या सख्या बनल्या. दिवसाच्या कोलाहलात हरवलेली शांतता मला रात्री मिळत असे. आता माझे विचारही अधिक स्पष्ट होऊ लागले. स्वतःला ओळखण्यासाठी कितीतरी रात्री मी जागून काढल्या. मला फक्त एकाच गोष्टीची जाणीव झाली होती की, प्रेम हेच शेवटी अंतिम सत्य असतं आणि मृत्यूच तेवढा निश्चित असतो, बाकी सगळं मिथ्या आहे!

प्रेम काही मिळवण्यात नाही, तर त्यागात आहे, हे मला जाणवलं. जणू विकास मला त्याच्या देहाच्या बंधनातून मुक्त होऊन मनाने त्याच्याशी असलेलं नातं अधोरेखित करत होता. पूर्वी कधीतरी वाचलेलं आठवत होतं, 'प्रेम ही एकच भावना निस्वार्थी असते. किंबहुना निस्वार्थी भावना म्हणजेच प्रेम' म्हणूनच विकासला माझ्यापाशी बांधून ठेवणं हा स्वार्थ ठरला असता. मी त्याला मुक्त करायला हवं.

असंही म्हणतात की खरं प्रेम तुमची साथ कधीच सोडत नाही. विकास शरीराने नाही, पण मनाने कायमच माझ्याबरोबर होताच. पण त्याचं ते अस्तित्व मी दुःखावर मात केल्याशिवाय जाणवणार नव्हतं!

आता मी विकासचा शोध घेतच होते, पण तो विकास, ज्याने मला प्रेमाचे पावित्र्य, निस्वार्थीपणा शिकवला होता, तो मी शोधत होते. या जन्मानंतर अनेक जन्म आम्ही एकत्र येणार होतो, याची मला खात्री होती.

'मृत्यू'. इतरांसाठी भयानक असलेल्या या शब्दाने मला आयुष्याचा अर्थ सांगितला होता. जन्म आणि मृत्यू या एकाच नाण्याच्या दोन बाजू आहेत. एकामुळे दुसऱ्याचं अस्तित्व आहे. जन्म आणि मृत्यू इतकंच विकास आणि शिवानी

अविभक्त आहेत!

याचबरोबर मला आणखीही गोष्ट जाणवली की, आनंद तुम्हांला बांधून टाकतो, पण दु:ख तुम्हांला आणखी सुधारण्याची, प्रयत्न करण्याची प्रेरणा देतं. आनंदाची भावना खरंच इतकी सुरेख आहे तर ती स्वत:च्या प्रगतीचं कारण का नाही होत? तरीही ती इतकी सुंदर भावना का आहे? फक्त दु:खातूनच माणसाला बदलाची तीव्र इच्छा निर्माण होऊ शकते!

या आनंदाच्या मागे जाताना मी माझी खरी प्रगती रोखून धरत होती. विकासच्या जाण्याने सगळं संपलं असंच मला वाटत होतं. पण त्याशिवाय जीवन-मृत्यूचा इतका खोलवर विचार मी केलाच नसता आणि आयुष्याचा खरा अर्थही मला समजला नसता. आयुष्याच्या या खेळात मी सर्वात श्रीमंत झाले होते.

आजवर समाजातलं स्थान, शिक्षण, पैसा, प्रतिष्ठा या गोष्टींच्या मागे मी लागले होते. पण काळाच्या एका लहानशा अंशाने या सगळ्याच गोष्टी निरर्थक होऊन गेल्या. शेवटी उरलं काय तर प्रेम! इतकी वर्षं माझ्या अपयशाची मला नेहमीच खंत वाटत आली होती, पण आता 'अपयश' या शब्दालाच काही अर्थ उरला नव्हता. यशाइतकंच अपयशही क्षणभंगुर असतं. या सगळ्या साक्षात्काराने मला पुन्हा नव्याने उभं राहण्याची प्रेरणा दिली. पण या वेळी मला विकासच्या प्रेमासाठी उभारी धरायची होती. माझं साधं, सोपं आयुष्य मी उगाचच गुंतागुंतीचं केलं होतं.

विकासच्या प्रेमाचा खरा साक्षात्कार त्याच्या मृत्यूने मला करून दिला. मी विकासची अंत:करणापासून ऋणी आहे. कारण तो माझा सखा होता. त्याने स्वत:च्या जगण्यातून प्रेम, विश्वास, स्वीकार, माफी सगळं काही मला शिकवलं होतं. आणि जाता जाता तो मला आयुष्याचा खरा अर्थही शिकवून गेला...

३१

आजवरच्या जगण्यातून इतकंच कळलं की
प्रेम हेच सत्य...
जन्ममृत्यूच्या फेऱ्यातून चालताना प्रेमाचा शोध घेणे
माझं आयुष्य आहे –
प्रेम मला सापडेलच,
ते मला ताकदही देईल
गमावल्याचं दु:ख पचवण्याचं धैर्य देईल,
पुन्हा नव्याने प्रेमाचा शोध घेण्याची
प्रेरणाही देईल.
कारण आयुष्यात –
प्रेम हेच सत्य आहे.

आजही माझ्या दु:खाची तीव्रता कमी झालेली नाही, कधी होईल असही वाटत नाही. काळ हेच उत्तम औषध असं म्हणतात, पण याच काळाने माझ्या जखमा वाहत्या ठेवल्या आहेत.

आपण सगळेच दु:खापासून पळ काढत असतो. कारण दु:खाचा सामना करणं कठीण आहे. पण मला याचंच आश्चर्य वाटतं. मला दु:खातच मन:शांती गवसली. आणि सुख व दु:ख यातली सीमारेषाच पुसून गेली. दु:खाने मला प्रगल्भ बनवलं आणि पोक्तही. आनंद हा वरवरचा फुगवटा आहे, तो आत्म्याला कधीच स्पर्श करीत नाही. माझं लग्न झाल्यावर मी खूप आनंदी होते. पण मी त्यात इतकी गुरफटून गेले की त्याची अंतरंगातली जाणीव मला झालीच नाही. विकासचं आणि माझं प्रेम गहिरंच होतं, पण त्याची खोली मला त्या वेळी जाणवलीच नाही. आज दु:खात मला त्या प्रेमाचं गहिरेपण, सौंदर्य सगळं काही जाणवतंय. यापुढे विकासबरोबरचं माझं आयुष्य खऱ्या प्रेमाच्या जाणीवेने भारलेलं असेल.

माझ्या दु:खाने मला माझ्या मनाचं ऐकण्याची ताकद दिली. तुमच्यापाशी गमवायला काही नसलं की तुमचं आयुष्य सोपं असतं. माझ्याकडे माझ्या प्रेमाखेरीज गमावण्यासारखं काहीच नव्हतं; पण खरं प्रेम कधीच हरवत नाही.

म्हणजेच खरंतर मी काहीच गमावलं नाही! प्रेमापेक्षा कशाला किंमतच नाही या जगात.

प्रेम करण्यासाठी धाडस लागतं. कोणाला तरी आपल्या आयुष्यात स्वत:पेक्षा अधिक महत्त्व देण्यासाठी तुमच्या अंगी धाडसच हवं. माझ्यात ते होतं. सुरुवातीला मी खूप स्वार्थी होते. माझा विचार करत होते, माझ्या आयुष्यासाठी जोडीदार शोधत होते, 'माझ्या' आनंदाचा विचार करत होते. पण विकासबरोबर मला जगताना मी परिपक्व होत गेले, प्रेमाचा खरा अर्थ मला समजायला लागला. प्रेमाचं यश स्वत:पेक्षा दुसऱ्याचा विचार करण्यात आहे. मी हे विकाससाठी केलं हे खरंच होतं, पण विकासने माझ्यावर कितीतरी जास्त पटीने प्रेम केलं होतं. विकासने माझ्यासाठी त्याचे आईवडील, मित्रमैत्रिणी सगळ्यांना दूर केलं. मला न स्वीकारणाऱ्या मित्रांचा त्याने सहजपणे त्याग केला. कितीतरी वेळा आमच्या विरहाचे प्रसंग आले. समाजाची आमच्या नात्याकडे बघण्याची दृष्टी खूप गढूळ होती, तरीही... तरीही विकास कायमच संयतपणे माझ्याबरोबर उभा राहिला. समाजाचा सामना आम्ही एकत्र केला. समाजात बदल घडवून आणण्याची व विकलांगांना समाजात स्थान मिळवून देण्याची त्याची महत्त्वाकांक्षा माझ्यावरच्या त्याच्या प्रेमाइतकीच सच्ची होती.

एका मित्राने मला पत्रात लिहिलं होतं, ''तू अशी एकमेव व्यक्ती आहेस जिने भरभरून प्रेम केलं आणि तितकंच ते प्रेम तुला परतही मिळालं.'' हे खरं आहे. जीव तोडून प्रेम करणं जरी माझ्या हातात होतं, तरी तसंच प्रेम मला मिळणं हे भाग्य होतं. पण या सगळ्याचीच जाणीव मला आज, दु:खात असताना होते आहे...

विकासकडून मी शिकले की प्रेमाला बंधन नाही, ते मुक्त असतं. त्यामुळेच प्रेमाचं स्वरूप मला कळलं होतं. खरं प्रेम हे ऐहिक बंधनाच्या कितीतरी परे असतं.

विकासने माझ्या मुक्त आयुष्याचं जे स्वप्न बघितलं होतं, तसं आयुष्य मी यापुढे जगणार होते !

३२

माझ्या दु:खातून बाहेर आल्यावर विकासचं अस्तित्व मला सगळीकडे जाणवू लागलं होतं. माझ्या दिवाणखान्यातल्या कोचावर तो अजूनही राजासारखाच बसलेला असतो. काहीच बदललं नाहीये. तीच उबदार व प्रसन्न हवा आजही वाहते आहे. अजूनही खिडकीतून तसाच सूर्यप्रकाश झिरपतो आहे. उब्बू अजूनही माझ्या वाटेत पाय ताणून पसरलेली आहे. आजूबाजूला बघितलं की अजूनही विकासच्या घरचे इथेच आहेत, रात्रीच्या पार्ट्या चालल्या आहेत, दोस्तमंडळी जमली आहेत हे सगळंच दिसतंय. अजूनही आमच्या घरात हिपहॉप संगीत वाजतंय, मी आणि रितू मेजवानीचा बेत ठरवतोय, विकास आम्हाला हळू आवाजात बोलायला सांगतोय... हे सगळं तसंच आहे. आणि आता मी माझ्या गोल टेबलवर बसून एका बोटाने माझी कहाणी टाईप करते आहे. दुसऱ्या अपघातानंतर आता एकच बोट काम करण्यासाठी शिल्लक राहिलं आहे.

एका ढगळ गाऊनमध्ये मी कॉम्प्युटरच्या समोर बसलेली असते. अनेकदा विचारातच असते. विकासचे शब्द कानात घुमतात, "मिस नाईटी, तो गाऊन बदल आधी." माझ्या घरच्यांना माझ्या भविष्याची काळजी वाटत होती, पण मी अनुभवाने सांगू शकते की आयुष्य जगणं तितकंसं अवघड नाही, ते का जगतो हे महत्त्वाचं!

माझ्याखेरीज प्रत्येकाचं आयुष्य पुन्हा सुरळीत चालू झालं आहे. मी 'ॲक्सेसॲबिलिटी' पुन्हा सुरू केलंय. माझ्या वेदनांपेक्षा माझी कहाणी सगळ्यांना सांगणं ही माझी तीव्र इच्छा आहे. यातून मी जे शिकले त्यावर प्रकाश न टाकणं म्हणजे माझेच परिश्रम वाया जाण्यासारखं होतं. माझं पुस्तक लिहिण्यामागचं प्रयोजन होतं, 'कां' ते समजून घेणं आणि विकासचं व्यक्तिमत्त्व पकडून ठेवणं.

पुस्तक लिहिण्याचा विचार थोडा अविश्वसनीयच होता. माझ्या लिखाणात व्याकरणाच्या, शब्दांच्या असंख्य चुका होत. पण विकासच्या स्मृतींना उजाळा देण्याचं काम यापेक्षा कशानेच होऊ शकलं नसतं. विकास जिथे कुठे आहे त्याचा यावर विश्वास बसणार नाही. माझं त्याच्यावरचं प्रेम सिद्ध करण्याची ही संधी मीच घ्यायचं ठरवलं होतं.

आजही हे लिहीताना विकासचा आणि माझा संवाद मला आठवतो

आहे. काहीही लिहिलं की मी ते विकासला मेलवरून पाठवत असे व त्याला सुधारायला सांगत असे. एक मिनिटात त्याची नोट मला येत असे, ''तुझं घाणेरडं लिखाण मी नाही तपासणार. लिहील्यावर मला पाठवण्याआधी एकदा वाचत तरी जा.'' त्याने सुधारलेला मेल वाचायच्या आधीच तो माझ्यामागे येऊन उभा राहत असे आणि म्हणत असे, ''तू काय लिहीलंयस ते वाच एकदा!'' मी त्याच्यासमोर मोठ्याने वाचायला लागले की तो जवळजवळ ओरडत असे, ''तुला साधं इंग्लिश वाचता येत नाही का? कोणत्या शाळेत होतीस तू?'' ''असू दे. मी भारतातल्या सर्वोत्तम कन्याशाळेत शिकले आहे.''

आठवड्यातून कमीतकमी चार वेळा तरी हा संवाद चाले. ऑफिसातले सगळे जण आमची गंमत बघत.

जुन्या वहीत खरडलेल्या काही ओळी आता माझ्या अनुभवांचा, आठवणींचा ठेवा बनला आहे. पुस्तक लिहीण्याच्या निमित्ताने मी माझं आयुष्य पुन्हा एकदा जगले, इतकंच नाही तर नकारात्मक विचार पुन्हा एकदा समूळ उपटून टाकता आले. जाणीवा अधिक प्रगल्भ झाल्या. दैवाने माझ्यासाठी जे लिहून ठेवलं होतं, ते स्वीकारण्याची आणि धैर्याने सामोरं जाण्याची संधी मला मिळाली आहे.

कागदावरची पानं कॉम्प्युटरवरच्या मजकुरात बदलली. माझ्या आयुष्याच्या खात्यातला जमाखर्च पुन्हा नव्याने तपासून बघता आला. नवीन सखोल विचारांची भर घालता आली. माझ्या सगळ्या भावंडांना मी प्रतिक्रियेसाठी हा मजकूर वाचायला दिला. बराच मजकूर वगळलाही. वस्तुनिष्ठ तऱ्हेने लिहीण्यापेक्षा भावनिक दृष्टिकोनातून लिखाण केलं. या पुस्तकाच्या निमित्ताने माझ्या आयुष्यातील अनेक गोष्टींच्या व्याख्या पुन्हा तपासता आल्या आणि माझ्याच आयुष्याकडे मी त्रयस्थपणे पाहू शकले.

भूतकाळात जाऊन काही गोष्टी बदलण्याची मला संधी मिळाली असती तर? सगळ्या गोष्टींची वीण कशी छान जमून आली होती. मी सुनीलला भेटले नसते तर अपघात झाला नसता. पहिला अपघात झाला नसता तर विकास मला कधीच भेटला नसता. विकासशिवाय जीवनाचा आनंद, प्रेम या भावनांशी माझी ओळख झाली नसती, आणि माझं आयुष्य निरर्थक झालं असतं. कदाचित मी विकासला थांबवलं असतं. पण तसं करणं म्हणजे त्याचा जीवनप्रवाह खंडित करण्यासारखं होतं.

आज तेच आयुष्य जगताना प्रत्येक गोष्ट मला सुंदर दिसते आहे. हे असंच सुंदर आयुष्य मला जगायचं होतं. कुणीतरी सांगितलं म्हणून नव्हे, तर आज माझं आयुष्य मला हवं तसं सुंदर आहे, मी मनमुराद जगते आहे!

उपसंहार

आज १३ एप्रिल, २०१०. निसर्गाच्या सान्निध्यात लेहलडाखमध्ये मी शांतपणे बसले आहे. काहीच दिवसांपूर्वी मी स्वप्नं पाहिलं की मी आणि विकास आमच्या लग्नाचा वाढदिवस डोंगरात, बर्फाच्छादित शिखरांच्या कुशीत साजरा करतोय. लेहलडाख मध्ये बसल्यावर स्वप्न सत्यात उतरल्यासारखंच वाटतंय. मी इथे एका पर्यटन कंपनीच्या कामासाठी आले आहे. विकलांग लोकांच्या पर्यटन सुविधा पुरवण्यासाठी मी त्यांना मार्गदर्शन करत होते. विकास नक्कीच माझ्या अवतीभवती असणार. त्याची लेहला यायची खूप इच्छा होती. मी त्याला जाऊ देत नाही म्हणून तो माझ्याशी भांडायचा. माझं म्हणणं इतकंच होतं की मलाही त्याने बरोबर न्यावं!

मी माझ्या गेस्टहाऊसच्या बाल्कनीत बसले आहे. हलका हिमवर्षाव सुरू झाला आहे. लग्नाचा वाढदिवस साजरा करायला या इतकी उत्तम जागा असूच शकत नाही.

विकास माझ्याबरोबर तरल रूपात आहे हे मला माहीत आहे. त्याच्या रेशमी मिठीचा स्पर्श जाणवतोय. माझ्या शेजारी बसून आयुष्याचा आनंद तो उपभोगतो आहे. माझ्या गालावरून आनंदाचे अश्रू ओघळताहेत. मी हलकेच त्याच्या कानात म्हणते आहे....

किती दिवस झाले....
तू मला मिठीत घेऊन–
तुझ्या तोंडून मला हाक मारून–
तुझ्या शरीराचा गंध नाकात भरून–
तुझ्या ओठांचं माधुर्य टिपून–
अगदी आजही मला जाणवतंय–
तू मला वेढून घेतलं आहेस,
बऱ्या–वाईटातला फरक मला समजावून सांगतो आहेस–
माझ्यातली जास्तीत जास्त ऊर्जा मागतो आहेस–
वास्तवाची जाणीव करून देत
माझ्यात स्वत:चं जग शोधतो आहेस–

मला खात्री आहे की
तू खूप आनंदात आहेस–
मी मात्र आजही शांततेच्या शोधात आहे.
या जगात आयुष्याचा अर्थ शोधते आहे.
तुझ्यामुळेच आज मी जगाचा
निर्भयपणे सामना करते आहे–
स्वतःवर विश्वास ठेवते आहे–
नव्या वाटा शोधण्याचं धैर्य बाळगते आहे.
आणि–
मला हे ठाऊक आहे की
तुझ्याशिवाय माझं अस्तित्व नाही.
म्हणूनच मी आहे.
आणि माझ्यात तूही आहेसच!